ഭൂമിയുടെ മകൾ

bhoomiyude makal
novel

•

sudheesh raghavan

•

first edition
july 2014

•

second edition
july 2018

•

typesetting & published
chintha publishers, thiruvananthapuram

•

printed
akshara offset, thiruvananthapuram

•

cover painting
shiju naduvathoor

•

cover
sooraj poothodu

•

വിതരണം

ദേശാഭിമാനി ബുക്ക് ഹൗസ്
H O തിരുവനന്തപുരം–695 035
phone: 0471-2303026, 6063026
www.chinthapublishers.com
chinthapublishers@gmail.com

ബ്രാഞ്ചുകൾ

ഹെഡ്ഡാഫീസ് ബ്രാഞ്ച് കുന്നുകുഴി • സ്റ്റാച്യു തിരുവനന്തപുരം • കെ എസ് ആർ ടി സി ബസ് സ്റ്റേഷൻ ആലപ്പുഴ • കെ എസ് ആർ ടി സി ബസ് സ്റ്റേഷൻ എറണാകുളം • മച്ചിങ്ങൽ ലെയ്ൻ തൃശൂർ • ഐ ജി റോഡ് കോഴിക്കോട് • മാവൂർ റോഡ് കോഴിക്കോട് • എൻ ജി ഒ യൂണിയൻ ബിൽഡിങ് കണ്ണൂർ • സെൻട്രൽ ബസ് ടെർമിനൽ കോംപ്ലക്സ് താവക്കര കണ്ണൂർ

CR - 1888 / 4704
ISBN - 978-93-83903-28-3

ഭൂമിയുടെ മകൾ
(നോവൽ)

സുധീശ് രാഘവൻ

ചിന്ത പബ്ലിഷേഴ്സ്
തിരുവനന്തപുരം-695 035

സുധീശ് രാഘവൻ

ജനനം: വർക്കലയ്ക്കടുത്ത് ഇലകമണിൽ 1956 ൽ. പിതാവ്: രാഘവക്കുറുപ്പ്. മാതാവ്: കമലാഭായി.

ഇലകമൺ യു പി എസിൽ പ്രധാനാധ്യാപകനായിരുന്നു. രണ്ടു ദശാബ്ദക്കാലം ബഹ്റയിനിൽ ജോലി ചെയ്തു. ഇപ്പോൾ വർക്കലയിൽ താമസിക്കുന്നു. *ഭൂതക്കാഴ്ചകൾ* എന്ന നോവലിന് അറ്റ്ലസ് കൈരളി സാഹിത്യ പുരസ്കാരവും പ്രവാസി സാഹിത്യ പുരസ്കാരവും ലഭിച്ചു.

ഭാര്യ : ബിജി.
മക്കൾ : ആനന്ദ്, സച്ചിൻ
അഡ്രസ് : സച്ചിദാനന്ദൻ,
ചെറുകുന്നം
വർക്കല പി ഒ
തിരുവനന്തപുരം 7907986114
ഫോൺ : 00917907986114
email : sudhiearath@gmail.com

പ്രസാധകക്കുറിപ്പ്

പോയ കാലങ്ങൾ ആൺകോയ്മയാൽ അടയാളപ്പെടുത്തപ്പെട്ടെങ്കിൽ അതിനോടുള്ള കുതറലാകണം വരും കാലങ്ങൾ. ഫ്യൂഡൽ കാലഘട്ടത്തിലും ആധുനിക മുതലാളിത്തത്തിന്റെ ഈ പരമോന്നതഘട്ടത്തിലും ഒരുപോലെ അവമതിക്കപ്പെടുന്ന സ്ത്രീത്വത്തെ കഥാപരിസരത്തിലേക്ക് കൊണ്ടുവരികയാണ് സുധീശ് രാഘവൻ *ഭൂമിയുടെ മകൾ* എന്ന നോവലിൽ. പുരുഷന്മാരാൽ വേട്ടയാടപ്പെടുന്ന സുനന്ദയും ജയന്തിയും ആൻ മെഴ്സി ലോറയും ജയന്തിയുടെ മകൾ നീലിമയും മഞ്ജിമയുമെല്ലാം ഈ നോവലിലെ ജീവനുള്ള കഥാപാത്രങ്ങളാണ്. സുനന്ദയും ചിത്രകാരനായ ഷംസും തമ്മിലുള്ള ആർദ്രതയുള്ള സ്നേഹബന്ധവും ഈ നോവലിൽ സവിശേഷരൂപം കൈവരിക്കുന്നു. *രാമായണ*ത്തിലെ സീതയും ആശാന്റെ *ചിന്താവിഷ്ടയായ സീതയു*മൊക്കെ കഥാപാത്രങ്ങളായെത്തുന്ന നിരവധി അടരുകളുള്ള ഒരു നോവലാണിത്. മലയാളനോവലുകൾക്കിടയിൽ സ്വന്തം സ്ഥാനം അടയാളപ്പെടുത്താൻ പ്രാപ്തമായ ഈ കൃതിയുടെ രണ്ടാം പതിപ്പ് സാഭിമാനം വായനക്കാർക്കുമുന്നിൽ അവതരിപ്പിക്കുന്നു.

ചിന്ത പബ്ലിഷേഴ്സ്

സ്നേഹം........

ബെന്യാമിൻ
പ്രസന്നരാജൻ
ചിന്ത പബ്ലിഷേഴ്സ്
എഴുത്ത് പുസ്തകമാവുവോളം കൂട്ടായ
പി കെ ശ്രീനിവാസൻ
വായിച്ച് എഴുത്തിന് ആദ്യശ്വാസം നല്കിയവർ
ഇ വി രാജീവൻ, ജയചന്ദ്രൻ, ഷംസുദ്ദീൻ,
അനിൽ കിഴക്കേപ്പുറം, ദേവദാസ് ചെറുകാട്, അനിൽ വേങ്കോട്,
ഇ എ സലിം, ബിജിയ
മറ്റു സുഹൃത്തുക്കൾ
സ്നേഹം...സ്നേഹം...സ്നേഹം...

രണ്ടാം പതിപ്പിനുള്ള മുഖവുര

ഭൂമിയുടെ മകൾ രണ്ടാം പതിപ്പ് ഇറങ്ങുമ്പോൾ ചില ഓർമ്മകൾ പങ്കുവയ്ക്കുകയും ചിലരോടൊക്കെ നന്ദി പറയുകയും ചെയ്യേണ്ടതുണ്ട്.

ആദ്യ പതിപ്പിന്റെ പ്രകാശനം നിർവ്വഹിച്ച ടി ഡി രാമകൃഷ്ണൻ, പുസ്തകം ഏറ്റുവാങ്ങിയ റോസ്മേരി, ചടങ്ങിൽ പങ്കെടുത്ത സി പി അബൂബക്കർ എന്നിവരെ നന്ദിപൂർവ്വം ഓർക്കുന്നു. നോവലിന്റെ, 'ഭൂമികയുടെ സംഘാടനത്തിൽ നടന്ന', ഗൾഫ് പ്രകാശനത്തിന് നേതൃത്വം നല്കിയ ഇ വി രാജീവൻ, പ്രകാശനകർമ്മം നിർവ്വഹിച്ച എം എൻ കാരശ്ശേരി പുസ്തകം ഏറ്റുവാങ്ങിയ ജയചന്ദ്രൻ എന്നിവരേയും ഈ സന്ദർഭത്തിൽ നന്ദിപൂർവ്വം ഓർക്കുന്നു. നോവലിന്റെ ചർച്ച ബഹ്റനിൽ സംഘടിപ്പിച്ച പ്രേരണയെയും സ്മരിക്കുന്നു.

പുസ്തകത്തിന്റെ വായനാനുഭവം പങ്കുവച്ച ഒട്ടനവധി പേരുണ്ട്. സോഷ്യൽ മീഡിയയിൽ എഴുതിവരുന്നുണ്ട്. സ്ത്രീ ഇന്നും എന്നും അനുഭവിക്കുന്ന കഷ്ടതകളാണ് നോവലിന്റെ പ്രമേയം എന്നിരിക്കെ സമകാലിക സാഹചര്യങ്ങൾ സമാന്തരമായി നിലനില്ക്കുന്നതുകൊണ്ട് വായന വേദനയുടെ കയത്തിലൂടെ ആയിരുന്നു എന്നാണ് അവരുടെ പ്രതികരണങ്ങളിൽനിന്നും മനസ്സിലാക്കുന്നത്. സമാന അനുഭവങ്ങൾ തങ്ങളുടെ ജീവിതത്തിൽ തന്നെ ഉണ്ടായിട്ടുള്ളവരുടെ പ്രതികരണം വൈകാരികാനുഭവമായിരുന്നു.

രണ്ടാം പതിപ്പ് ഇറക്കുന്ന ഈ വേളയിലും വന്നുകൊണ്ടിരിക്കുന്ന വാർത്തകൾ നമ്മെ സങ്കടപ്പെടുത്തുകയും ഉൽക്കണ്ഠാകുലരാക്കുകയും ചെയ്യുന്നു. കാശ്മീരിൽ എട്ടു വയസ്സായ പെൺകുട്ടിയെ ദിവസങ്ങളോളം ബലാൽസംഗത്തിനിരയാക്കിയിട്ട് അവളെ കൊന്നുകളഞ്ഞ വാർത്തയുടെ ആഘാതവും സങ്കടവും നമ്മെ വിട്ടുമാറിയിട്ടില്ല. ഭയം സൃഷ്ടിച്ച് ഒരു സമു

ദായത്തെ അവിടെ നിന്നോടിക്കുക എന്ന ലക്ഷ്യം കൂടി ഉണ്ടായിരുന്നു എന്നത് പ്രശ്നത്തിന് കൂടുതൽ ഗൗരവമാനങ്ങൾ നല്കുന്നു. റേപ്പിസ്റ്റു കൾക്ക് രക്ഷയുമായി ജനപ്രതിനിധികൾ തെരുവിൽ ജാഥ നടത്തി എന്നു വരുമ്പോൾ നാം ഏതു ലോകത്തിലാണ് ജീവിക്കുന്നത് എന്ന് അമ്പര ക്കുകയാണ്. ആസൂത്രിതവും അധികാരവർഗ്ഗ പിൻബലത്തിലും സ്ത്രീ വേട്ടയാടപ്പെടുകയാണ്. വീട്ടിലും തൊഴിലിടങ്ങളിലും മറ്റും സ്ത്രീകൾ അനുഭവിക്കുന്ന വിവേചനങ്ങളോടൊപ്പം വേട്ടയാടൽ ഭയന്ന് ജീവിക്കേണ്ട അവസ്ഥയാണിന്ന്.

എഴുത്ത് ഒന്നിനും പരിഹാരമാകുമെന്ന് വിശ്വസിക്കുന്നില്ല. ചുറ്റുപാ ടുകളുടെ ഉരസൽ, തപം, എഴുത്തുകാരനെക്കൊണ്ടെഴുതിക്കുന്നു. അത്ര മാത്രം. സമാന ഹൃദയർ വായിക്കുമ്പോൾ കിട്ടുന്ന സൗഹൃദം ജീവി തത്തെ അർത്ഥവത്താക്കുന്നു. മറ്റൊരു ലോകം അനുഭവിക്കുന്നു

സുധീശ് രാഘവൻ

അവതാരിക

അശാന്തിയിലേക്ക് തുറക്കുന്ന വാതിൽ

ബെന്യാമിൻ

ഓരോ പുസ്തകവും ഓരോതരം വായനാനുഭവങ്ങളാണ് നമുക്ക് സമ്മാനിക്കുക. അവയിൽ മിക്കവയും നമ്മുടെ സംവേദനങ്ങളെയും അനുശീലനങ്ങളെയും മൂല്യവിചാരങ്ങളെയും വല്ലാതെ തൃപ്തിപ്പെടുത്തുന്നവ ആയിരിക്കും. അവ നമ്മെ തഴുകിത്തുടച്ചു പോകും. എന്നാൽ അപൂർവം ചിലത് നമ്മെ വല്ലാതെ അലോസരപ്പെടുത്തുന്നവ ആയിരിക്കും. നമ്മുടെ വിചാരങ്ങൾക്ക് കുറുകെ നടക്കുന്നതുകൊണ്ടാവാം ആ അലോസരം നമുക്കനുഭവപ്പെടുന്നത്. എന്നാൽ ആ വായനയ്ക്കൊടുവിൽ നാം ചെന്നു നിൽക്കുക ബോധ്യങ്ങളുടെ പുതിയ ഒരു കനൽക്കാട്ടിലാവും എന്ന് നിശ്ചയം. അവിടെനിന്ന് നമുക്ക് ഒരു പുതിയ ജീവിതം ജീവിച്ചു തുടങ്ങുകയല്ലാതെ മാർഗമില്ല. അത്തരത്തിൽ നമ്മുടെ ചിന്തകളെ വേണ്ടവണ്ണം അലോസരപ്പെടുത്തുന്ന ഒരു നോവലാണ് സുധീശ് രാഘവന്റെ *ഭൂമിയുടെ മകൾ.*

കുടുംബം, ദാമ്പത്യം, സ്ത്രീശരീരം, പാതിവ്രത്യം, കന്യകാത്വം എന്നിവയെക്കുറിച്ചൊക്കെ നമ്മുടെ മനസുകളിൽ യാഥാസ്ഥിതികമായി ഉറച്ചുപോയ ചില മൂല്യവിചാരങ്ങളുണ്ട്. പുരുഷാധിപത്യ വ്യവസ്ഥിതി നമ്മുടെ മേൽ കെട്ടിവച്ച വിചാരങ്ങൾ മാത്രമാണത്. പ്രത്യേകിച്ച് സ്ത്രീശരീരത്തിന്റെ വിശുദ്ധി എന്ന കപടവിചാരം. പരപുരുഷന്റെ ആക്രമണത്തിൽ പോലും നശിച്ചു പോകുന്നതാണ് ആ ശരീരം എന്ന് അത് നമ്മെ പഠിപ്പിച്ചുവച്ചിരിക്കുന്നു. അങ്ങനെ ഒരുവൾ പിന്നെ മരിക്കുന്നതാണ് നല്ലതെന്ന് വളരെ വേണ്ടപ്പെട്ടവർ പോലും കരുതിപ്പോകുന്ന വ്യവസ്ഥ. പുരോഗമന മൂല്യങ്ങൾ പറഞ്ഞ ഗൗരവ സാഹിത്യം പോലും ആ വിചാരത്തിൽ നിന്ന് വിമുക്തമായിരുന്നില്ല എന്നതിന് ഒട്ടേറെ തെളിവുകളുണ്ട്. ഉദാഹരണത്തിന് ഒരു കാലത്ത് ഏറെ വായിക്കപ്പെടുകയും കൊണ്ടാടപ്പെടുകയും ചെയ്ത *ചെമ്മീൻ* എന്ന കൃതി എടുക്കുക. വളരെയധികം പുരോഗമനാ

ശയങ്ങൾ വച്ചുപുലർത്തുകയും അത്തരത്തിലുള്ള നിരവധി കൃതികൾ രചിക്കുകയും ചെയ്ത തകഴിയെപ്പോലെ ഒരാളിൽനിന്നാണ് ആ നോവൽ ഉണ്ടായത് എന്ന് ആലോചിക്കുക വയ്യ. പക്ഷേ, സ്ത്രീയുടെ പാതിവ്രത്യത്തിലാണ് പുരുഷന്റെ ആയുസ്സ് തൂങ്ങിയാടുന്നതെന്ന് ആ നോവൽ പച്ചയ്ക്ക് പറയുന്നു. മഹാനായ എഴുത്തുകാരൻ തകഴിക്ക് പറ്റിയ ഏറ്റവും വലിയ അബദ്ധമാകും *ചെമ്മീൻ* എന്ന് വിശ്വസിക്കാനാണ് എനിക്കിഷ്ടം. അതിനേക്കാൾ ഉപരിയായി ആ വ്യവസ്ഥിതിയുടെ ചിന്താ രീതിയിൽനിന്ന് പുറത്തുകടക്കാൻ തകഴിക്കുപോലും കഴിഞ്ഞിരുന്നില്ല എന്നത് അതിന്റെ ആഴം ബോധ്യപ്പെടുത്തുകയാണ് ചെയ്യുന്നത്.

വ്യവസ്ഥിതിക്കു മേലുള്ള ഈ അടയിരുപ്പ് പഴയതിനേക്കാൾ മൂർച്ഛിച്ചിരിക്കുന്ന ഇക്കാലത്താണ് *ഭൂമിയുടെ മകൾ* നമ്മുടെ വിചാരങ്ങൾക്ക് കുറുകെ നടക്കുന്ന ഒരു കൃതിയായി മാറുന്നത്. പുരുഷാധിപത്യ മൂല്യ വ്യവസ്ഥിതിയെ താങ്ങിനിറുത്താൻ പഴയകാല സാഹിത്യം കാണിച്ച വ്യഗ്രതയ്ക്ക് ഒരു തിരുത്താണിത്. അതുകൊണ്ടുതന്നെ പ്രതിരോധ ഉത്തരാധുനികതയുടെ ഒരു നാമ്പ് ഈ നോവലിൽ നാം കാണുന്നു. ജീവിതം ഒരു വെട്ടുംതിരുത്തലുമാണെന്നും ചിലപ്പോഴൊക്കെ പൂജ്യത്തിൽനിന്ന് വീണ്ടും തുടങ്ങാനുള്ള ഒരു സാധ്യത അതിനുണ്ടെന്നും ആഴത്തിൽ ബോധ്യപ്പെടുത്താനാണ് ഈ നോവൽ ശ്രമിക്കുന്നത്. അതിന്റെ പൂർത്തീകരണത്തിനായി സൃഷ്ടിക്കപ്പെട്ടിരിക്കുന്നവരാണ് ഇതിലെ കഥാപാത്രങ്ങളായ മധുവും സുനന്ദയും മെഴ്സിയും ജയന്തിയും ഷംസുവും ജെസിയും ഗൗരിയും തുടങ്ങി മിത്തുകളിൽ നിന്നിറങ്ങി വരുന്ന സീത വരെയും. ജീവിതത്തിന്റെ കഴപ്പിൽനിന്ന് ശാന്തിയിലേക്ക് തല ചായ്ച്ചുറങ്ങാൻ ശ്രമിക്കുന്ന കഥാപാത്രങ്ങളെ നാം ഈ നോവലിൽ കണ്ടുമുട്ടുന്നു.

സുഖമുള്ള കാര്യങ്ങൾ മാത്രം കാണാനും കേൾക്കാനും വായിക്കാനും ഇഷ്ടപ്പെടുന്ന ഈ കാലത്ത് അത്ര സുഖമില്ലാത്ത കാര്യങ്ങൾ പറഞ്ഞുകൊണ്ട് നമ്മുടെ ബോധങ്ങളുടെ മേൽ ഒരു ചെറിയ പോറൽ വീഴ്ത്താനുള്ള വിജയകരമായ ശ്രമം *ഭൂമിയുടെ മകളിൽ* നാം കാണുന്നു. അതുതന്നെയാണ് ഈ നോവലിന്റെ പ്രസക്തിയും പ്രാധാന്യവും.

പീഡനമേൽക്കുന്ന ഭൂമിയുടെ മകൾ

പ്രസന്നരാജൻ

മലയാളനോവൽ വേഗത്തിൽ പരിണമിക്കുകയാണ്. മലയാളികളുടെ ഭാവുകത്വത്തിന് നിറഭേദങ്ങൾ കൊടുത്തും ആഖ്യാനത്തിൽ പുതിയ വഴികൾ തിരഞ്ഞും, ദേശത്തിന്റെയും കാലത്തിന്റെയും ചരിത്രത്തിന്റെയും അനുഭവങ്ങൾ രചനയുടെ ഹൃദയത്തിൽ പ്രതിഷ്ഠിച്ചു അതു മുന്നോട്ട് പോകുകയാണ്. പുരോഗമന സാഹിത്യപ്രസ്ഥാനവും ആധുനികതാവാദവും മലയാള നോവലിൽ വ്യത്യസ്ത വഴികളും വ്യത്യസ്ത പാരമ്പര്യവും സൃഷ്ടിച്ചതുപോലെ, ഉത്തരാധുനിക ഘട്ടവും മലയാളനോവലിൽ വ്യത്യസ്തവും നവീനവുമായ സൗന്ദര്യവിപ്ലവം സൃഷ്ടിക്കുവാനുള്ള കഠിനശ്രമം ആരംഭിച്ചുകഴിഞ്ഞു. അതിന്റെ മണിമുഴക്കങ്ങൾ ഉയർന്നു കേട്ടുതുടങ്ങിയിരിക്കുന്നു. നമ്മുടെ കാലത്തേക്ക് കണ്ണുകൾ പായിച്ച്, മനുഷ്യയാഥാർഥ്യത്തിൽ അടങ്ങിയിരിക്കുന്ന സാമൂഹികവും സാംസ്കാരികവും രാഷ്ട്രീയവുമായ സൂക്ഷ്മ രഹസ്യങ്ങൾ വെളിപ്പെടുത്താൻ ആധുനികാനന്തര തലമുറയിലെ നിരവധി നോവലിസ്റ്റുകൾ ഇപ്പോൾ വലിയ യത്നം നടത്തുന്നുണ്ട്. അതു ഇന്നത്തെ നല്ല വായനക്കാർ കാണുന്നുമുണ്ട്. അത്തരമൊരു കഠിനപരിശ്രമമാണ് ശ്രീ. സുധീശ് രാഘവൻ *ഭൂമിയുടെ മകൾ* എന്ന നോവലിലൂടെ നടത്തിയിരിക്കുന്നത്.

ജീവിതത്തിന്റെ കഠിനതയെക്കുറിച്ചാണ് ഈ നോവലിസ്റ്റ് എഴുതുന്നത്. മനുഷ്യജീവിതം എത്രമേൽ യാതനകൾ നിറഞ്ഞതാണ്, എത്രമാത്രം പീഡനങ്ങൾ നിറഞ്ഞതാണ് അതെത്രമേൽ ദയനീയമാണ് എന്ന് നോവലിസ്റ്റ് *ഭൂമിയുടെ മകൾ* എന്ന നോവലിലൂടെ വ്യക്തമാക്കുന്നു. മുൻ നോവലിൽ ചരിത്രത്തിൽ നിന്നുള്ള തീവ്രയാതനകളാണ് അദ്ദേഹം ചിത്രീകരിച്ചത്. ഈ നോവലിൽ കുടുംബത്തിനുള്ളിലും കുടുംബത്തിനുപുറത്തും ചരിത്രത്തിലും പുരാവൃത്തങ്ങളുടെ കാലത്തും മനുഷ്യൻ

പ്രത്യേകിച്ചും സ്ത്രീ എത്രമേൽ കൊടിയ ക്രൂരതയ്ക്കും ദണ്ഡനത്തിനും ഇരയാകുന്നുവെന്ന് വെളിപ്പെടുത്തുന്നു. കയ്പേറിയ അനുഭവങ്ങൾ ഉചിതമായ ഭാഷാഘടനയിലൂടെയും ആഖ്യാനശിൽപ്പത്തിലൂടെയും പ്രകാശിപ്പിക്കുവാൻ നോവലിസ്റ്റിന് കഴിഞ്ഞിട്ടുണ്ട്. ആദിമധ്യാന്തപ്പൊരുത്തമെന്ന പഴയ ആഖ്യാനസങ്കൽപ്പത്തെ പാടെ നിരാകരിച്ച് വർത്തമാനത്തെയും ഭൂതകാലത്തെയും ശിഥിലമായ രീതിയിൽ കൂട്ടിക്കലർത്തിയാണ് ആഖ്യാനകല മുന്നോട്ട് നീങ്ങുന്നത്.

ക്രൂരമായ നീതിബോധവ്യവസ്ഥയുടെയും ദുഷിച്ച യാഥാസ്ഥിതികത്വത്തിന്റെയും കിരാതമായ പുരുഷമേധാവിത്വത്തിന്റെയും തടവറയിൽ അകപ്പെട്ട സ്ത്രീയെ പുറത്തു കൊണ്ടു വരാനാണ് നോവലിസ്റ്റ് ശ്രമിക്കുന്നത്. ഭ്രാന്തിനും സുബോധത്തിനും ഇടയിൽപ്പെട്ട് ഉഴലുന്ന സ്ത്രീത്വത്തിന്റെ തീവ്രവേദനയും ദുരന്തവുമാണ് നോവലിലെ അടിസ്ഥാന ഭാവം. വർത്തമാനകാലത്തെ സ്ത്രീയെ അവതരിപ്പിക്കുക മാത്രമല്ല അദ്ദേഹം ചെയ്യുന്നത്. മറിച്ച് ചരിത്രത്തിലും മിത്തോളജിയിലുമുള്ള സ്ത്രീത്വത്തെക്കുറിച്ച് കൂടി സ്വതന്ത്രമായും ധീരമായും അന്വേഷിച്ച് സത്യം കണ്ടെത്തുവാൻ പരിശ്രമം നടത്തുന്നുണ്ട്. സ്വന്തം ഇച്ഛക്കനുസരിച്ച് നീങ്ങാൻ സ്ത്രീക്ക് ഒരിക്കലും കഴിഞ്ഞിട്ടില്ലെന്ന് ചരിത്രവും പുരാവൃത്തവും വർത്തമാനവും അപഗ്രഥിച്ച് നോവലിസ്റ്റ് പറയുന്നു. കഠിനമായ പീഡനങ്ങൾക്കും അപമാനങ്ങൾക്കും വിധേയയായ സ്ത്രീയെ അദ്ദേഹം നമുക്ക് കാണിച്ചുതരുന്നു. സ്ത്രീയുടെ കരുത്തറിയുന്ന നോവലിസ്റ്റ് അവൾ പിടഞ്ഞുണരുന്നതും കാലത്തെ കുഴച്ചു മറിച്ച് മുന്നോട്ടു നീങ്ങുന്നതും ചിത്രീകരിക്കുന്നുണ്ട്. സ്ത്രീ ചരിത്രത്തെ സമർഥമായി തിരിച്ചുവിടുവാൻ ശ്രമിക്കുന്നു. സ്ത്രീകളുടെ വാക്കുകൾ വെടിയുണ്ടകളായി മാറുന്നുണ്ട് നോവലിൽ. കാട്ടാളത്തത്തെ തോൽപ്പിക്കുന്ന ശക്തി സ്ത്രീയിൽ ലയിച്ചു കിടപ്പുണ്ടെന്ന് നോവലിസ്റ്റ് കണ്ടെത്തുകയും ചെയ്യുന്നു. മിത്തിനെ അപനിർമിച്ച് നിലയ്ക്കാത്ത അർഥമുഴക്കങ്ങൾ നോവലിസ്റ്റ് സൃഷ്ടിക്കുന്നുണ്ട്. പുതിയ ചരിത്രം പിറക്കുന്നതായി സ്വപ്നം കാണുകയും ചെയ്യുന്നു. പുരാവൃത്തങ്ങളെ വിപ്ലവാത്മകമായി പുനഃസൃഷ്ടിച്ച് പാരമ്പര്യത്തിലും മനുഷ്യസംസ്കാരത്തിലും ചരിത്രത്തിലുമുള്ള മാലിന്യങ്ങളെയും നീതികേടുകളെയും തിന്മകളെയും ഉഴിഞ്ഞു കളയാനുള്ള മാന്ത്രിക യത്നമാണ് ഈ നോവലിനെ ശ്രദ്ധേയമാക്കുന്നത്. *രാമായണ*ത്തിലും *നളചരിത*ത്തിലും പുതിയ ഭാഷ്യങ്ങൾ ചമച്ച്, വ്യത്യസ്തമായ വിധത്തിൽ മാറ്റിയെഴുതി, മിത്തിനെ വർത്തമാനകാലവുമായി ബന്ധിപ്പിച്ച് എക്കാലത്തെയും മനുഷ്യയാഥാർഥ്യങ്ങളെപ്പറ്റി പ്രത്യേകിച്ച് സ്ത്രീയെ സംബന്ധിക്കുന്ന തീവ്രയാഥാർഥ്യങ്ങളെപ്പറ്റി ആഴത്തിൽ എഴുതുകയാണ് നോവലിസ്റ്റ്.

ദമ്പതികൾ മരിച്ചു.

ആദ്യം ആ സ്ത്രീ.

അവരുടെ പട്ടട കെട്ടടങ്ങുന്നതിനു മുൻപേ അയാളും...

ഇങ്ങനെയാണ് നോവലിന്റെ തുടക്കം. വർത്തമാനകാലത്തെ ഒരു ബിന്ദുവിൽ തുടങ്ങുന്ന നോവൽ പിന്നീട് ഭൂതകാലത്തെ അനുഭവങ്ങളുടെ മരുഭൂമികളിലേക്ക് പോകുകയും മടങ്ങിവരികയും ചെയ്യുന്നു. നോവലിന്റെ ശിൽപ്പം അനുപമമായ കലാചാതുര്യത്തോടെയാണ് നിർമിച്ചിരിക്കുന്നത്. കഥാപാത്രങ്ങളുടെ ഓർമകളും നിനവുകളും ധാരാളം ചിത്രീകരിച്ചിട്ടുണ്ട്. മിത്തിന്റെ അഴിച്ച് പണിയലുകളുണ്ട്. നോവലിനുള്ളിൽ മറ്റൊരു നോവലായ *ഭൂമിയുടെ മകൾ* അടക്കം ചെയ്തിട്ടുണ്ട്. *ജയന്തിയുടെ ഡയറിക്കുറിപ്പു*കളുണ്ട്. ഇവയൊക്കെ സമർഥമായി കോർത്തിണക്കിയാണ് ശിൽപ്പനിർമാണം നടത്തിയിരിക്കുന്നത്.

മധുവിന്റെയും സുനന്ദയുടെയും ജീവിതദുരന്തം പറഞ്ഞു തുടങ്ങിയ നോവലിസ്റ്റ് അവരുമായി ബന്ധപ്പെടുന്ന നിരവധി പേരെ തുടർന്ന് അവതരിപ്പിക്കുന്നു. കാവ്യാത്മകതയും തത്വചിന്തയും കലർന്നൊഴുകുന്ന ഭാഷയിൽ മനുഷ്യാവസ്ഥയുടെ ട്രാജഡിയിലേക്ക് ശക്തിയുക്തം വിരൽ ചൂണ്ടാൻ നോവലിസ്റ്റിന് കഴിഞ്ഞിട്ടുണ്ട്. ഈ നോവലിൽ പ്രത്യക്ഷപ്പെടുന്ന സ്ത്രീകളെല്ലാം പുരുഷന്മാരിൽനിന്നും ക്രൂരമായ പീഡനങ്ങളും ദണ്ഡനങ്ങളും ഏറ്റുവാങ്ങുന്നു. പീഡനമേറ്റ സ്ത്രീത്വത്തിന്റെ വേദന പദഘടനകളിലും കൽപ്പനകളിലുമുണ്ട്. തെരുവിലേക്ക് ഓടുന്ന നഗ്നയായ പെണ്ണ്, കോടതിവിചാരണയുടെ മാനഹാനിയും മാധ്യമങ്ങളുടെ വസ്ത്രാക്ഷേപവും ഭയന്ന് കോടതിവളപ്പിൽ തീ കൊളുത്തി ആത്മഹത്യചെയ്യുന്ന പെൺകുട്ടി, കോടതിയിൽ വസ്ത്രങ്ങളൂരി സ്വന്തം ശരീരം കൊണ്ടു പ്രതിഷേധിച്ച പെൺകുട്ടി – ഇങ്ങനെയുള്ള തീ പിടിച്ച് സ്ത്രീരൂപങ്ങൾ നോവലിന്റെ ഘടനയിൽ കൂടെക്കൂടെ പ്രത്യക്ഷപ്പെടുന്നുണ്ട്.

സുനന്ദയും ജയന്തിയും ആൻ മെഴ്സി ലോറയും ജയന്തിയുടെ മക്കളായ നീലിമയും മഞ്ജിമയുമെല്ലാം പുരുഷന്മാരാൽ വേട്ടയാടപ്പെടുന്നു. അവരുടെ കത്തുന്ന കാമാർത്തിക്ക് വിധേയരാകുന്നു. പ്രധാന കഥാപാത്രമായ സുനന്ദ കുട്ടിക്കാലം മുതൽ തന്നെ പുരുഷനെ വെറുത്തു. അച്ഛനെയും സഹോദരന്മാരെയും വെറുത്തു. ഒരു അറവുശാലയിലേക്ക് പോകുന്നതു പോലെയാണ് അവൾ വിവാഹപ്പന്തലിലേക്ക് കയറിയതെന്ന് നോവലിസ്റ്റ് പറയുന്നു. മധുവാകട്ടെ വിവാഹത്തിന് മുൻപ് അധാർമിക ജീവിതം നയിച്ചയാളും. ദാമ്പത്യത്തിന്റെ ആദ്യകാലം കുഴപ്പമില്ലാതെ പോയെങ്കിലും പിന്നീട് അതു തകർന്നു. ധനാർത്തിയുടെ കലി മധുവിനെ ബാധിച്ചു. മധു മക്കളെ കൂട്ടുകാരിൽ ഒരാളെ ഏൽപ്പിച്ച് സുനന്ദയെ ബലമായി കൊണ്ടുപോവുകയാണ്. അവൾ പീഡിപ്പിക്കപ്പെട്ടു. വേശ്യാലയത്തിൽ അകപ്പെട്ടു. സുനന്ദയുടെ നോട്ടം കൊല ചെയ്യപ്പെട്ട പെണ്ണിനെ ഓർമിപ്പിച്ചു എന്ന് നോവലിസ്റ്റ് പറയുന്നുണ്ട്. അവളുടെ ജീവിതാവസ്ഥ വ്യക്തമായി വെളിപ്പെടുത്തുന്ന പേടിപ്പെടുത്തുന്ന കൽപ്പനയാണത്. ആൻ മെഴ്സി ലോറ എന്ന ചിത്രകാരിയുടെ ജീവിതവും ഇതുപോലെയായിരുന്നു. പിതാവിനോടുള്ള വെറുപ്പുമൂലം ആൻ മെഴ്സി ജോസഫ് എന്ന പേര് ആൻ മെഴ്സി ലോറ എന്നു മാറ്റി. ഈ ലോകം ഒരു വ്യഭിചാരശാല

യാണെന്ന് പ്രഖ്യാപിക്കുന്ന മെഴ്സി ലോറ ജീവിതത്തിന്റെ ക്രൗര്യവും ധാർമികമായ വീഴ്ചയും അറിഞ്ഞവളാണ്. ജയന്തിയുടെ ജീവിതമാണ് ഏറ്റവും ദയനീയം. ഭ്രാന്തിന്റെയും സുബോധത്തിന്റെയും ഇടയിൽപ്പെട്ട് ഉഴലുന്ന ജയന്തിയുടെ ജീവിതം അതികഠിനമായ ദുരന്തത്തിലൂടെ കടന്നു പോകുന്നു. ഭ്രാന്തിയായ ജയന്തിയെ, അവൾ സമൂഹത്തിന് ശല്യമായി ത്തീർന്നപ്പോൾ, ആളുകൾ കല്ലെറിഞ്ഞ് കൊല്ലുകയാണ്. ആ രംഗം ഒരു കൂട്ടം ചെറുപ്പക്കാർ മൊബൈലിൽ പകർത്തുകയും ചെയ്തു. ആ രംഗം ടി വിയിൽ ആളുകൾ കാണുകയും ചെയ്തു. ജയന്തിയുടെ മകളെ ആരൊ ക്കെയോ ബലമായി കാറിൽ കയറ്റി കൊണ്ടുപോകുന്നത് തടയുവാൻ ജയന്തിക്ക് കഴിഞ്ഞില്ല. അവൾ ഭ്രാന്തിന്റെ ലോകത്തായിരുന്നു.

മനുഷ്യബന്ധങ്ങളുടെ ഭീകരാവസ്ഥ ശക്തമായി ചിത്രീകരിക്കുന്ന എഴുത്തുകാരൻ മനുഷ്യനും മനുഷ്യനും തമ്മിലുള്ള ബന്ധങ്ങളുടെ ആർദ്രതയും, അതു സൃഷ്ടിക്കുന്ന സംഗീതവും ഹൃദ്യമായി അവതരി പ്പിക്കുന്നുണ്ട്. സുനന്ദയും ചിത്രകാരനായ ഷംസും തമ്മിലുള്ള ബന്ധം അത്തരത്തിലുള്ളതാണ്. ചിത്രകാരനായ ഷംസിന്റെ മോഡലായിരുന്നു സുനന്ദ. അവർ ഒരു മാസത്തോളം കടൽത്തീരത്തു താമസിച്ചു. സ്നേഹ ത്തിന്റെ ആർദ്രതയും കുളിർമയും സുനന്ദ അനുഭവിച്ച ഹ്രസ്വമായ കാല മാണത്. സുനന്ദയും മെഴ്സി ലോറയും തമ്മിലുള്ള സൗഹൃദത്തിനും ശുദ്ധമായ സ്നേഹത്തിന്റെ കുളിർമയുണ്ട്. മനുഷ്യന്റെ ക്രൂരതയുടെയും ധനാർത്തിയുടെയും സ്നേഹശൂന്യതയുടെയും പരുപരുത്ത കാര്യങ്ങൾ പറയുന്നതിനിടയിൽ സ്നേഹനിലാവ് പകർന്നുകൊടുക്കുന്ന നിമിഷ ങ്ങളും നോവലിലുണ്ട്. ഇതു ജീവിതത്തിന്റെ മറ്റൊരുമുഖമാണ്. ജീവിത വൈരുധ്യത്തെ ഉൾക്കൊള്ളുവാൻ കലാകാരനായ സുധീശ് രാഘവനു കഴിയുന്നുവെന്ന് മനസിലാക്കാം.

ഈ നോവലിലെ ഏറ്റവും ശക്തമായ കഥാപാത്രം ജയന്തിയാണ്. ഭ്രാന്തിയായ ജയന്തി എഴുത്തുകാരിയായ ബുദ്ധിജീവിയും വിപ്ലവകാരി യുമാണ്. ജയന്തിയുടെ ഭ്രാന്ത് നോവലിൽ ദീർഘരൂപകമായി നിലകൊ ള്ളുന്നു. അതിന്റെ സർഗാത്മകത വിശദമായി പഠിക്കേണ്ട ഒന്നാണ്. സുനന്ദയുമായി ജയന്തി നടത്തുന്ന സംഭാഷണങ്ങളിൽ ഉയർന്ന തത്വ ചിന്തയും ലോകത്തിന്റെ ദുഷിച്ച വ്യവസ്ഥകൾക്ക് നേരെയുള്ള കഠിന രോഷവും വെടിയുപ്പിന്റെ ഗന്ധമുള്ള കലാപചിന്തയുമുണ്ട്. അധികാര ത്തിന്റെ ആർത്തിയും സുഖവും മനുഷ്യനെ നശിപ്പിക്കുന്നുവെന്ന് *നളചരി* തത്തെ ആസ്പദമാക്കി ജയന്തി വാദിക്കുന്നതു അർഥവത്താണ്. നളനെ ബാധിച്ച കലിക്ക് അവൾ ആധുനിക കാലത്തിന് അനുയോജ്യമായ അർഥകൽപ്പന നൽകുന്നു. അധികാരം നൽകുന്ന ലഹരിയും ആസ ക്തിയും കൂടി വരുമ്പോൾ ആ പഴുതിലൂടെ ഒരാളെ ബാധിക്കുന്നതാണ് കലി. നളൻ കൊടുംകാട്ടിൽ ദമയന്തിയെ ഉപേക്ഷിച്ചത് അത്തരം കലി ബാധിച്ചതുകൊണ്ടാണ്. ഇതു സുഖഭോഗങ്ങളിൽ മയങ്ങുന്ന മധ്യവർഗ ത്തിന്റെ സ്ഥിരം അസുഖമാണെന്ന് ജയന്തി വാദിക്കുന്നു. 'സത്യസന്ധ

മായിരിക്കുക ഭയങ്കര പ്രശ്നമാണ്' എന്ന് ജയന്തി പറയുന്നു. തീർച്ച യായും മൗലികചിന്തയുടെ സാന്നിധ്യം ആ വാക്കുകളിൽ കാണാം. 'സത്യം പുറത്തു ചാടുന്നതാണ് ഭ്രാന്ത്' എന്ന് പിന്നീട് പറയുന്നു. ഭ്രാന്തിന്റെ ഈ നിർവചനത്തിന് നമ്മുടെ കാലത്തെ അവസ്ഥകളുമായി ബന്ധമുണ്ട്. ഭ്രാന്തിയായ ജയന്തിയുടെ വാക്കുകളിൽ അഗാധമായ തത്വ ചിന്തയും പ്രവചനവും ലോകത്തെ മാറ്റി മറിക്കുന്ന വിപ്ലവചിന്തയും അർഥ ത്തിന്റെ തേൻതുള്ളികൾ തൂവുന്ന ഹൃദ്യമായ കവിതയുമുണ്ട്. ജയന്തി മരിക്കുന്നതിനു മുമ്പ് അവളെഴുതിയ പൂർത്തിയാകാത്ത *ഭൂമിയുടെ മകൾ* എന്ന നോവലും ഡയറിക്കുറിപ്പുകളും സുനന്ദയെ ഏൽപ്പിക്കുന്നുണ്ട്.

*രാമായണ*ത്തിന് പുതിയ വ്യാഖ്യാനം കൊടുക്കുകയാണ് ജയന്തി ആ നോവലിൽ. നായികയായ സീതയ്ക്ക് പുതിയൊരു ജീവിതം നൽകു കയാണ് ജയന്തി എന്ന എഴുത്തുകാരി. കാട്ടിനുള്ളിൽനിന്നും ദയനീയ മായ നിലവിളികേട്ട് രത്തൻ എന്ന കാട്ടാളയുവാവ് അങ്ങോട്ട് പോകുന്നു. ഗർഭിണിയായ സ്ത്രീയുടെ നിലവിളിയായിരുന്നു അത്. ഗർഭിണിയെ തന്റെ ബലിഷ്ഠമായ കൈയിലെടുത്തു അവൻ സ്വന്തം കുടിലിലെത്തു ന്നു. അതു സീതയായിരുന്നു. സീത രത്തന്റെ കുടിലിൽ ഇരട്ടക്കുട്ടികളെ പ്രസവിച്ചു. കുടിലിൽ കുട്ടികളോടൊപ്പം കഴിയുന്ന സീത രത്തനെ പ്രണ യിച്ചു തുടങ്ങുകയാണ്. 'ഒരുപാട് കെട്ടുപാടുകൾ അറ്റുപോയ സ്വാതന്ത്ര്യ ത്തിന്റെ പുതുഭൂമിയിൽ താൻ എത്തിയിരിക്കുന്നതായി' സീതയറിയുന്നു. കാട്ടിലെ ഒരാളായി, കാടിന്റെ പുത്രിയായി സീത മാറി.

ജയന്തി തന്റെ നോവലിൽ രാമനെ അതിരൂക്ഷമായി വിമർശിക്കു ന്നുണ്ട്. അധികാരത്തിനും സമ്പത്തിനുമായി പുരുഷൻ നടത്തിയ വെട്ടി പ്പിടിക്കലുകളാണ് രാമന്റെ ജീവിതത്തിലുണ്ടായതെന്ന് ജയന്തി നിരീക്ഷിക്കുന്നു. രാമൻ യുദ്ധത്തിലൂടെ സീതയെ വീണ്ടെടുത്തത് സ്വന്തം മാനം കാക്കാനും രാമനോട് ആരും കളിക്കരുതെന്ന് ലോകത്തെ ബോധ്യ പ്പെടുത്താനുമായിരുന്നു. സ്ത്രീ എന്നും ഒരു വളർത്തുമൃഗം മാത്രം. അധി കാരം നിലനിർത്തുവാൻ ധാർമികത രാമന് പ്രശ്നമായിരുന്നില്ല. രാമന്റെ ഭരണവർഗവും പുരോഹിതസംഘവും കാട്ടിലെത്തി രത്തനെ ശിക്ഷിക്കു ന്നുണ്ട് നോവലിൽ. യാഗം മുടക്കാൻ രത്തൻ തുനിഞ്ഞുവെന്നാണ് ആരോ പണം. അതറിഞ്ഞ സീത രത്തൻ എന്ന കാട്ടുമനുഷ്യനെ പഠിപ്പിച്ചു തുടങ്ങി. അവന് അറിവ് പകർന്നു കൊടുത്തു. അവൻ പിന്നീട് ഇണപ്പക്ഷി കൾ അമ്പേറ്റു പിടഞ്ഞു മരിച്ചു വീണതു കണ്ടപ്പോൾ പ്രത്യേകമട്ടിൽ 'അർഥമുള്ള' വാക്കുകൾ പുറപ്പെടുവിച്ചുപോയി. അത് ഹിംസയ്ക്ക് എതി രെയുള്ള സ്നേഹകാവ്യത്തിന്റെ തുടക്കമായിരുന്നു. *രാമായണ*ത്തിന് നോവലിസ്റ്റ് കൊടുക്കുന്ന ഈ വ്യാഖ്യാനം അർഥവത്താണ്. പിന്നീട് സീത ജയന്തിയുമായി സംസാരിക്കുന്ന വിചിത്രരംഗവും നോവലിസ്റ്റ് അവ തരിപ്പിക്കുന്നുണ്ട്. 'നിനക്ക് ഭൂമിപുത്രിയായ സീതയാവാൻ കഴിയുന്നത് പ്രകൃതിയുടെ മുലപ്പാൽ കുടിക്കുന്ന പ്രകൃതിമക്കളോടൊപ്പം ചേരുമ്പോൾ മാത്രമാണ്' എന്ന് ജയന്തി സീതയോട് പറയുന്നു. അധികാരത്തിന്റെ

അന്തഃപുരത്തിലെ 'നല്ലവളായ' സീതയെ വിമോചിപ്പിച്ച് ജനങ്ങൾക്കൊപ്പം നിൽക്കുന്ന ഒരു റിബൽ സീതയായിരുന്നു തന്റെ കാലത്തിന് ആവശ്യമെന്ന് ജയന്തി തുറന്നു പറയുന്നു. കാട്ടിന്റെ മക്കളെ ആട്ടിപ്പായിക്കുകയും കാടിന്റെ ഹൃദയത്തെ തകർക്കുകയും ചെയ്യുന്ന രാമന്റെ സൈന്യവുമായി ലവനും കുശനും രത്തനുമെല്ലാം നേതൃത്വം കൊടുക്കുന്ന സൈന്യം യുദ്ധം ചെയ്യുന്നത് ജയന്തി സ്വപ്നം കാണുന്നുണ്ട്. ദണ്ഡകാരണ്യത്തിൽനിന്നും ആട്ടിയോടിക്കപ്പെട്ടവർ ഭരണവർഗത്തിലും ആയുധശക്തിക്കുമെതിരെ തിരിയുന്നതിന്റെ സൂചനകളും നോവലിലുണ്ട്. വർത്തമാനകാലത്തെ ഏറ്റവും വലിയ രാഷ്ട്രീയപ്രശ്നങ്ങളെ സമർഥമായി സ്പർശിക്കാനും നോവലിസ്റ്റിനു കഴിയുന്നുണ്ട്.

ചില ഭാഗങ്ങളിൽ തീക്ഷ്ണമായ സത്യങ്ങൾ ആപൽക്കരമായ ഒരുതരം ലാഘവത്തോടെ ചിത്രീകരിക്കാനും നോവലിസ്റ്റ് തുനിഞ്ഞിട്ടുണ്ട്. പുരാണത്തിലെ സീത വർത്തമാനകാല യാഥാർഥ്യങ്ങളിൽ എത്തുകയാണ്. സീതയും ജയന്തിയും സുനന്ദയും ആർട്ട് ഗ്യാലറിയിൽ ചിത്രങ്ങൾ കാണുന്നു. യാഥാർഥ്യബോധത്തോടെയാണ് നോവലിസ്റ്റ് അവതരിപ്പിച്ചിരിക്കുന്നത്. ഭ്രമാത്മകമായ രംഗം നിരത്തി അവിടെ കുമാരനാശാന്റെ *ചിന്താവിഷ്ടയായ സീത*യെ മൂന്നുപേരും കാണുന്നു. യഥാർഥ സീത ചിന്താവിഷ്ടയായ സീതയെ കണ്ടിട്ട് ചിരിക്കുകയാണ്, പൊട്ടിച്ചിരിക്കുകയാണ്. രാമനെ വിചാരണ ചെയ്യുവാൻ കെൽപ്പുള്ള സ്ത്രീയായിരുന്നു കുമാരനാശാന്റെ സീത. എങ്കിലും ചിന്തയുടെ കാലമൊക്കെ കഴിഞ്ഞുവെന്ന് ജയന്തി തമാശപറയുകയാണ്. 'രാമനെയും കഴിഞ്ഞുപോയ കാലങ്ങളെയും ഒക്കെ ചിന്തിച്ചും ഓർത്തും ഉടജാന്തവാടിയിലിരിക്കാതെ പൊടിയും തട്ടി എണീറ്റ് ജീവിക്കാൻ തുടങ്ങണം' എന്ന് പറഞ്ഞ് ജയന്തി ഒച്ചയിൽ ചിരിച്ചു മുന്നോട്ട് പോകുന്നു. ഒടുവിൽ കാണുന്ന സീതയുടെ ചിത്രം അത്യന്തം ദീനമാണ്. ഭൂമിയുടെ പച്ചയും ജൈവചർമവും അറുത്തുമാറ്റപ്പെട്ടിരിക്കുന്നു. ഭൂമിയുടെ മാംസചീന്തുകൾ മണ്ണിന്റെ നിറവ്യത്യാസങ്ങളിൽ...................ഖനനം ചെയ്യപ്പെട്ട ഭൂമിയിലൂടെ മണ്ണിന്റെ നിറത്തിൽ ഒരു പെണ്ണ് നടന്നു മറയുന്നു..........അവൾ നഗ്നയായിരുന്നു............ അതു സീതയായിരുന്നോ......

വിചിത്രവും ഭ്രമാത്മകവുമായ സംഭവങ്ങൾ വാസ്തവികതയുടെ തലങ്ങളിലൂടെ ആവിഷ്കരിച്ച് വലിയ യാഥാർഥ്യങ്ങൾ പ്രകാശിപ്പിക്കുവാനുള്ള നോവലിസ്റ്റിന്റെ കഴിവ് എടുത്തു പറയുക തന്നെ വേണം. മിത്തിന്റെ തലങ്ങളിൽനിന്നും സമകാലിക ജീവിതത്തിന്റെ കഠിനയാതനകളിലേക്കും തിരിച്ച് കഠിനയാതനകളിൽനിന്നും മിത്തിന്റെ തലങ്ങളിലേക്കും തെന്നിത്തെന്നി നീങ്ങുന്ന ആഖ്യാനം പാരമ്പര്യത്തെയും സമകാലിക സംസ്കാരത്തെയും നിശിതമായ പുനഃപരിശോധനയ്ക്ക് വിധേയമാക്കുവാൻ നമ്മോട് ആവശ്യപ്പെടുന്നു.

ജീവിതത്തിന്റെ സാംസ്കാരികവും രാഷ്ട്രീയവുമായ വശങ്ങളിലേക്ക് വെളിച്ചം കടത്തി വിടുന്ന നോവലാണ് സുധീശ് രാഘവന്റെ

ഭൂമിയുടെ മകൾ. അതു വായനക്കാരുടെ വൈകാരികതലങ്ങളെയും ബുദ്ധിമണ്ഡലത്തെയും അഗാധമായി സ്പർശിച്ചു നീങ്ങുന്ന രചനയാണിത്. അതിവേഗത്തിൽ മാറിക്കൊണ്ടിരിക്കുന്ന മലയാളനോവലിന്റെ ചില പ്രധാന സ്വഭാവങ്ങൾ ഈ നോവലിനുണ്ട്. നോവൽ എന്ന കലാരൂപത്തെ ഗൗരവമായി വീക്ഷിക്കുന്നവരുടെയെല്ലാം ശ്രദ്ധ ഈ നോവൽ നേടിയെടുക്കുമെന്ന കാര്യത്തിൽ സംശയമില്ല. ആധുനികാനന്തരഘട്ടത്തിലെ മികച്ച രചനയായി ഈ നോവലിനെ ഭാവിയിലെ വായനക്കാർ കാണുക തന്നെ ചെയ്യും.

ഒന്ന്

ദമ്പതികൾ മരിച്ചു.

ആദ്യം ആ സ്ത്രീ.

അവരുടെ പട്ടട കെട്ടടങ്ങുന്നതിനുമുൻപേ അയാളും...

വളരെ ലളിതമായ തുടക്കങ്ങൾ സങ്കീർണ നൂലാമാലകളും അപ്രതീക്ഷിതവഴികളും കടന്ന് എവിടെയോ എത്തുന്നു.... തിരിച്ചെത്തിയെന്നത് വെറും തോന്നൽ മാത്രം... ആരുടെയോ കാഴ്ച മാത്രം... യാത്രയിൽ പക്ഷേ, ഇടയ്ക്ക് മരണത്തിന്റെ ഒരു വാതിൽ കടന്നു പോകാം... ഉറക്കത്തിലെ സ്വപ്നത്തിന്റെ ഉണർവും ഉണർന്നിരിക്കുമ്പോഴുള്ള ജീവിതത്തിന്റെ ജഡതയും വേർതിരിയുന്ന വരപോലെ ഒന്ന് അവരുടെ ജീവിതത്തിൽ എവിടെയോ ഉണ്ടായിരുന്നെന്ന് അവർക്ക് വെറുതേ തോന്നിപ്പോകുമായിരുന്നു....

ശാന്തമായ ഒരു ഗ്രാമത്തിൽനിന്ന് വർഷങ്ങൾക്ക് മുൻപ് പോയ അവർ തിരിച്ചെത്തിയത് തിരിച്ചറിയാൻ പറ്റാത്തവിധം മാറിപ്പോയ തിരിക്കുപിടിച്ച ഒരു പട്ടണത്തിലാണ്. തിരിച്ച് പഴയ ഒരിടത്തിൽ എത്തുകയെന്നാൽ, കാലങ്ങൾ കഴിഞ്ഞുള്ള ആ എത്തൽ മറ്റൊരിടത്തു തന്നെയാണ്... സ്ഥലത്തിൽ ഒരടയാളവും ബാക്കിനിൽക്കില്ല, കാലത്തിന്റെ എഴുത്തിലും മായ്ക്കലിലും...

തിരിച്ചെത്തുമ്പോൾ പരിചയമുള്ള മുഖങ്ങൾ നന്നേ കുറവ്... പലരും മരിച്ച് ഓർമകളിൽനിന്നുകൂടിയും മങ്ങി മറഞ്ഞു... പക്ഷേ, പഴയ ഇടം, ഭൂമിയുടെ ജ്യാമിതിയും നിറങ്ങളും, അവ മരിച്ച് മറഞ്ഞ് അവയുടെ പ്രേതങ്ങളെ പുതുജീവനായി ഉയർത്തി നിർത്തിയിരിക്കുന്നു. അവിടെ വന്നിറങ്ങിയ നിൽപ്പിലെ അപരിചിതത്വത്തിൽ സുനന്ദയ്ക്ക് അന്ന് ഇങ്ങനെ തോന്നിപ്പോയി....

ശബ്ദായമാനമായ നാഗരിക പടർപ്പ് കഴിഞ്ഞ് ഭൂമിയുടെ ഒരു തുരുത്ത് ഇപ്പോഴും അവിടെയുണ്ട്. മാഞ്ഞുപോയ എല്ലാ ഓർമകളുപേറി ഒരു മുതുമുത്തശ്ശിയെപ്പോലെ...., മനുഷ്യൻ കടന്നുകയറാത്ത ഭൂവിശുദ്ധി...

മൂന്നു വശവും വെള്ളത്താൽ ചുറ്റപ്പെട്ട് ഒരു ഉപദ്വീപ്... അവിടെയാണ് അവരുടെ പുനഃസമാഗമനത്തിനുശേഷം സുനന്ദയും മധുവും തിരിച്ചെത്തിയത്...

വീടിന്റെ കിഴക്കുഭാഗത്ത് കായലിലോട്ട് ചരിഞ്ഞു കിടക്കുന്ന പറമ്പാണ്... അവിടെ പച്ചക്കറികളും വാഴയും എന്നുവേണ്ട നാനാവിധ സസ്യങ്ങൾ നിറഞ്ഞ് പച്ചപിടിച്ചു കിടക്കുന്നു...

ഹാളും അതിനോട് ചേർന്ന് രണ്ടു മുറികളും അറ്റകുറ്റപ്പണികൾ ചെയ്ത് പെയിന്റടിച്ച് അടുക്കളയും പുതുതായിപ്പണിഞ്ഞു...

ഹാളിന്റെ ഇരുവശങ്ങളിലുമുള്ള രണ്ടു മുറികളിൽ ഒന്ന് അവർ കിടപ്പുമുറിയായി ഉപയോഗിച്ചു. കായലിന്റെ വിശാലമായ പരപ്പായതിനാൽ ഉദയസൂര്യന്റെ കിരണങ്ങൾ കിടപ്പുമുറിക്കുള്ളിൽ നേരിട്ട് പതിക്കുമായിരുന്നു.

മുറിയിൽ സൂര്യപ്രകാശം വീഴുന്നതിനുമുൻപേ അവർ ഉണരുമായിരുന്നു. ചിലപ്പോൾ രണ്ടുപേരും ഒരുമിച്ച്. അല്ലെങ്കിൽ ആരെങ്കിലും ഒരാൾ.

നാനാവിധ ജീവികളും സുനന്ദയുടെയും മധുവിന്റെയും പ്രകൃതി പാഠശാലയിലെ കുട്ടികളും ഒക്കെയായി അവരുടെ ദിവസം നിറങ്ങളിൽ ഉണരുന്നു. സുനന്ദയുടെ വളർത്തുമകൾ ചിന്നുവും അവളുടെ ജീവിത പങ്കാളി റസ്സലും കായലിനോട് ചേർന്നുള്ള വീട്ടിൽ താമസിക്കുന്നു... റസ്സലിന്റെ ഒരു ഹോബി ഫോട്ടോഗ്രാഫിയാണ്. കുട്ടികളുടെ പാഠശാലയുടെ ചുമതല ചിന്നുവിനും റസ്സലിനുമാണ്... ഈയിടെയാണ് ഒരു കൊച്ചു കുതിര അവിടെ അന്തേവാസിയായെത്തിയത്....

അന്ന് പ്രഭാതത്തിൽ അവർ ഉണരാൻ പതിവിൽനിന്നും വൈകി... രാവിലെ കുട്ടികളുടെ ഒച്ചയും ബഹളവും തുടങ്ങി...മധുവാണ് ആദ്യം ഉണർന്നത്. അയാൾ ഉണർന്നപാടെ അവളെ നോക്കി. സുനന്ദ ശാന്തമായി ഉറങ്ങുകയാണ്. സൂര്യരശ്മി മുറിക്കകത്താകെ വ്യാപിച്ചിട്ടുണ്ട്. ജനാലയിലൂടെ വെയിലിന്റെ പാളി മുറിയിലേക്ക് വീണുകിടപ്പുണ്ട്... ജനാലയെ പാതിമറച്ചുള്ള വെളുത്ത കർട്ടൻ കാറ്റിലാടി മുറിയിലെ നിഴലുകളെ ചലിപ്പിക്കുന്നുണ്ട്. പക്ഷികളുടെയും അണ്ണാന്റെയും ചിലയ്ക്കലിന്റെ ശബ്ദത്തിനു മീതെ കുയിലിന്റെ കൂകൽ, കാക്കയുടെ കാകാ തുടങ്ങി പതിവ് ശബ്ദങ്ങൾ ഒക്കെ കേട്ടുതുടങ്ങിയ ശേഷമാണ് അന്ന് അയാളും ഉണർന്നത്... വെളുത്ത ബെഡ് ഷീറ്റിൽ വെളുത്ത വസ്ത്രങ്ങളിൽ കിടക്കുന്ന അവളെ ഒന്നുകൂടി അയാൾ നോക്കി. കറുത്ത നീണ്ട മുടിയുണ്ടായിരുന്നു അവർക്ക് ആ പ്രായത്തിലും.

കാപ്പിയുണ്ടാക്കിക്കൊണ്ടു വന്ന് അയാൾ സുനന്ദയെ വിളിച്ചു. സുനന്ദ എന്നെന്നേക്കുമായി ഉറങ്ങിക്കഴിഞ്ഞിരുന്നു. അവരുടെ നാഡികൾ സ്പന്ദിക്കുന്നുണ്ടായിരുന്നില്ല. സുനന്ദ സുനന്ദയിലേക്ക് നടന്നുകൊണ്ടി

രുന്ന വഴികൾ ശൂന്യതയിൽ നിക്ഷേപിച്ച് അവർ യാത്രയായി.......ഒരുമിച്ചും വേർപിരിഞ്ഞും ജീവിച്ച ജീവിതം.

വിദേശത്തുനിന്ന് മകൾ ഗൗരിയും മകൻ അർജുനും എത്തുന്നതിനുമുൻപ് തന്നെ മുനിസിപ്പൽ ചെയർമാൻ എത്തി... പിറകേ മറ്റു പൗരമുഖ്യരും...

മുനിസിപ്പൽ ചെയർമാൻ വരുമ്പോൾ പുറത്തെ ചാരുകസേരയിൽ മധു ഇരിക്കുന്നുണ്ടായിരുന്നു... ചെയർമാൻ അകത്തേക്ക് പോയി അൽപ്പനേരം സുനന്ദയുടെ മൃതശരീരത്തിനരികെ ഭവ്യമായി നിന്നു.... ചിന്നുവും പ്രകൃതി പാഠശാലയിലെ സഹപ്രവർത്തകരും തറയിൽ ഇരിക്കുന്നുണ്ടായിരുന്നു. പുറത്തെ തിണ്ണയിൽ നിശ്ശബ്ദം പാഠശാലയിലെ കുട്ടികളും. റസ്സൽ അൽപ്പം മാറിനിന്ന് ഫോൺ ചെയ്യുന്നുണ്ട്... സ്ഥലത്തെ പ്രധാനികളെ മരണം അറിയിക്കുകയാണ് അയാൾ.

മറ്റാരെയൊക്കെയാണ് അറിയിക്കാനുള്ളത്...? മധുവിന്റെയും സുനന്ദയുടെയും മക്കളായ ഗൗരിയും അർജുനും... മറ്റാരെയെങ്കിലും അറിയിക്കാനുണ്ടോ എന്ന് റസ്സലിന് നിശ്ചയമില്ല... നഗരത്തിൽനിന്നും ഒഴിഞ്ഞ ആ തുരുത്തായിരുന്നു സുനന്ദയുടെയും മധുവിന്റെയും സാമ്രാജ്യമെങ്കിലും ആ നഗരത്തിലെ പൊതുജീവിതത്തിൽ നിന്ന് അവർ മാറി നിന്നിരുന്നില്ല...

മുനിസിപ്പൽ ചെയർമാൻ മധുവിന്റെ അടുത്ത് വന്ന് ഇരുന്നു... ഫോൺ ചെയ്തു കഴിഞ്ഞ് റസ്സലും അപ്പോൾ അവിടെ നിൽക്കുന്നുണ്ട്.

"ബന്ധുക്കളെയൊക്കെ അറിയിച്ചോ?" മുനിസിപ്പൽ ചെയർമാൻ ചോദിച്ചു.

"മക്കളെ അറിയിച്ചു." റസ്സൽ പറഞ്ഞു.

"മറ്റാരെങ്കിലും...." ചെയർമാൻ മധുവിനെയും റസ്സലിനെയും മാറി മാറിനോക്കി...

റസ്സൽ മധുവിനെ നോക്കി എന്നിട്ട് പറഞ്ഞു:

"ഇല്ല.... ആരുമില്ല."

ആരെങ്കിലുമുണ്ടോ എന്ന അർഥത്തിൽ റസ്സൽ വീണ്ടും മധുവിനെ നോക്കി....

ആരെങ്കിലുമുണ്ടോ....?

മധു ആലോചിക്കുകയാണ്.... ഇല്ല ആരുമില്ല.... ആരേയും ഓർമ വരുന്നില്ല.... ഭൂതകാലത്തിലേക്കുള്ള ഇരുണ്ട ഇടനാഴിയിലൂടെ കടന്നു പോകാറേ ഇല്ലായിരുന്നു. അങ്ങനെ ഓർമ ഉണരാത്തവിധം ആ വാതിൽ അടഞ്ഞു കിടന്നു... വൈവിധ്യങ്ങളുടെ ഒരുപാട് അറകൾ.. അവിടമെല്ലാം ജൈവനടനത്തിന്റെ സ്പന്ദനം.... എല്ലാം നിന്ന നിൽപ്പിൽ ചാരമായി.... ഇതാ ഈ തുരുത്തിൽ ജീവിച്ച കുറേ വർഷങ്ങൾ.... അതുമാത്രം ഇപ്പോൾ.... അതിൽ ഒരു പാതി തുറന്നു കിടന്ന വാതിൽ കടന്ന് ഇതാ പോയി... ഇനി... ഇവിടെ ഒറ്റയ്ക്ക്...

കണ്ണുമടച്ച് ചാരുകസേരയിൽ കിടക്കുമ്പോൾ ചുറ്റും എന്തെന്നും

ആരെന്നും മധു അറിയുന്നുണ്ടായിരുന്നില്ല... ഇരുണ്ട മഹാശൂന്യതയിൽ മനസ്സ് നഷ്ടമായി കിടക്കുമ്പോൾ ഇരുളിനപ്പുറം ഒരു തിരി... ഓർമയിലെ ഒരു രൂപം... അത് മെഴ്സിയായിരുന്നു.... ആൻ മെഴ്സിലോറ... പ്രസിദ്ധ ചിത്രകാരി... രാജ്യത്തും പുറത്തും അറിയപ്പെടുന്ന ചിത്രകാരി.... എന്താ യിരുന്നു സുനന്ദയും മെഴ്സിയും തമ്മിലെ ബന്ധം... മെഴ്സിക്ക് സുനന്ദ യുടെയും മധുവിന്റെയും ജീവിതവുമായുള്ള ബന്ധം... ശരീരം വിട്ട് പറ ന്നുപോയ സുനന്ദയുടെ ആത്മാവായിരിക്കുമോ ഇപ്പോൾ ഈ ഓർമയുടെ മങ്ങിയ തീരത്തിൽ എത്തിച്ചത്... അതിവേഗത്തിൽ പായുന്ന ഒരു തീവ ണ്ടിയിൽ സംസാരിച്ചിരിക്കുന്ന മധുവും മെഴ്സിയും ഇപ്പോൾ അയാളുടെ മനസിൽ വന്നിറങ്ങി... അന്ന് താൻ ഈ മധുവാണെന്ന് മെഴ്സിക്കറിയില്ല. മെഴ്സിയും സുനന്ദയും തമ്മിലുള്ള ബന്ധം തനിക്കുമറിയില്ല....... ജീവിതം പരസ്പരബന്ധമില്ലാത്ത പല പേടകങ്ങളിലായി കിടക്കുന്നു... അത്രമേൽ തങ്ങളുടെ ജീവിതവുമായി മെഴ്സി കൂട്ടിയിണക്കപ്പെട്ടിരുന്നു എങ്കിലും, കുറേ വർഷങ്ങളായി യാതൊരു ബന്ധവുമില്ല... മെഴ്സിയുടെ പെയിന്റിങ് എക്സിബിഷൻ നടക്കുന്ന വാർത്തകൾ, അവരുടെ ചിത്രങ്ങളെക്കുറി ച്ചുള്ള പഠനങ്ങൾ ഇതൊക്കെ പത്രങ്ങളിൽ കാണാറുണ്ട്. അടുത്തിടെ ഒരു മാഗസിനിൽ അവരുടെ പടം കണ്ടു. സുനന്ദയേക്കാൾ നാലഞ്ച് വയസ്സ് ചെറുപ്പമാണ്... നരച്ച തലമുടി കറുപ്പിക്കാതെ ബോബ് ചെയ്ത്.

മധു കണ്ണു തുറന്നു.... മുനിസിപ്പൽ ചെയർമാൻ അവിടെത്തന്നെ ഇരിപ്പുണ്ട്... ഓരോരുത്തരും മരണാനന്തരം ചെയ്യേണ്ടതിന്റെ ഓരോ കൃത്യങ്ങളിൽ വ്യാപൃതരായിരുന്നു.......

മെഴ്സിയെ അറിയിക്കണോ....

അങ്ങനെ ഒന്നും തീരുമാനിക്കാനാകാതെ അയാൾ ചലനരഹിത നായി ഇരുന്നു....

അയാളുടെ ഉള്ളിൽ നിശ്ശബ്ദം ഇങ്ങനെ ഒരറിവിന്റെ അനക്കമു ണ്ടായി....

ഓരോരുത്തരും തുറന്നു കിടക്കുന്ന വാതിൽ കടന്നുപോകുന്നു. ഈ വിഭജനരേഖകൾ ഒരു തോന്നൽ മാത്രം.

ശവസംസ്കാരത്തിന്റെ ഏർപ്പാടുകൾ മുനിസിപ്പൽ ചെയർമാന്റെ നേതൃത്വത്തിൽ നടക്കുന്നു. ചാരുകസേരയിൽ കണ്ണുമടച്ചു കിടക്കുമ്പോൾ ഈ ലോകവുമായി ബന്ധിപ്പിക്കുന്ന പേടകത്തിൽ നിന്ന് അയാൾ അടർന്നു മാറിയിരുന്നു. ക്രിയകളിൽ അയാളെ പങ്കാളിയാക്കുമ്പോൾ അയാൾ മര ണത്തിന്റെ വഴിയിലായിരുന്നു. മരണത്തോടും ജീവിതത്തോടും ചുറ്റും നിൽക്കുന്നവരിൽ കാണുന്ന വികാരങ്ങൾ അയാൾക്ക് അന്യമായി കഴി ഞ്ഞിരുന്നു. ചിതയിലേക്ക് സുനന്ദയെ എടുക്കുമ്പോഴും അയാൾ ദുഃഖി തനായി കാണപ്പെട്ടില്ല. ഒരു മറവി അയാളെ പൊതിഞ്ഞതുപോലെ... ആ മറവിയിൽ ഒരു യാത്രയിലെ വിശ്രമംപോലെ.

ചിതയിൽ അഗ്നി ആളുമ്പോൾ അയാൾ വീണ്ടും ചാരകസേരയിൽ വന്നിരുന്നു. കണ്ണുകളടച്ച് ശാന്തിയിൽ ഏതോ ഓർമയുടെ തീരങ്ങളിൽ

മയങ്ങുന്നതായേ തോന്നുമായിരുന്നുള്ളൂ. ആ ഇരിപ്പിൽ അയാളുടെ ശ്വാസം നിലച്ചത് അപ്പോൾ ആരും അറിഞ്ഞിരുന്നില്ല.

രണ്ട്

മരണശേഷം എന്താണ്? ആർക്കുമറിയില്ല. എന്നാലും, അതിന്റെ ഭാവനയിൽ നിന്ന് മനുഷ്യന് രക്ഷപ്പെടാനാവില്ല. മരണം ഒരവസാനമായി കാണാനാവാത്തതുപോലെ...... ഒരു ഇരുളായ് മറഞ്ഞ് അനാദിയായ ലോകത്തിൽ മറ്റൊരു പ്രകാശമായി വന്നണയുകയാണോ ജന്മപരമ്പരകൾ....... അല്ലെങ്കിൽ ശരീരവും ഭാരവും ഇല്ലാത്ത മറ്റൊരുലോകം.

സുനന്ദ പറയുമായിരുന്നു:

“നമ്മള് ഇനീം ജനിക്കും. അപ്പോഴും നമ്മള് ഇങ്ങനെ ജീവിക്കും.”

“വേണ്ട അടുത്ത ജന്മത്തീ നിയെന്റെ മോളായാ മതി.” മധു പറയും അവൻ തമാശയ്ക്കാണത് പറയുന്നത്. മരിക്കുന്നതോടെ എല്ലാം തീർന്നു. പിന്നെ ഓർമകളും ജീവിച്ച ജീവിതവും ഇല്ല എന്നാണ് അവൻ കാര്യമായി പറയുന്നത്.

“അപ്പം ആത്മാവോ” അവൾ ചോദിക്കും.

“ഏതാത്മാവ്” അവൻ ചിരിക്കും.

അത് ദാമ്പത്യത്തിന്റെ ആദ്യനാളുകളിലായിരുന്നു.......ഓർമയിൽ കൂടിയും ഇന്ന് അപരിചിതമാകുന്ന ജീവിതത്തിന്റെ ഒരു ഖണ്ഡം.

തലസ്ഥാനത്തേക്ക് താമസം മാറ്റിയതിനുശേഷം ഇങ്ങനെ ഓരോന്ന് പറഞ്ഞിരിക്കാൻ അവർക്ക് സമയവും സൗകര്യവുമുണ്ടായിരുന്നു. കുന്നിന്റെ അടിവാരത്തിലായിരുന്നു അവരുടെ ക്വാർട്ടേഴ്സ്. പാതക്കിരുവശവും ഓടിട്ട കെട്ടിടങ്ങൾ നിരനിരയായി. വെള്ള പെയിന്റടിച്ച തടികൊണ്ടുള്ള ഫെൻസിങ് ഓരോ വീടിന്റെയും അതിർത്തിയെ വേർതിരിച്ചു. മനോഹരമായ ഉദ്യാനം എല്ലാ വീടുകളിലും. വെള്ള പെയിന്റടിച്ച വീട്ടിലെ വാതിലുകളും ജനാലകളും പച്ചയായിരുന്നു. നഗരത്തിലേക്കുള്ള റോഡ് കുന്നിൻ ചെരിവിലൂടെ പോകുന്നത് ആ കോമ്പൗണ്ടിലെ പച്ചപിടിച്ച വിശാലമായ ഗ്രൗണ്ടിൽ ഇരുന്നാൽ നന്നായി കാണാം. സ്കൂൾ ബസ് വരാറാകുമ്പോൾ അമ്മമാർ ഗ്രൗണ്ടിനരികെ വാകമരത്തിന്റെ ചോട്ടിൽ വന്നു നിൽക്കും. ബസ് കുന്നിൻചെരുവിലൂടെ വരുന്നത് അകലെയാകുമ്പോഴേ കാണാം. ഗ്രൗണ്ടിന്റെ വശങ്ങളിൽ ചുവന്ന പു പിടിച്ചു നിൽക്കുന്ന വാകമരങ്ങളാണ്. അപ്പുറത്തായി കുട്ടികൾ കളിക്കുന്ന പാർക്കും. തലസ്ഥാന നഗരിയിൽ നാലഞ്ചുവർഷം അങ്ങനെയങ്ങ് പോയി. ഗൗരി അഞ്ചിലും അർജുൻ രണ്ടിലും പഠിക്കുന്നു.

ഒരുദിവസം സന്ധ്യയോടെയാണ് ഒരാൾ ആട്ടോറിക്ഷയിൽ വീടിനു മുന്നിൽ വന്നിറങ്ങിയത്. സുനന്ദ ചെടികൾ നനയ്ക്കുകയായിരുന്നു. ‘മധുന്റെ വീടല്ലേ’ എന്ന് അയാൾ ചോദിച്ചു: സുനന്ദ ഹോസും പിടിച്ച് ഒന്ന് രണ്ട് ചുവട് മുന്നോട്ട് നടന്നു. അയാളെ പരിചയമില്ലാതിരുന്നതിന്റെ

ഭാവത്തോടെ അവൾ നോക്കി നിന്നു. അയാൾ രൂപ കൊടുത്ത് ആട്ടോക്കാരനെ വിട്ടിട്ട് വലിയ സന്തോഷത്തോടെ ചിരകാലപരിചയത്തോടെ എന്നപോലെ ഗേറ്റ് തുറന്ന് കോമ്പൗണ്ടിലേക്ക് കയറി. സുനന്ദ എന്തു ചെയ്യണമെന്നറിയാതെ നിന്നു.

"മധുവില്ലേ ഇവിടെ. വിളി അവനെ" അയാൾ പറഞ്ഞു.

"വന്നിട്ടില്ല. ഇന്ന് ജോലിത്തിരക്കായോണ്ട് വരാൻ വൈകും."

"കൊഴപ്പമില്ല. അവൻ വരുമ്പം വരട്ടെ. ഞാൻ ജോഷ്. ജോഷ് വിക്ടർ. അവന്റെ കൂട്ടുകാരൻ."

അയാളുടെ നാക്കു കുഴയുന്നുണ്ടെന്ന് അവൾക്കു തോന്നി. അയാൾ കുടിച്ചിട്ടുണ്ട്. അവൾ പരിഭ്രമിച്ചു.

എന്തുചെയ്യണമെന്നറിയില്ല. ആരോട് സഹായം തേടും. അയാളെ ഒഴിവാക്കാൻ നോക്കിയാൽ... അയൽക്കാരോട് പറഞ്ഞ്......യഥാർഥത്തിൽ കൂട്ടുകാരനാണെങ്കിലോ..... ഇതിനിടയിൽ അയാൾ വരാന്തയിൽക്കയറി. അവൾ പിന്തുടർന്നു. ആരാ വന്നതെന്നറിയാൻ മകൾ വാതിൽ തുറന്നു. 'മോളേ' എന്ന് വിളിച്ചുകൊണ്ട് അയാൾ അകത്ത് കയറി. അകത്തേക്ക് കയറുമ്പോൾ അയാളുടെ ചുവടുകൾ പിഴയ്ക്കുന്നത് അവൾ ശ്രദ്ധിച്ചു. അയാൾ നന്നായി കുടിച്ചിട്ടുണ്ട്.

അയാൾ സോഫായിലേക്ക് വീഴുകയായിരുന്നു. അവിടെ ഇരുന്ന് മക്കളെ അയാൾ നോക്കി.

നോട്ടത്തിൽ ചിരിയിൽ എല്ലാം മദ്യം തലയ്ക്ക് പിടിച്ചതിന്റെ ഭാവം.

"ഒത്തിരി വെള്ളം" അയാൾ ചോദിച്ചു.

അവൾ ഒരു ഗ്ലാസിൽ വെള്ളവുമായി വന്നു. ഗ്ലാസ് വാങ്ങി അവളെ ചരിഞ്ഞ് നോക്കി, പോക്കറ്റിൽനിന്ന് കുപ്പിയെടുത്ത് അതിൽ അവശേഷിച്ച മദ്യത്തിലേക്ക് നോക്കി.

"ഓ ഇതിനെയങ്ങ് തീർത്തുകളയാം അല്ലേ... അവന്റെ കൂടെയൊന്നു കൂടാൻ വാങ്ങിച്ചതാ. ഇങ്ങ് വന്നപ്പം തീർന്നുപോയി. കൊഴപ്പമില്ല,. അവനിങ്ങ് വരട്ടേ. അവന് സ്കൂട്ടറുണ്ടല്ലോ പോയി വാങ്ങിക്കാം."

കുപ്പിയിലുള്ളത് അയാൾ വായിലേക്ക് ചരിച്ചു. കുപ്പി വശത്തൊരിടത്തേക്ക് നിക്ഷേപിച്ച് കുറച്ചു വെള്ളം കൂടി കുടിച്ച് അവളെ ചരിഞ്ഞു നോക്കി.

"അവൻ വരാൻ... അവൻ വരമ്പം വരട്ട്..." അയാൾ എണീറ്റു. "എനിക്ക്."

അയാൾ അകത്തേക്ക് നടന്നു.. എനിക്കിത്തിരി... അയാൾ ചൂണ്ടുവിരൽ മുകളിലേക്ക് ചൂണ്ടി ചില ആംഗ്യങ്ങൾകാണിച്ച് എന്തോ തിരയുന്ന ഭാവത്തിൽ ബെഡ്റൂമിലെ വാതിലിലേക്ക് നടന്നു. മധുവിന്റെയും സുനന്ദയുടെയും ബെഡിലേക്ക് വീണ് അയാൾ ഉറക്കമായി. അയാൾ ബെഡ്റൂമിൽ കിടക്കുമ്പോഴാണ് അപ്പുറത്തെ ക്വാർട്ടേഴ്സിലെ പ്രിയംവദ, ഗൗരിമോളുടെ നോട്ടുബുക്കും ചോദിച്ചുകൊണ്ട് വരുന്നത്. പ്രിയംവദയുടെ മകൾ ശ്രീലക്ഷ്മി ഗൗരിമോളുടെ ക്ലാസിലാണ്. നോട്ട്ബുക്ക് ബെഡ്റൂ

മിലായിരുന്നു. സുനന്ദ ആകെ വിഷമിച്ചു. അയാൾ ബെഡ്റൂമിൽ കയറി കിടപ്പായ ഉടനെ അവൾ വാതിൽ പതുക്കെ ചാരി. കുട്ടികൾക്ക് രസമാണ് പ്രത്യേകിച്ച് അർജുന്. അവർ ചിരിക്കാനും ബഹളം വയ്ക്കാനും തുടങ്ങി. ഗൗരിക്ക് ഒരടി കൊടുത്തു. അർജുനെ കണ്ണുരുട്ടി പേടിപ്പിച്ചു. എന്തു ചെയ്യും? മധുവിനെ അറിയിക്കാനും മാർഗമില്ല. തലേന്നാൾ അയാൾ വന്നപ്പോൾ പതിനൊന്നുമണി കഴിഞ്ഞു. ഇന്നും താമസിക്കുമെന്നു പറഞ്ഞു. തലേന്നാൾ നല്ല മഴയുണ്ടായിരുന്നു. അതുകൊണ്ട് റെയിൻകോട്ടുമെടുത്താണ് പോയത്. ഇന്നുരാവിലെ ഒന്നു ചാറിയതല്ലാതെ മഴ പെയ്തില്ല. ഇത് മധൂന്റെ കൂട്ടുകാരൻ തന്നെ ആയിരിക്കുമോ? അല്ലെങ്കിൽ ഒരാൾ ഇങ്ങനെ കയറിവരുമോ? അതും വന്നയാൾ ബെഡ്റൂമിൽ കിടക്കുന്നു. അടുത്തടുത്ത് വീടുകളാണ്. ആരെങ്കിലും കണ്ടാൽ........ സുനന്ദയുടെ ശരീരത്തിലെ രക്തം വാർന്നുപോകുന്നതുപോലെ തോന്നി. അപ്പോഴാണ് പ്രിയംവദയുടെ വരവ്.. ബുക്ക് സ്കൂളിൽ വച്ചു മറന്നു എന്ന് കള്ളം പറഞ്ഞു. അത് കള്ളമാണെന്നവർക്ക് മനസിലായി. ഗൗരിയുടെ മുഖം അത് വിളിച്ചുപറയുന്നുണ്ടായിരുന്നു. എന്തോ പന്തികേടുണ്ടെന്നു മനസിലാക്കിയ ഭാവമുണ്ടായിരുന്നു പ്രിയംവദയ്ക്ക്. പതിനൊന്നുമണിയോടെ മധുവന്നു. അപ്പോൾ മഴ തകർത്ത് പെയ്യുന്നുണ്ടായിരുന്നു.... ആശ്വാസം കൊണ്ടും ഭയംകൊണ്ടും അവൾക്കൊന്നും പറയാൻ കഴിഞ്ഞില്ല. കണ്ണുകൾ പുറത്തേക്ക് തള്ളി അവന്റെ ഷർട്ടിൽ പിടിച്ച് അവനെ നോക്കുമ്പോൾ അവൾ വിറയ്ക്കുകയായിരുന്നു. അവൻ അവളെ ചേർത്തുപിടിച്ചു. മുറിയിൽ ജോഷ് വിക്ടറെ കണ്ടപ്പോളവന് സമാധാനമായി. വായ് മലർക്കെ തുറന്ന് കൂർക്കം വലിച്ചുറങ്ങുകയായിരുന്നു ജോഷ് വിക്ടർ. പിറ്റേന്ന് ജോഷ് ഉണർന്നശേഷം മധുവും ജോഷും പരസ്പരം കണ്ടശേഷം കളിയും ചിരിയും തമാശയുമൊക്കെ പറയുമ്പോൾ സുനന്ദ കണ്ട മധു മറ്റൊന്നായിരുന്നു. അതുവരെ കാണാത്ത ഭാവത്തിൽ വേറെ ഒരാൾ. സുനന്ദ മധുവിൽ വീണ്ടും അത്ഭുതപ്പെട്ടു...

മൂന്ന്

ഒരുപാട് വർഷങ്ങൾ കഴിഞ്ഞ് സുനന്ദയുടെ ജീവിതത്തിലെ മറ്റൊരു ഖണ്ഡത്തിൽ, ഒരുദിവസം ഉച്ചതിരിഞ്ഞ നേരം മറ്റൊരു പട്ടണപ്രാന്തത്തിൽ, നാലാംനിലയിലെ ബാൽക്കണിയിൽ ഒരു പുസ്തകം വായിച്ചിരുന്ന് പതിയെ ഷംസിന്റെ തോളിലേക്ക് തല ചായ്ച്ചിരിക്കുമ്പോൾ സുനന്ദയ്ക്ക് ഓർമ വന്നത് ആ നിമിഷമായിരുന്നു......... ജോഷ് വിക്ടറും മധുവും. പുറത്ത് തെരുവും കടകളും വാഹനങ്ങളും ആളുകളും... വർഷങ്ങൾക്കു മുമ്പുള്ള ആ സംഭവം ഒന്ന് ഓർമിപ്പിക്കാൻ ഒന്നും തന്നെ അപ്പോൾ കാഴ്ചയിൽപ്പെട്ടിരുന്നില്ല. ഓർമകൾ അകാരണമായി കടന്നുവരുന്നു. കാരണങ്ങളുടെ അതിസൂക്ഷ്മ ലോകത്തിന്റെ കണ്ണികൾ മനുഷ്യന്റെ സൂക്ഷ്മദർശിനിയിൽ പെടാതെ പോകുന്നതാവാം.......

ഈ ഓർമ മനസിൽ കടന്നുവരുമ്പോൾ സുനന്ദ വെളിയിൽ കണ്ടത് ഒരു സൈക്കിൾ വർക്ക്ഷോപ്പ് ആയിരുന്നു. വർക്ക്ഷോപ്പിനു മുന്നിൽ ഒരു മഹാഗണി മരം. അതിന്റെ ചോട്ടിൽ ഒരു ഉന്തുവണ്ടി. ഉന്തുവണ്ടിയിൽ കരിക്കു വിൽക്കുന്ന നേശമണി കരിക്ക് ചെത്തുകയാണ്. കരിക്ക് വാങ്ങാൻ നിൽക്കുന്ന രണ്ടുമൂന്നുപേരുണ്ട്. നേശമണിയുടെ ചലനങ്ങൾ അവൾ രസിച്ചുനോക്കി നിന്നിട്ടുണ്ട്. മെലിഞ്ഞ ശരീരമുള്ള നേശമണി വർത്തമാനം പറഞ്ഞുകൊണ്ടിരിക്കുമ്പോൾ ചിരിച്ചുകൊണ്ടുമിരിക്കും. മുന്നോട്ടുള്ള പല്ലുകളും മോണയും സദാ പുറത്തുകാണിച്ചുകൊണ്ട് നേശമണി എന്താണ് പറയുന്നു എന്നതിലല്ല, അയാളുടെ ശരീരചലനങ്ങളിലാണ് അവൾ ശ്രദ്ധിച്ചുപോകുന്നത്. ഒരുപക്ഷിയുടെ ചലനങ്ങളോ പൂച്ചയുടെ ഭാവങ്ങളോ ചെടികൾ കാറ്റിലാടുന്നതോ കാണുന്നപോലെ അവൾ രസിച്ചിരിക്കും. ജോഷ് വിക്ടർ അന്ന് മദ്യപിച്ച് തലസ്ഥാനനഗരിയിലെ ആ വീട്ടിൽ വന്നതും അതേ തുടർന്നുള്ള സംഭവങ്ങളും മുഴുവനായി അവളുടെ ഓർമയിൽ നിന്നില്ല. മുഴുവനുമായി അതോർക്കാൻ ശ്രമിച്ചാലും കഴിയുമായിരുന്നില്ല. അവൾ അത് മറന്നുപോയിരുന്നു. ഒരുപാട് ജീവിത സംഭവങ്ങൾ മറന്നുപോകുന്നു. മനസിന് ആഘാതമേൽപ്പിച്ച ഒരുപാടു കാര്യങ്ങൾ. വിശദമായി ഓർക്കാൻ അവയൊന്നും മനസിലുണ്ടാവില്ല. ഓർമിക്കാനാണെങ്കിൽ എന്തെല്ലാമുണ്ട് അവളുടെ ജീവിതത്തിൽ..... ഡെലീറ്റ് എന്നത് പ്രകൃതിയുടെ ഒരു പ്രതിഭാസം തന്നെയല്ലേ. ചിലപ്പോൾ ചിലത് റീസൈക്കിൾബിന്നിൽ നിന്ന് എത്തിനോക്കും. പഴയവ ഓർമയിൽ വരുമ്പോൾ മൂന്നുനാലു സ്റ്റിൽ ഫോട്ടോഗ്രാഫ്സ് ആയിരിക്കും മനസിന്റെ സ്ക്രീനിൽ തെളിയുക. ജോഷ് വിക്ടർ ആട്ടോയിൽവന്നിറങ്ങുന്നത്. മദ്യം അകത്താക്കുന്നത്. പിന്നെ മധുവും അയാളും..... ഇപ്പോൾ കണ്ടത് മധുവും ജോഷ്വിക്ടറും ഉള്ള ഒരു ചിത്രമാണ്. ജോഷ് വിക്ടർ വന്നതിന്റെ പിറ്റേ ദിവസം രാവിലെയാണത്..... ജോഷ് വിക്ടറിന്റെ രൂപം അത്ര ഓർമ വരുന്നില്ല. അത് ഒരാശയമാണ്. കള്ളുകുടിയനായ ഒരു നല്ല മനുഷ്യൻ. ഒരു ശുദ്ധൻ. അയാളുടെ ആ വരവ് അവളെ ഒത്തിരി പേടിപ്പിച്ചു. എന്തിനാണ് സുനന്ദ അന്ന് അത്രയും പേടിച്ചത്. അയാൾ ഒരു പുരുഷനായി വന്ന് ആക്രമിക്കുമെന്ന പേടി അവൾക്ക് വന്നില്ല. അങ്ങനെ ഒരു ചിന്താബോധം വന്നതേ ഇല്ല എന്നതാണ് സത്യം. ഒന്നും സംഭവിക്കണം എന്നില്ലല്ലോ..... മറ്റുള്ളവരുടെ കാഴ്ചയിൽ സംഭവിക്കാത്തവയും സംഭവിച്ചതായി മാറുന്നു. സംഭവിക്കാത്ത സംഭവങ്ങൾ തന്നെ ചരിത്രവും. മറ്റുള്ളവർ അറിഞ്ഞാലോ എന്ന ആ സങ്കൽപ്പത്തിൽ പേടിച്ചുപോവുക. അതാണ് സുനന്ദയ്ക്ക് അന്നുണ്ടായത്. അത് അന്നത്തെ സുനന്ദ.

ഓർമ, അവകൾ വന്നാലും സുനന്ദയെ യാതൊന്നും അലോസരപ്പെടുത്തുന്നില്ല. ഓർമ മനസിന്റെ ഓരത്തൂടെ വന്നങ്ങുപോകും. അവൾ അപ്പോഴും മറ്റൊരു ചിന്തയിലായിരിക്കും അല്ലെങ്കിൽ മറ്റൊരുകാഴ്ചയിൽ. പുറത്ത് മഹാഗണി മരത്തിന്റെ അപ്പുറത്തായി സ്കൂൾ ബസ് വന്നുനിന്നു. സെന്റ് തെരേസ ഹയർ സെക്കന്ററി സ്കൂൾ. ബസിൽ നിന്നിറങ്ങി നടന്നു

പോകുന്ന കുട്ടികൾ....... കുട്ടികൾ നടന്നുപോകുമ്പോൾ നേശമണിയെ കാണാനാവില്ല. കുട്ടികൾ പോയിക്കഴിഞ്ഞപ്പോൾ നേശമണിയുടെ മുന്നിൽ കരിക്ക്‌വെള്ളം കുടിക്കാൻ സായിപ്പും മദാമ്മയും. നേശമണി എന്തൊക്കെയോ പറയുകയും ചിരിക്കുകയും ചെയ്യുന്നുണ്ട്.

"കാപ്പികുടിക്കണ്ടേ. ഞാനൊരു കാപ്പിയിട്ട് വരാം. എന്നിട്ട് പോകാൻ റെഡിയാകാം........" ഷംസ് പറഞ്ഞു. സുനന്ദ എഴുന്നേറ്റു. ഷംസ് അകത്തേക്കുപോയി. ഷംസിന്റെ രണ്ടു മക്കൾ, മായയും സിൽവിയയും ഷംസിന്റെ ജീവിതപങ്കാളി ജെസ്സിയും വരുന്നുണ്ട്, ജർമനിയിൽ നിന്ന്. സുനന്ദ ഷംസിന്റെ പകുതിയായ പെയിന്റിങ് നോക്കി നിൽക്കുമ്പോൾ ഷംസ് കാപ്പിയുമായി വന്നു. ഷംസ് വരച്ച പെയിന്റിങ്സ് കൊണ്ടു നിറഞ്ഞിരിക്കുകയാണ് ആ മുറി. നഗരത്തിൽ അടുത്ത ആഴ്ച നടക്കുന്ന എക്സിബിഷനുവേണ്ടിയുള്ള പണിയിലാണയാൾ...... മധുവിനെ പിരിഞ്ഞശേഷം അവൾ അനവധി യാന്ത്രിക ബന്ധങ്ങളുടെ മുൾവഴികൾ കടന്നുപോയി. ഷംസുമായി ആ യാന്ത്രികത അറ്റുപോയി. സുനന്ദയെ മോഡൽ ആക്കി ഒത്തിരി പടങ്ങൾ അയാൾ വരച്ചു. സുനന്ദയുടെ തേജസുറ്റ കണ്ണുകളും മുഖവും. ജീവിതത്തിന്റെ തേജസ്സ്.

ഷംസ് ജെസ്സിയോട് പറഞ്ഞു. സുനന്ദയുടെ മനസിന്റെ ആഴം മുഖത്തുണ്ട്. ശരീരം അതിന്റെ കടൽ നീന്തി ആത്മാവിൽ എത്തിപ്പെട്ട പോലെ. അത് എനിക്ക് എന്റെ ചിത്രത്തിൽ കൊണ്ടുവരാനായിട്ടില്ല. ആ പരാജയത്തിൽ ഒരു സുഖമുള്ളതുപോലെ. എയർപോർട്ടിന് പുറത്ത് സുനന്ദയെ കണ്ട മാത്രയിൽ ജെസ്സി അടക്കാനാവാത്ത സന്തോഷത്തോടെ ഓടി വന്ന് കെട്ടിപ്പിടിച്ചു.

പിന്നെ ആഹ്ലാദകരമായ കുറേ നാളുകൾ. എക്സിബിഷന്റെ തിരക്കുകൾ.

നാല്

ഒരു മെയ്മാസം. ഹൈറേഞ്ചിലെ സുഖവാസ വിനോദസഞ്ചാരസ്ഥലത്ത് അവൾ പഠിപ്പിച്ചിരുന്ന സ്കൂളിൽ വച്ചാണ് സുനന്ദ ഷംസിനെ ആദ്യമായി കാണുന്നത്. പി കെ ഷംസുദ്ദീൻ എന്ന ചിത്രകാരൻ, അവിടെ എക്സിബിഷനുവേണ്ടി വന്നതായിരുന്നു. ഷംസുദ്ദീന്റെ വരവ് പ്രമാണിച്ച് സ്കൂളിലെ കുട്ടികൾക്കായി ഒരു ദിവസത്തെ ചിത്രകലാക്യാമ്പ് ഒരുക്കിയിരുന്നു. കുട്ടികൾക്കായി അയാൾ നിമിഷങ്ങൾ കൊണ്ട് കുറേ ചിത്രങ്ങൾ വരച്ചു. കുട്ടികൾക്കായുള്ള ഒരു ഡെമോസ്ട്രേഷന് ആരെങ്കിലും ഒരാൾ മോഡലായി ഇരിക്കണമായിരുന്നു.....

"ടീച്ചർമാർ ആരെങ്കിലും......" ഷംസുദ്ദീൻ പറഞ്ഞു.

സ്വാഭാവികമായും സുനന്ദ തയാറായി. അവൾക്കായിരുന്നുവല്ലോ ആ ക്യാമ്പിന്റെ ചാർജ്. അവൾ ഇരുന്നു. കുട്ടികൾ നിർന്നിമേഷം നോക്കി നിന്നപ്പോൾ ഒരു മുഖം ക്യാൻവാസിൽ വിരിഞ്ഞുവന്നു. അസാധാരണ

മായ തേജസ്സ്. അനന്യമായ സാധ്യതകൾ അവളിൽ അയാൾ കാണുകയായിരുന്നു. മോഡൽ തന്റെ ഭാവനയ്ക്ക് ഒരു സഹായി മാത്രമായിരുന്നു അയാൾക്കെപ്പോഴും. അനാട്ടമിക്കപ്പുറം ഭാവങ്ങൾ ചിത്രകാരന്റെ സൃഷ്ടിയാണ്. ഇവിടെ സുനന്ദയ്ക്കു മുന്നിൽ അയാൾ തോറ്റുപോകുന്നതായി തോന്നി. താൻ തേടുന്ന ഭാവങ്ങൾ ഇതാ മുന്നിൽ. സ്ത്രൈണതയുടെ ശക്തി. പിരിയുമ്പോൾ അയാൾ പറഞ്ഞു...... "എനിക്ക് നിങ്ങളുടെ സഹായം വേണം, ചിത്രം വരയ്ക്കാൻ. നിങ്ങൾ എന്റെ ചിത്രങ്ങൾക്ക് മോഡൽ ആകണം."

അവൾ സമ്മതിച്ചു. ഷംസ് അയാളുടെ പരിപാടി ഒരു മാസം ദീർഘിപ്പിച്ചു. സുനന്ദ മോഡലായുള്ള ഓരോ ചിത്രവും ഓരോ അപൂർണതയായി തോന്നി അയാൾക്ക്. പൂർണതയിലേക്കുള്ള പ്രയാണം. വിരാമം കണ്ടെത്താനാവാതെ അയാൾ ബ്രഷ് ചലിപ്പിച്ചു. അശക്തയും സർവംസഹയും എന്നതിൽ നിന്ന് ശക്തയും പ്രതികാരദുർഗയുമായ സ്ത്രീയായും തേജസ്വിനിയായ സംരക്ഷകയായ പ്രകൃതിമാതാവായും അവൾ മാറി. ജീവിതത്തിന്റെ എല്ലാ പരീക്ഷണങ്ങളും കഴിഞ്ഞ് ഉത്തുംഗമായ ഒരു സമനിലയിൽ എത്തിയിരിക്കുകയായിരുന്നു അവൾ. താൻ ജീവിതത്തിൽ കടന്നുപോയ വഴിയിലെ കഥാപാത്രമായി മാറുമ്പോൾ അവൾ അനുഭവിച്ചത് ഒരു വിരേചനമാണ്. ചിലപ്പോഴെങ്കിലും ചിത്രം വര പകുതിയിൽ നിർത്തേണ്ടി വന്നു. അവൾ തളരുന്നുണ്ടായിരുന്നു. "സുഖമില്ല എനിക്ക് പോണം. ബാക്കി നാളെ ചെയ്തൂടെ" അവൾ പറഞ്ഞു. പക്ഷേ, അവളുടെ വിവർണം അയാളിൽ പുതുചായങ്ങളാവുകയായിരുന്നു. ഒരു ശരീരം എന്നതിനപ്പുറം കഥാപാത്രത്തിന്റെ അന്തർസംഘർഷങ്ങളിൽ അയാൾ ബ്രഷ് ചലിപ്പിച്ചു. അന്ന് ദമയന്തിയും കാട്ടാളനും എന്ന ചിത്രം വരയ്ക്കുമ്പോൾ അവൾ തളർന്നുവീണു. തളർന്നുവീണ അവളെ അയാൾ താങ്ങി..... അവൾ അയാളുടെ കൈയിൽ കുഴഞ്ഞുകിടന്നു. ചിത്രകാരന്റെ വിരലുകൾ ആ കഥാപാത്രത്തിലൂടെ സഞ്ചരിച്ചു. അവളുടെ കോശങ്ങൾ പുതുദീപ്തിയിൽ ഉണർന്നു...... ശരീരം ശരീരത്തിനോടൊട്ടി അവർ കിടന്നു. മൗനങ്ങളിൽ അവർ അറിഞ്ഞുകഴിഞ്ഞിരുന്നു.

അഞ്ച്

സുനന്ദയുടെ ചിതയ്ക്കരികിലായി തന്നെ മധുവിനും ചിതയൊരുക്കി. മധുവിന്റെയും സുനന്ദയുടെയും മക്കൾ ഗൗരിയും അർജുനും. ഗൗരിയുടെ ഭർത്താവ് ഹസ്സൻ, അർജുന്റെ ഭാര്യ ഭൂപീന്ദർ, അവരുടെ മക്കൾ ഷംസ്, ജെസ്സി, മായ, സിൽവിയ എല്ലാവരും എത്തിയിരുന്നു..... ഷംസിനെ ഗൗരി മരണം അറിയിച്ചിരുന്നു.

ആറാം ദിവസം ചിത മൂടി അവിടെ വൃക്ഷത്തൈകൾ നട്ടു. അന്ന് ഗൗരി അകത്ത് അച്ഛന്റെയും അമ്മയുടെയും മുറിയിൽ ഒറ്റയ്ക്കായിരുന്നു.

അവൾ അലമാരിയിലെ പുസ്തകങ്ങൾ പലതും മറിച്ചുനോക്കുന്നുണ്ടായിരുന്നു. അപ്പോഴാണ് അലമാരിയിൽ ഒരറ്റത്ത് വെച്ചിരുന്ന ഒരു ചെറിയ പെട്ടി അവളുടെ ശ്രദ്ധയിൽപ്പെട്ടത്. മരത്തിൽ തീർത്ത ഒരു കൈപ്പെട്ടിയായിരുന്നു അത്. ഗൗരിയുടെ ഓർമയിൽ എവിടെയോ ഈ പെട്ടിയുണ്ട്. കുഞ്ഞുംനാളിലെ ഓർമയിൽ..... അവൾ ഓർക്കാൻ ശ്രമിക്കുമ്പോൾ വെളുത്ത മുടികളുള്ള ഒരു അമ്മൂമ്മയാണ് ഈ പെട്ടിയോടൊപ്പം ഓർമയിൽ വരുന്നത്. മധുവിന്റെ അമ്മ. ആ ഓർമയിലെ പെട്ടിക്കകത്ത് സ്വർണാഭരണങ്ങളും ഉണ്ടായിരുന്നു. തലസ്ഥാനനഗരിയിൽ താമസിക്കുമ്പോഴാണ് അമ്മൂമ്മ മരിക്കുന്നത്. വീട്ടിലേക്ക് കയറുമ്പോൾ മണ്ണിൽ മഴയ്ക്ക് ശേഷമുള്ള നനവും തളം കെട്ടിക്കിടക്കുന്ന മഴവെള്ളവും ഇപ്പോഴും അവൾ ഓർക്കുന്നു. മരണം അവൾ ആദ്യമായി കാണുകയായിരുന്നു. സുനന്ദയും മധുവും മക്കളും എത്തിയശേഷമാണ് അവർ മരിച്ചത്.

ആ അമ്മൂമ്മയുടെ പെട്ടിയാണ് സുനന്ദയുടെ അലമാരിയിൽ കണ്ടത്. ഗൗരി പെട്ടി തുറന്നു.... അതിൽ അവളുടെ അമ്മ സുനന്ദ ധരിക്കാറുള്ള പളുങ്കുമാലകൾ. ഫോട്ടോആൽബം, കത്തുകൾ അങ്ങനെ ഭൂതകാലത്തിന്റെ രേഖകളുടെ കൊച്ചുകൊച്ചു അവശേഷിപ്പുകൾ. അതിൽ ഒരു ഡയറിയും. ഡയറിയിലെ അവസാനപേജിൽ ഒരു ചിത്രം, സുനന്ദയുടെ. ഷംസ് വരച്ചത്. ആ ഡയറിയിൽ മെയ് പതിനാറിന്റെ പേജിൽ ഇങ്ങനെ എഴുതിയിരുന്നു.

ഇന്ന് പി കെ ഷംസുദ്ദീൻ എന്ന ചിത്രകാരൻ ദമയന്തിയും കാട്ടാളനും എന്ന പെയിന്റിങ് വരച്ചു, എന്നെ മോഡലാക്കി. ഷംസുദ്ദീനോട് എനിക്ക് ഇഷ്ടം തോന്നുകയാണ്. ഞാനറിയാതെ.....എനിക്കറിയില്ല എന്താകുമെന്ന്.. ജീവിതം സ്വച്ഛന്ദം പോകുകയാണ്. ഒഴുകുകയാണ്..... കാട്ടാളനും ദമയന്തിയും അതോ ദമയന്തിയും കാട്ടാളനുമോ. കരുത്തുള്ള കാട്ടാളന്റെ മുന്നിൽ ദമയന്തി ജയിക്കുന്നതുപോലെയാണത്..... സ്ത്രീയുടെ ശക്തി അത് പാതിവ്രത്യമല്ല..... സ്ത്രീശക്തിയാണ്... അങ്ങനെയാണ് ഷംസ് പറഞ്ഞത്. നിറങ്ങളുടെ വല്ലാത്ത വ്യന്യാസം. ഞാൻ പറഞ്ഞു. ഇല്ല ദമയന്തി ഒരിക്കലും ജയിക്കില്ല. ദമയന്തിക്ക് ജയിക്കാനാവില്ല..... ദമയന്തിയെ കാട്ടാളൻ പിച്ചിച്ചീന്തി. കാട്ടാളന് ദമയന്തി ശരീരം മാത്രമാണ്. ആകൃതി മാത്രം. മനോഹരമായ വക്രതകളുള്ള ശരീരം. കരയുമ്പോഴും അവളുടെ സ്വരം മധുരം. വാവിട്ട് നിലവിളിക്കുമ്പോഴും അവളുടെ ചുണ്ടുകൾ നുകരാനുള്ളത്...... ഇല്ല. കാട്ടാളന്മാർ അവളെ ഇല്ലാതാക്കി. വർഷങ്ങൾക്കുശേഷം ഞാൻ ബലഹീനയായി. പിന്നെ വലിയൊരു മഴ പെട്ടെന്നു പെയ്തു തീർന്നതുപോലെ. ഞാൻ ഷംസൂനെ ചേർന്ന് ആ മാറിൽ തല ചായ്ച്ച് കിടക്കുകയായിരുന്നു. ഞാൻ അങ്ങനെ കിടന്നു ഏറെ നാൾക്കുശേഷം ജീവിതത്തിന്റെ കഴപ്പിൽ നിന്ന് ഒരു ശാന്തിയിൽ തലചായ്ച്ച് ഞാൻ മയങ്ങി. പിന്നെയും ഞാൻ ചോദിച്ചു: "എന്താണ് ഈ പെയിന്റിങ് ഇങ്ങനെ ആയത്. ഉണ്ണായിവാരിയർ കാട്ടാളനെ ഭസ്മമാക്കിയതുകൊണ്ടാണോ?" ഷംസ് പറഞ്ഞു. "അല്ല. വരച്ചുതുടങ്ങുമ്പോൾ

എനിക്ക് ആ ആശയം ഇല്ലായിരുന്നു. സുനന്ദ, എന്റെ മുന്നിലിരുന്ന സുനന്ദ, നീ എന്റെ ബ്രഷിനെ നിയന്ത്രിച്ചു....” കാട്ടാളനെ തോൽപ്പിക്കുന്നതായിരുന്നു നിന്റെ അകംപൊരുൾ. ഞാൻ തളർന്നവശയായി. പിന്നെ ഒരുപാട് അഴുക്കുകൾ എന്നിൽ നിന്നിറങ്ങിപ്പോയതുപോലെ..... അവൻ എന്റെ കണ്ണുകളിൽ നോക്കി. ഞാൻ അവന്റെ ചുണ്ടുകളിൽ ഉമ്മവച്ചു. അന്ന് ഞങ്ങൾ ഇണചേർന്നു. ഷംസ് എന്നെ അണച്ചുപിടിച്ചു പറഞ്ഞു: “സുനന്ദ ഞാൻ ഒരുപാട് പെയിന്റിങ്ങുകൾ ഒരുപാടു മോഡലുകളെ വച്ച് ചെയ്തിട്ടുണ്ട്. നീ എത്തിയ ഒരു സ്ത്രീപദത്തിലെത്താൻ എന്റെ ചായങ്ങൾക്കും ബ്രഷുകൾക്കുമാകുന്നില്ല.” ഞാൻ ഷംസിനെ ഒരുപാടൊരുപാട് ഉമ്മവച്ചു.

ഷംസ് കുട്ടികളുമായി കളിയും ഉറക്കവുമൊക്കെ കഴിഞ്ഞ് വീട്ടിലേക്ക് കയറിയപ്പോൾ ആ പെട്ടിക്ക് മുന്നിൽ ചുവന്നുകലങ്ങിയ ഈറൻ കണ്ണുകളുമായി ഇരിക്കുന്ന ഗൗരിയെയാണ് കണ്ടത്.

ആറ്

പിറ്റേന്ന് വെളുപ്പിന് അവരെല്ലാം തിരിച്ചുപോയി. വീടിന്റെ പൗരാണികതയും പച്ചപിടിച്ചു കിടന്ന പറമ്പും വിനോദസഞ്ചാരികൾക്ക് നല്ലൊരു അനുഭവമാകുമെന്നും അതിന്റെ പച്ചപ്പും പഴമയും നിലനിർത്തി ഒരു വിനോദസഞ്ചാരകേന്ദ്രമാക്കണമെന്നുമാണ് മുനിസിപ്പൽ ചെയർമാൻ ഉപദേശിച്ചത്..... ചിന്നുവും റസ്സലും ഷംസും ഒരു ചെറുചിരിയോടെ അതെല്ലാം കേട്ടുനിന്നു. ചിന്നുവിനും റസ്സലിനുമൊപ്പം സുനന്ദ ഈ പാഠശാല തുടങ്ങിയപ്പോൾ വന്നു ചേർന്ന കുരുന്നുകൾ ഇപ്പോൾ വലുതായി .... ഇപ്പോൾ അവർക്കാണ് അതിന്റെ നടത്തിപ്പ് ചുമതലകൾ. ഹസ്സൻ ഓടിച്ച കാറിൽ ഷംസും ജെസ്സിയും ഗൗരിയും കയറി. ഭൂപീന്ദറും സിൽവിയയും മായയും കുട്ടികളും രണ്ടു മുയലും ഒരു പൂച്ചയും അർജുൻ ഡ്രൈവ് ചെയ്ത കാറിൽ.... കാർ ആ വീട്ടിൽനിന്ന് പുറത്ത് കടന്ന് പറമ്പിലെ മരത്തിൽ ചേക്കേറിയിരുന്ന കാക്കകളുടെ കാ കാ കലപില ശബ്ദത്തിൽനിന്ന് അകന്ന് പോയി. കുഞ്ഞുങ്ങൾ കാറിൽ കേറി അൽപ്പം കഴിഞ്ഞപ്പോൾത്തന്നെ ഉറങ്ങി.... ദൃശ്യങ്ങൾ കാണാനായി കാർ വേഗത കുറച്ചാണ് ഹസ്സൻ ഓടിച്ചിരുന്നത്. കറുത്തവനും അമേരിക്കനുമായ ഹസ്സൻ ആദ്യമായാണ് ഈ സ്ഥലങ്ങളിൽ വരുന്നത്........ മലയുടെ അടിവാരത്തിലൂടെയാണ് കാർ പോകുന്നത്. ഒരു വശത്ത് കടലും. റോഡിനും കടലിനും ഇടയിൽ ഭീമാകാരമായ കരിമ്പാറകൾ. അകലെ നിന്ന് വരുന്ന തിരകൾ പാറകളിൽ തട്ടി ചിതറുന്നതായാണ് കാറിലിരുന്നാൽ കാണാനാവുന്നത്. കുറച്ചുദൂരം കഴിഞ്ഞാൽ മണൽ വിരിച്ച വീതികൂടിയ തീരങ്ങളിൽ മത്സ്യതൊഴിലാളികളുടെ വീടുകളാണ്, രാവിലെ അവർ കടലിൽ പോയി തിരിച്ചെത്തിയ സമയം. അതിന്റെ ആർപ്പുവിളികൾ,. കാർ തീരം വിട്ട് മലയിടുക്കിലൂടെ ഉയരത്തിലേക്ക് കയറാൻ തുടങ്ങി. നിശ്ശബ്ദതയിൽ ഗൗരിയുടെ ദീർഘശ്വാസം ഷംസിനെ തടവി കടന്നു

പോയി. പരസ്പരം അഭിമുഖമല്ലെങ്കിലും ഗൗരിയുടെ മനസിൽ അവന്റെ ശ്രദ്ധ തൊട്ടു. ഷംസും ഗൗരിയും പരസ്പരം നോക്കി. അവളുടെ മുഖം വിങ്ങിയിരുന്നു.

അച്ഛനെയും അമ്മയെയും വീണ്ടും കണ്ടുമുട്ടിയശേഷം അവരോടൊന്നും ചോദിച്ചറിയാൻ തോന്നിയില്ലല്ലോ..... അവർ എന്തിന് വേർപിരിഞ്ഞു. എന്തിന് ഞങ്ങളെ ഉപേക്ഷിച്ചു...... അവൾ ആലോചിക്കുകയായിരുന്നു.

ഒരു മൗനം മറ്റൊരു മൗനത്തോടെന്നപോലെ അവൾ ചോദിച്ചു:

"അങ്കിൾ, അങ്കിളിനറിയുമല്ലോ എന്റെ അച്ഛനെയും അമ്മേം പറ്റി.. എന്തായിരുന്നു..... എന്തിനവർ പിരിഞ്ഞു. പിന്നെ അവരുടെ ജീവിതം.."

"ഇല്ല മോളെ അറിയില്ല.. ഇപ്പോൾ എനിക്ക് അത്ഭുതം തോന്നുന്നു. എന്തേ ഞാനതൊന്നും ചിന്തിച്ചില്ല. സുനന്ദയുമായി അവളുടെ പൂർവ കാലജീവിതത്തെപ്പറ്റി സംസാരിച്ചില്ല. ഞങ്ങൾ അടുത്തശേഷം ജീവിക്കുന്ന ജീവിതത്തിനപ്പുറം പരസ്പരം അറിഞ്ഞു. ഞങ്ങൾ ഒരുമിച്ചുണ്ടാകുമ്പോൾ എപ്പോഴും... നിമിഷങ്ങളോരോന്നും സമ്പന്നമായിരുന്നു. നിറഞ്ഞു തുളുമ്പുമ്പോലെ.. അത് ഒരറിവോ അറിവിനും കൂടിയും സാധ്യതയില്ലാത്ത ശൂന്യതയുടെ ഇടമോ ആകാം.. അപ്പോൾ ഭൂതകാലം. അവിടേക്ക് പ്രവേശിക്കില്ല."

ഒരു പുതിയ അറിവിനെ പിൻപറ്റിയപോലെ ഷംസ് പറഞ്ഞുകൊണ്ടിരുന്നു.

ഇപ്പോൾ ഓരോന്ന് പുതിയ അർഥത്തിൽ ഓർമയിലേക്ക് വരുന്നു. ഒരാൾ ഈ ലോകത്ത് നിന്ന് പൊയ്ക്കഴിയുമ്പോൾ മരിച്ച ആളിന്റെ ഓർമയിൽ പിന്നെ പുതിയ അർഥങ്ങളാണ്. മിത്തുകൾ ഉണ്ടാകുന്നതങ്ങനെയാണ്.

കുറച്ചുനേരം... ശേഷം ഓർമയിൽ വന്നതിനെ പുറത്തെടുത്ത് അയാൾ പറഞ്ഞു.

"ഗൗരീ.... നീയറിയുമോ.. മെഴ്സിയെ.. പ്രശസ്ത ചിത്രകാരി. ആൻ മെഴ്സി ലോറ..ഞാൻ ഒരിക്കലേ സുനന്ദയുമൊരുമിച്ച് കണ്ടിട്ടുള്ളൂ. അല്ലാതെ നാലഞ്ചുപ്രാവശ്യമെങ്കിലും പല പല എക്സിബിഷനുകളിൽ ഞങ്ങൾ ഒരുമിച്ചുണ്ടായിട്ടുണ്ട്...... എന്തായിരുന്നു, അവർ തമ്മിലെ ബന്ധമെന്തായിരുന്നു എന്നെനിക്കറിയില്ല. ബാല്യകാല സുഹൃത്തുക്കൾ പോലെ തോന്നി. അറിയില്ല... അങ്ങനെ ഒന്നും ആലോചിച്ചിട്ടില്ല.

ഞാൻ അവരെ ഒരുമിച്ച് കണ്ടദിവസം അവർ അത്രമേൽ ഹൃദയബന്ധം ഉള്ളവരായിരുന്നെന്ന് തോന്നി..... സുനന്ദയുടെ മരണം നീ പറഞ്ഞപ്പോൾ മെഴ്സിയെ ഓർത്തു. അറിയിക്കണമെന്ന് തോന്നി. അവർ കുറെക്കാലമായി എക്സിബിഷനൊന്നും വരാറില്ല....... ഇപ്പോൾ എവിടെയാണെന്നും അറിയില്ല.

കുറച്ചുനേരത്തെ നിശ്ശബ്ദതയ്ക്കുശേഷം ഷംസ് ഗൗരിയോട്

പറഞ്ഞു.

"നാം ഒരാളെ സ്നേഹിക്കാൻ ഒരാളെ അറിയാൻ അയാളുടെ ജീവിതം അറിയണമെന്നില്ല......ജീവിതമല്ല ഒരാൾ.......അതാണ് ഞാൻ കാണുന്നത്. ജീവിതത്തിൽനിന്നും അത്രയങ്ങ് മുക്തമായ അമൂർത്തതയാണ് ഒരാൾ. എന്റെ അടുത്തകാല രചനകളിൽ ഞാൻ വരയാൻ ശ്രമിക്കുന്നത് ഈ അമൂർത്തതയെ ആണ്. ജീവിതത്തിലൂടെ തെന്നി തെന്നി പോകുന്ന പ്രാണൻ. കാലത്തിൽ ഉരഞ്ഞുകത്തുന്ന ജീവൻ.

എല്ലാ ജീവിത സംഭവങ്ങളും പ്രാണന് കടന്നുപോകാനുള്ള മാധ്യമം മാത്രം. പലപ്പോഴും ജീവിതം എന്ന് നാം പറയുന്ന ജീവിതസംഭവങ്ങൾ ഒരുവൻ സ്വയം അറിയുന്ന അവനെ അത്രയ്ക്കങ്ങ് മറയ്ക്കുന്നു."

ഗൗരി പക്ഷേ ചിന്തിച്ചത് അച്ഛനും അമ്മയും ജീവിച്ച ജീവിതത്തെ കുറിച്ചാണ്. അതാണ് അവൾക്കറിയേണ്ടിയിരുന്നത്. കുരുന്നുമക്കളെ ഉപേക്ഷിച്ച് അവർ പോയി ജീവിച്ച ജീവിതം.

അവൾക്ക് കുട്ടിക്കാലത്തെ അച്ഛനേം അമ്മേം ഓർമയുണ്ട്. നല്ല ഓർമകൾ. സന്തോഷമുള്ള ദിവസങ്ങൾ..... തലസ്ഥാന നഗരിയിലെ ക്വാർട്ടേഴ്സിലെ ഓർമകളിലെ അമ്മയും അച്ഛനും. അവൾ പറഞ്ഞു:

"ഒരുദിവസം ജോഷ് അങ്കിൾ ഞങ്ങളെ സ്കൂളിൽനിന്ന് വിളിച്ച് ആ അങ്കിളിന്റെ വീട്ടിൽ കൊണ്ടു പോയി. കുറച്ചുദിവസം ആ അങ്കിളിന്റെ കൂടെ താമസിച്ചു. അച്ഛൻ ഒഫിഷ്യൽ കാര്യത്തിന് പോയി അമ്മയും കൂടെപ്പോയി എന്നാണ് പറഞ്ഞത്. അമ്മയെ കാണണം എന്ന് പറഞ്ഞ് അർജുൻ കരയും. ഞാൻ അവനെ സമാധാനിപ്പിക്കും.

അവിടത്തെ ആന്റിയെയും ആ അങ്കിളിന്റെ മക്കളെയും ഇപ്പം ഓർമ വരുന്നു. കുറേ റബ്ബർ എസ്റ്റേറ്റ് ഒക്കെയുള്ള ഒരു സ്ഥലം. ജോഷ് അങ്കിളിന് ഒരു ജീപ്പ് ഉണ്ട്. അതിൽ കേറിപ്പോയതൊക്കെ ഓർമയുണ്ട്. ഒരു പട്ടിയുമുണ്ടാകും എപ്പോഴും. ഒരുദിവസം ജോഷ് അങ്കിൾ അവരെ ഒരു സ്കൂളിൽ കൊണ്ടുപോയി. അവിടെചേർത്തു. ബോർഡിങ് സ്കൂൾ.

അവിടത്തെ മദർസുപ്പീരിയർ ആയിരുന്നു ഞങ്ങൾക്ക് എല്ലാമെല്ലാം. പന്ത്രണ്ടുക്ലാസ് കഴിഞ്ഞ് കോളേജ്പഠനം. രക്ഷകർത്താവ് എന്ന ബന്ധം എപ്പോഴും മദർ സുപ്പീരിയറിനോട് മാത്രം. മരിച്ചുപോയി ഇപ്പോൾ. കുറേ വർഷമായി."

ഓർമകൾ ഷംസിനോട് പറയുകയായിരുന്നു അവൾ.

"ജോഷ് അങ്കിളിനെ പിന്നെ കണ്ടത് അമ്മയും അച്ഛനും വീണ്ടും ഒരുമിച്ച് ജീവിക്കാൻ തുടങ്ങിയശേഷമാണ്. ഞങ്ങളെ കണ്ടപ്പോൾ ആ അങ്കിൾ കെട്ടിപ്പിടിച്ച് പൊട്ടിക്കരഞ്ഞു. അച്ഛനും അമ്മയും എവിടെ എന്നറിയിക്കാൻ വയ്യാതിരുന്നതുകൊണ്ടായിരിക്കും അദ്ദേഹം ഞങ്ങളെ കാണാൻ വരാതിരുന്നത്. ഞങ്ങളുടെ പഠിപ്പിന്റെ ചിലവെല്ലാം ആ അങ്കിളായിരുന്നു ചെയ്തത്. ഇപ്പോൾ പരാലിസിസ് ആയിക്കിടപ്പാണ്."

"എവിടെയാണ്? നമുക്കാ അങ്കിളിനെ കണ്ടിട്ട് പോവാം" ഷംസ് പറഞ്ഞു.

കാർ നെൽപ്പാടങ്ങൾ നിറഞ്ഞ സമതലത്തിലൂടെ പോകുകയായിരുന്നു. കൊയ്യാൻ പാകത്തിൽ മഞ്ഞനിറത്തിൽ വിശാലമായ വയലേല. റോഡ് വീതികുറഞ്ഞ നദിക്ക് കുറുകെയുള്ള പാലം കടന്ന് മറ്റൊരു വഴിയിലേക്ക് തിരിഞ്ഞു. കൊടിതോരണങ്ങളും വാദ്യഘോഷവുമൊക്കെയായി ഉത്സവപ്രതീതിയുള്ള ഒരുകവല കടന്ന് റബ്ബർ എസ്റ്റേറ്റുകൾക്കിടയിലൂടെ അവർ ജോഷ് വിക്ടറിന്റെ വീട്ടിലെത്തി. പഴയ അതേ വീട്. ജോഷ് വിക്ടറും ഭാര്യയും മാത്രം. അവർ ചെല്ലുമ്പോൾ ജോഷിന്റെ ഭാര്യ ത്രേസ്യ മകനുമായി വീഡിയോ ചാറ്റ് ചെയ്യുകയായിരുന്നു. ആദ്യം അവർ പരിഭ്രമിച്ചു. ആരൊക്കെയാണ് വന്നതെന്നറിയാതെ..... ഗൗരിയെയും അർജുനേയും കണ്ടപ്പോൾ മകനോടുള്ള സംഭാഷണം നിർത്തി അവർ വന്നു. ഗൗരിയെ കെട്ടിപ്പിടിച്ച് ഉമ്മവെച്ചു...... ജോഷിന് സംസാരശേഷിയുണ്ടായിരുന്നില്ല. ഗൗരിയെയും അർജുനെയും മക്കളേയും കണ്ട് ജോഷിന്റെ മുഖം സന്തോഷം കൊണ്ട് വിടർന്നു. കണ്ണുകൊണ്ടും മുഖത്തെ മാംസപേശികൾ കൊണ്ടും തന്റെ വികാരങ്ങൾ പ്രകടിപ്പിക്കുകയായിരുന്നു അയാൾ. കണ്ണീർ കവിളിലൂടെ ഒഴുകി. "ഗൗരീടെ അച്ഛനുമായുള്ള പഴയ കൂട്ടും കഥകളുമൊക്കെ കൂടെക്കൂടെ പറയുമായിരുന്നു." ത്രേസ്യ പറഞ്ഞു.

"മധു പിജിക്ക് പഠിക്കമ്പം ഇച്ചായൻ ബാങ്കീ ജോലി കിട്ടി നഗരത്തിലെത്തി. അന്നവിടെ അവര് ഒരുമിച്ച് താമസിച്ചപ്പം തൊട്ടുള്ള കൂട്ടാ. രണ്ടുപേരും കല്യാണമൊക്കെ കഴിക്കുന്നതിന് മുമ്പ്, എന്തെല്ലാം കുണ്ടാമണ്ടികളാണെന്നാ അവര് ചെയ്ത് കൂട്ടിയത്. ചെറുപ്പത്തിന്റെ ചോരത്തെളപ്പ് എല്ലാം എന്നോട് പറഞ്ഞിട്ടുണ്ട്."

"കല്യാണം കഴിഞ്ഞപ്പം അവനാളാകെ മാറി..... ഇപ്പം അവന് കൂട്ടുകാരൊന്നും വേണ്ട..... പെണ്ണിനേം കെട്ടിപ്പിടിച്ചിരുന്നാൽ മതി... എന്നൊക്കെ മധൂന്റെ കല്യാണം കഴിഞ്ഞ കാലത്ത് പറയുമായിരുന്നു. ഇച്ചായൻ പിന്നെ ആയിടെ കുറേക്കാലം ഉത്തരേന്ത്യയിലായിരുന്നു. നാട്ടിലേക്ക് പിന്നെ സ്ഥലം മാറ്റം കിട്ടിയതീപ്പിന്നെ ആ ക്വാർട്ടേഴ്സീ പോയി കണ്ട് വലിയ സന്തോഷത്തോടെ തിരിച്ചുവന്ന് പറഞ്ഞു അവൻ പഴേ ആളു തന്നെ.... പിന്നെ ഒന്നു രണ്ടു തവണ മധുവും ഞങ്ങളെ അവിടെ വന്നു... സുനന്ദയെ കൂട്ടി ഒരിക്കെ വരാമെന്നും പറഞ്ഞ്....... പിന്നെയീ പ്രശ്നവൊക്കെ ആയി. ഞാൻ സുനന്ദയെ കണ്ടത്... അവര് വീണ്ടും കണ്ടുമുട്ടിയശേഷം.... ഓർമയുടെ ലോകത്തിലിരുന്ന് അവർ പറഞ്ഞു.

മധൂന് ഈ പ്രശ്നമൊക്കെ ആയതീപ്പിന്നെ ആളങ്ങ് ഡൗണായി. മധൂനെ കണ്ടുകിട്ടാൻ പല വഴീം നോക്കി. അവസാനം മധൂനേം സുനന്ദേം ഒരുമിച്ചുതന്നെ കാണാമ്പറ്റി. മക്കളേം. മക്കളെ ഫോട്ടോ ഓരോ പ്രായത്തിലുമുള്ളത് ഇവിടെ മദറ് അയച്ചുതരുമായിരുന്നു. കാലം കൊറെ ആയി... ഇപ്പം ഇങ്ങനേം ആയി. മരിപ്പിന് എന്നോടെങ്കിലും പോവാൻ പറഞ്ഞ്. ഈ പടുതീ കെടക്കുമ്പം ഞാനെങ്ങനെ വരാൻ. എന്തായാലും ഭാഗ്യം ഉള്ളവര് ഒരുമിച്ചങ്ങ് പോയല്ലോ. ഇങ്ങേര് പോയാ പിന്നെ എനിക്ക്

കർത്താവിന്റെ തൊണ തന്നെ."

അവർ ഒരു വലിയ ശ്വാസം വിട്ടു.

ഗൗരി അപ്പോൾ ഒരു ഫോട്ടോയിൽ നോക്കിയിരിക്കയായിരുന്നു. മധു ചെറുപ്പമായ ജോഷ് വിക്ടറുമൊത്ത് നിൽക്കുന്നത്. മെലിഞ്ഞ് താടിവച്ച് മുടി നീട്ടിവളർത്തിയ ഒരു ചെറുപ്പക്കാരൻ. ബെൽബോട്ടം പാന്റ്സ്...., സുനന്ദയെ കല്യാണം കഴിക്കുന്നതിനും മുമ്പ്.

തിരിച്ച് കാറിലേക്ക് കേറാൻ നടക്കുമ്പോൾ ഷംസ് പറഞ്ഞു:

"ജനിച്ചു മരിക്കുന്നതുവരെ ഓരോ കാലം മനുഷ്യർ ഓരോന്നാണ്. പ്രായത്തിനും ചുറ്റുപാടിനും അനുസരിച്ച്,.... ഇപ്പോൾ തോന്നുന്നു, മരണശേഷമുള്ള ജീവിതമായിരുന്നു മധുവും സുനന്ദയും രണ്ടാമതും ജീവിക്കാൻ തുടങ്ങിയതെന്ന്."

ഗൗരിയും അർജുനും പകച്ചുനോക്കി.

അതേ കെട്ടുപാടുകളില്ലാതെ കേവലമായ ജീവിതം. ഈ ലോകത്തിന്റെ ധാരണകൾ ഒന്നും ബാധിക്കാത്ത ജീവിതം. മരണശേഷം കണ്ടുമുട്ടിയപോലെ. എല്ലാ സ്വത്വത്തിൽനിന്നും സ്വതന്ത്രം. ഹസ്സന്റെയും ജെസ്സിയുടെയും മുഖം വിടർന്നു,എന്തോ പുതിയ ഒന്ന് ബോധ്യപ്പെട്ടതുപോലെ. മരണശേഷം ഭൂമിയിലെ ജീവിതത്തിലേക്കൊന്നു നോക്കിയാൽ ലജ്ജ തോന്നും. പരിഹാസ്യമായി.. ഇങ്ങനെയൊക്കെയാണോ ജീവിച്ചതെന്ന്........ സുനന്ദയുടെ സാമീപ്യം എനിക്ക് അലൗകികമായ ഒരനുഭവമായി തോന്നി. ഇഹലോകത്തിന്റേതൊക്കെ വിട്ടുപോയിരുന്നു സുനന്ദയ്ക്ക് . ആ സാമീപ്യം ഉള്ളിടത്തോളം ഞാനും അലൗകികമാവുന്നതായി തോന്നി. അപ്പോൾ പൂർണമായും കലാകാരനാകുന്ന പോലെയും.. മറുലോകത്തിരുന്നു ഈലോകം കണ്ട് ഞാൻ അവളുടെ സാമീപ്യത്തിൽ കുറെ ചിത്രങ്ങൾ വരച്ചു."

ജെസ്സി ഷംസിന്റെ കണ്ണുകളിലേക്കുതന്നെ നോക്കിയിരിക്കയായിരുന്നു. അവൾ അവന്റെ കരം ഗ്രഹിച്ച് കൂടുതൽ ചേർന്ന് നിന്നു. ഷംസ് ഏതോ കാഴ്ചകളിലായിരുന്നു. അയാൾ കണ്ണടച്ച് ആ കാഴ്ചകൾ കണ്ടു. ആ കാഴ്ചയിൽ നിറങ്ങൾ കൊണ്ട് ജീവിതങ്ങളെ നഗ്നമാക്കി. അത് മറ്റൊരു ലോകമാണ്. മരണശേഷം......

അവർ യാത്ര തുടർന്നു.

ഷംസ് സീറ്റിൽ തലചായ്ച്ച് ഇരിക്കുമ്പോൾ അയാളുടെ കണ്ണുകൾ അടഞ്ഞിരിക്കുകയായിരുന്നു. കാഴ്ചകളിൽനിന്ന് കുറെനേരം പിൻവാങ്ങിയാൽ കറുത്ത ശൂന്യതയിൽ പിന്നെ ഒരു സ്ഥലം ഇല്ല. വസ്തു പ്രപഞ്ചത്തിൽ നിന്നുള്ള പിൻവാങ്ങൽ..... യാത്രയിൽ സഞ്ചാരം പിന്നെ ശൂന്യതയിലൂടെ.. അപ്പോൾ കേട്ട മൃദു ശബ്ദങ്ങളത്രയും അയാൾക്ക് കറുത്ത ശൂന്യതയിലെ ശബ്ദങ്ങളായിരുന്നു..... ആ ശൂന്യതയുടെ പേടകത്തിലൂടെ ഷംസ് എത്തിയത് വർഷങ്ങൾക്ക് മുമ്പ് നിറങ്ങളും പൗരാണിക രാജസൗധങ്ങളും നിറഞ്ഞ നഗരത്തിലെ ഓർമയിലാണ്. പ്രദർശനത്തിന് പെയിന്റിങ്ങുകൾ നിരത്തിയിരിക്കുന്ന ഹാൾ. മെഴ്സിയുടെ ഒരു ചിത്രം

നോക്കി നിൽക്കുകയാണ് ഷംസ്.... മകളെ ചേർത്തണച്ച് നിൽക്കുന്ന പിതാവാണ് ആ പ്രാവശ്യം മെഴ്സിയുടേതായുണ്ടായിരുന്ന മൂന്ന് ചിത്രത്തിലും. പെൺകുട്ടിയുടെ പ്രായത്തിൽ മാത്രം വ്യത്യാസം. ഒരു വയസ്സ്, അഞ്ചു വയസ്സ്, പത്ത് പതിനാല് വയസ്സ് എന്നിങ്ങനെ... ഷംസ് അത്ഭുതത്തോടെ ആ ചിത്രങ്ങൾ നോക്കി നിന്നു. മാതൃസ്നേഹം പോലെ പിതൃസ്നേഹം എങ്ങനെയാണ് ചിത്രത്തിൽ ജീവൻ വയ്ക്കുക. പുരുഷത്വത്തിന്റെ ഒരു മുഖത്തിൽ സ്ത്രൈണഭാവത്തിന്റെ പ്രഭ വിടരുന്നപോലെ.

പെയിന്റിങ് എക്സിബിഷനിൽ പങ്കെടുക്കാൻ തന്നെയാണ് ഷംസ് അവിടെ എത്തിയത്. പങ്കെടുക്കുന്ന കലാകാരന്മാരുടെ ലിസ്റ്റിൽനിന്ന് ആൻ മെഴ്സി ലോറയും പങ്കെടുക്കുന്നുണ്ടെന്ന് ഷംസ് അറിഞ്ഞിരുന്നു.... മെഴ്സി അപ്പോഴേക്കും പ്രശസ്തിയുടെ കൊടുമുടികളിലായിരുന്നു..... ചിത്രകലയുടെ ചരിത്രത്തിൽ ഒരു നവയുഗം, പുതിയ വഴിത്തിരിവ് എന്നൊക്കെയുള്ള വിശേഷണങ്ങൾ മാധ്യമങ്ങളിൽ മെഴ്സിയുടെ ചിത്രങ്ങളെപ്പറ്റി വന്നുകൊണ്ടിരുന്നു. സങ്കേതങ്ങളുടെ എല്ലാ വലയവും ഭേദിച്ച് പോകുന്ന ഒരു രീതി. അതേ അങ്ങനെ തന്നെയാണ് ജീനിയസുകൾ..... പക്ഷേ, അങ്ങനെ എല്ലാ വലയവും ഭേദിച്ച് പോകുക. അത്ര എളുപ്പമാണോ. ഭൂതകാലത്തിന്റെ വലിഞ്ഞുമുറുകിയ കുരുക്കുകളിൽനിന്ന് രക്ഷപ്പെടുക! കലയും സംസ്കാരവും രാഷ്ട്രീയവും ഭൂതകാലത്തിന്റെ കടിഞ്ഞാൺ പിടിയിലാണ് മുന്നോട്ട് പോകുന്നത്.... കടിഞ്ഞാണിൽനിന്ന് കുതറി ഓടാൻ ശ്രമിക്കുന്നുണ്ട്. എഴുത്തും വരയുമൊക്കെ. ഓരോരോ കാലത്തും ആ കാലത്തിന്റെ മഹത്വവത്കരണങ്ങളുടെ ചുമടുകൾ എന്നെന്നും പേറേണ്ടുന്ന പോലെ... ഇതൊക്കെ ചിത്രകലയിൽ താൻ നേരിടുന്ന വെല്ലുവിളികളിൽ ഷംസ് ചിന്തിച്ചിട്ടുള്ളതാണ്. പലയിടത്തും സെമിനാറുകളിൽ പറഞ്ഞിട്ടുള്ളതും....... അന്ന് എക്സിബിഷന്റെ രണ്ടാം നാൾ സന്ധ്യക്ക് നിറങ്ങൾ നിരക്കുന്ന ആകാശത്തിനും വരണ്ട ഭൂമിക്കും കാഴ്ചയായി അവർ ഇരിക്കുമ്പോൾ ഇതും സംസാരത്തിൽ വന്നു. ഒരു വിഷയം ചർച്ച ചെയ്യുന്ന മാതിരിയല്ലായിരുന്നു അത്. മെഴ്സിയുടെ ജീവിതപങ്കാളി ശരൺകുമാർ നഗരകാഴ്ചകൾ കാണാൻ പടവുകൾ ഇറങ്ങുമ്പോഴാണ് പറഞ്ഞുകൊണ്ടിരുന്ന വിഷയത്തിന്റെ തുടർച്ചയായി മെഴ്സി പറഞ്ഞത്...........

“നോക്കൂ, ശരൺ ഇത്രയും നേരം നമുക്കൊപ്പം സംസാരിച്ചിരിക്കുകയായിരുന്നു......... മൂവരും ചേർന്ന സംഭാഷണം. മൂന്നായിരിക്കുമ്പോഴും ഒരു ഒന്നിന്റെ വലയമുണ്ടവിടെ..... നമ്മുടെ ആത്മസത്തകൾ വേറിട്ടു നിൽക്കുമ്പോഴും ആ ഒന്നിനാൽ നിയന്ത്രിക്കപ്പെടുന്നു..... അപരന്റെ സാന്നിധ്യത്തിൽ ഉദയം കൊള്ളുന്ന ഉരുവം കൊള്ളുന്ന ഒന്നാണ് ഓരോ വ്യക്തിയും. സ്ഥാപിക്കപ്പെട്ടിരിക്കുന്ന ബന്ധത്തിന്റെ തുടർച്ചയുണ്ടവിടെ. ഈ ബന്ധങ്ങൾ ചിന്തകളെയും ആശയങ്ങളെയും തടവിലിടുന്നു..... കലാകാരൻ മറ്റൊരു ഭാഷയിൽ തടവ് ചാടുന്നു...... അപ്പോഴാണ് സൃഷ്ടിയുണ്ടാവുന്നത്..... ഇപ്പോൾ എന്റെ ഒരു കോളേജ് മെയ്റ്റ്... കോളേജിൽ

വച്ച് ഞങ്ങൾക്ക് പ്രണയം ഉണ്ടായിരുന്നു എന്ന് വയ്ക്കുക. അതുപോട്ടെ, എളുപ്പം ഇപ്പോൾ ഇങ്ങനെ സങ്കൽപ്പിക്കാനാണ്. ഷംസ് എന്റെ കോളേജ് കാല സുഹൃത്ത് ആയിരുന്നു എന്ന് വയ്ക്കുക...... നമുക്ക് ഒരുപാട് ഓർമകൾ....... എത്ര സ്വതന്ത്രമായ ദാമ്പത്യത്തിലും ഭർത്താവുമൊരുമിച്ച് കാണുമ്പോൾ ഓർമയിൽ ഒന്നു വരുകയും മറ്റെന്തോ പറഞ്ഞുപോവുകയും ചെയ്യുന്ന അവസ്ഥ. പക്ഷേ, ഇപ്പോൾ ശരൺ പോയപ്പോൾ നമ്മൾ മാത്രമായതുപോലെയാകുമ്പോൾ ഓർമകൾ മൗനങ്ങളായി സംസാരിക്കാൻതുടങ്ങും. അതിന്റെ വിങ്ങലും....... ഇതൊക്കെ ഓരോ കാലത്തിന്റെയും ദേശത്തിന്റെയും പരിതോവസ്ഥകളിൽ ഉണ്ടാകുന്നതാകാം. ഇതൊക്കെ വ്യക്തികളുടെ സ്വകാര്യ അനുഭവങ്ങളിൽ മാത്രമല്ല, ചരിത്രത്തിലുമുണ്ട്....... ചരിത്രം മറകൾക്കപ്പുറത്താണ്..... ആ മറകൾക്കപ്പുറത്തേക്ക് മുങ്ങി കിട്ടുന്ന മുത്താണ് കല. പിന്നെ അതും ശാശ്വതവൽക്കരിച്ച് ജഡമാക്കുന്നു. ഈ ജഡങ്ങൾ മനുഷ്യമനസുകൾക്ക് എളുപ്പം ദഹിക്കും. ഏതുകാലത്തും വർത്തമാനകാലത്തിലെ പരമാർഥങ്ങൾ രഹസ്യങ്ങളായി തമസിൽ ഒടുങ്ങുകയും ഭൂതകാല എടുപ്പുകൾ നിത്യസത്യങ്ങൾ പോലെ നിലകൊള്ളുകയും ചെയ്യും. ഇതിഹാസങ്ങൾക്കും ക്ലാസിക്കുകൾ എന്നു പറഞ്ഞുവരുന്നവയ്ക്കും അനേകകാലമായി പറഞ്ഞുണ്ടാക്കിയ പരിവേഷമുണ്ട്. അതിനെ മറികടക്കുക പ്രയാസം."

ഷംസ് തിരിച്ചറിയുന്നു. മരണം ജീവിതത്തിന് പുതിയ അർഥമാനങ്ങൾ നൽകുന്നു. ആ അസാന്നിധ്യം ജീവിച്ചിരുന്നപ്പോഴത്തെ പലതും പുതിയ അർഥത്തിൽ സാന്നിധ്യമായെത്തുന്നു.....യാഥാർഥ്യങ്ങളും അയാഥാർഥ്യങ്ങളും കറുപ്പും വെളുപ്പും പോലെ കലർന്ന് പുതിയ പ്രതീതി. മരണം തന്നെ ജീവിതത്തിന്റെ അർഥം എന്ന് ആ ഇരുൾ ശൂന്യതയിൽ ഷംസിന്റെ ചിന്തയിലൂടെ കടന്നുപോയി. അതീന്ദ്രീയമായ അജ്ഞത തന്നെ പൊതിയുന്നതുപോലെ.. സുനന്ദ മെഴ്സി ഒന്നും താൻ അറിഞ്ഞതല്ല.

"നമുക്ക് ആ പഴയ സ്കൂൾ വഴിപോയാലോ" എന്ന് ഹസ്സൻ പറഞ്ഞത് കേട്ട് ഷംസ് കണ്ണു തുറന്നു.

ഏഴ്

കാർ തലസ്ഥാന നഗരിയിലേക്ക് ഓടിച്ചുപോയ വഴികൾക്ക് ഇരുവശവും കാണാൻ ഭംഗിയുള്ള ആധുനിക വീടുകൾ. കടകൾ. എങ്കിലും പച്ചയുടെ സാന്നിധ്യം എവിടെയുമുണ്ടായിരുന്നതുകൊണ്ട് ഗ്രാമത്തിന്റെ ഭൂമികയിൽ വരച്ച നഗരത്തിന്റ ചിത്രം പോലെയുണ്ടായിരുന്നു അവർ കടന്നുപോയ ദേശം. അല്ലെങ്കിൽ നഗരത്തിന്റെ ചിത്രത്തിൽ ഒരു കുട്ടി വരച്ചുചേർത്തതായിരുന്നു ആ പച്ചപ്പ്. റോഡിന് ഇരുഭാഗവും വെള്ളം കെട്ടിക്കിടക്കുന്ന സ്ഥലത്തു കൂടി കടന്നുപോയപ്പോൾ ചുട്ട മണ്ണിന്റെ വല്ലാത്ത ഗന്ധം. കുറച്ചകലെ ഇഷ്ടിക ഫാക്ടറികൾ.

കാർ നഗരപ്രാന്തത്തോടടുത്തപ്പോൾ ഗൗരിയുടെയും അർജുന്റെയും ഓർമയുടെ കോശങ്ങൾ മെല്ലെ തുടിക്കാൻ തുടങ്ങി. മങ്ങിയ ഓർമകൾ. ഒരു മരം അല്ലെങ്കിൽ ഒരു കെട്ടിടം അല്ലെങ്കിൽ റോഡിലെ ഒരു വളവ് ഓർമയെ ഉണർത്തുന്നു. ആ ഓർമയിൽ വിടരുന്ന ഒരു പ്രദേശം. ആളുകൾ, സംഭവങ്ങൾ, ഓർമയിൽ കണ്ട ലോകം. ഓർമയിൽ മാത്രം. ഓർമയിലെ സ്ഥലത്ത് ചെന്നെത്തുമ്പോൾ അവിടെ അപരിചിതമായ മറ്റൊരു ലോകം.

വാഹനം ഇനി വളരെ പതുക്കെയേ പോകാനാകൂ. റോഡ് നിറയെ വാഹനങ്ങളും ആളുകളും.

വെട്ടിത്തിളങ്ങുന്ന വെയിൽ.

ദൂരെ കുന്നിന്റെ നെറുകയിൽ സ്കൂൾ കാണാം. ഒരുപാട് ബഹുനിലക്കെട്ടിടങ്ങൾ ഉയർന്നെങ്കിലും സ്കൂൾ കെട്ടിടം ഇപ്പോഴും തലയെടുപ്പോടെ നിൽക്കുന്നു.

അന്നുണ്ടായിരുന്ന ഏഴിലംപാല, പ്ലാവ്, ആൽമരം, എല്ലാം ഇപ്പോഴുമുണ്ട്. കുറെ മരങ്ങൾ നിന്നിടത്ത് പുതിയൊരു കെട്ടിടം വന്നിട്ടുണ്ട്. പുതിയ കെട്ടിടങ്ങൾ വന്നെങ്കിലും ഗൗരിയും അർജുനും പഠിച്ച പഴയ കെട്ടിടം ഇപ്പോഴുമുണ്ട്. ഒഴിവു ദിവസത്തിന്റെ ശാന്തതയിൽ ക്ലോക്ക് ടവറോടു കൂടിയ പഴയ കെട്ടിടവും മരങ്ങളും ഗൗരിയുടെയും അർജുന്റെയും ഓർമകൾക്ക് മാത്രമായി അഭിമുഖം നിന്നു.

അന്ന് സ്കൂൾ വിട്ട് കുട്ടികൾ വരിവരിയായി ബസിൽ കയറാൻ പോകുമ്പോഴാണ് ഗൗരിയെയും അർജുനെയും പ്രിൻസിപ്പാളിന്റെ റൂമിലേക്ക് വിളിപ്പിച്ചത്. അവിടെ ജോഷ് അങ്കിൾ ഉണ്ടായിരുന്നു. ജോഷ് അങ്കിളിന്റെ കൂടെ പോകണമെന്ന് അച്ഛൻ ഫോൺ വിളിച്ച് പറഞ്ഞിരുന്നുവെന്നും അച്ഛൻ ജോഷ് അങ്കിളിന്റെ വീട്ടിൽ വന്ന് ഞങ്ങളെ കൂട്ടുമെന്നും പ്രിൻസിപ്പാൾ പറഞ്ഞത് ഗൗരി ഓർത്തു. ജോഷ് അങ്കിൾ കുറെ നേരം പ്രിൻസിപ്പാളിനോട് കുശലം പറഞ്ഞിരുന്നു. ജോഷ് അങ്കിളിന്റെ സുഹൃത്തായിരുന്നു പ്രിൻസിപ്പാൾ റവ. ഡോ. ജോസഫ് മാളിയേക്കൽ.

ഗൗരിയെയും അർജുനെയും തന്റെ വീട്ടിലേക്ക് കൊണ്ടുപോയപ്പോൾ എന്താണ് മധുവിന്റെ പ്രശ്നമെന്നോ എന്തെങ്കിലും പ്രശ്നം ഉണ്ടെന്നോ ജോഷ് വിക്ടറിന് അറിയില്ലായിരുന്നു. ദിവസങ്ങൾ കഴിഞ്ഞുപോകെ ഒരു വിവരവുമില്ല. ജോഷ് ക്വാർട്ടേഴ്സിൽ വന്നു തിരക്കി. ആർക്കുമറിയില്ല എവിടെപ്പോയെന്ന്. ജോഷ് കുട്ടികളെകൂട്ടിപ്പോയ ദിവസം മധുവും സുനന്ദയും ക്വാർട്ടേഴ്സ് വിട്ടതാണെന്നും തുടർന്ന് പൊലീസ് മധുവിനെ അന്വേഷിച്ച് വന്നെന്നും അയൽക്കാർ പറഞ്ഞറിഞ്ഞു.

ജോഷ് കുട്ടികളെ സ്കൂളിൽ വന്ന് കൂട്ടുന്നതിന്റെ അന്ന് സുനന്ദ കുളി കഴിഞ്ഞ് മുറിയിൽ ജനലരികെ തല തുവർത്തിക്കൊണ്ട് നിൽക്കുമ്പോഴാണ് ഒരുകാർ വന്ന് ക്വാർട്ടേഴ്സിന് മുന്നിൽ നിന്നത്. മധു കാറിൽ നിന്ന് ധൃതിയിൽ ഇറങ്ങി വീട്ടിലേക്ക് കയറുമ്പോൾ സുനന്ദ പകച്ചു നിന്നു.

നാലഞ്ചുദിവസമായി ലീവിലാണ്. എന്നാലും, വീട്ടിൽ പകൽ സമയത്ത് ഇല്ലായിരുന്നു. രാത്രി വരുന്നത് വളരെ വൈകിയും. ഓരോ ദിവസവും ഓരോ കാരണങ്ങൾ പറഞ്ഞു സുനന്ദയോട്. പതിവില്ലാത്ത രീതികളായിരുന്നു എല്ലാം. തനിക്ക് മുഖം തരാതെ ഒഴിഞ്ഞുമാറുന്ന മാതിരി. ഓഫീസ് കാര്യത്തിലെ ടെൻഷനാണെന്നും, പുതിയ മാനേജരുമായി നല്ല ടേംസിലല്ലെന്നും ഒക്കെ പറഞ്ഞ്... ഓഫീസിലെ പ്രശ്നങ്ങൾ തീർന്നില്ലേ എന്നോ മറ്റോ ചോദിക്കാൻ തുനിഞ്ഞാൽ തുറിച്ച് ദഹിപ്പിക്കുന്ന മട്ടിൽ ഒരു നോട്ടം. കുട്ടികളോടും ആവശ്യമില്ലാത്ത ദേഷ്യം. ഒരിക്കൽ സുനന്ദ പറഞ്ഞു:

"മധു, എനിക്കിത് കണ്ടിട്ട് സഹിക്കുന്നില്ല. എന്തിനാണ് നിനക്കീ ടെൻഷൻ? എന്നോട് പറഞ്ഞൂടെ..."

ഒരു പൊട്ടിത്തെറിയായിരുന്നു അതിനു പ്രതികരണം.

"നിനക്കിതൊന്നും പറഞ്ഞാൽ മനസിലാവില്ല. ആകപ്പാടെ ഭ്രാന്തു പിടിച്ചിരിക്കുമ്പം ഒരു സ്വൈരതയും തരത്തില്ല." പിന്നെ അവളുടെ അടുത്തോട്ട് വന്ന് കൈചൂണ്ടി പറഞ്ഞു.

"എനിക്ക് കുറെ പ്രശ്നങ്ങളുണ്ട്" നിനക്ക് പരിഹരിക്കാനൊക്കോ?"

അവൾ ഒന്നും പറഞ്ഞില്ല. അവൾ അകത്തേക്ക് പോയി. പിന്നെ അവൾ വന്ന് അവന്റെ അരികിലിരുന്ന് പറഞ്ഞു:

"മധു നീ കാര്യം പറഞ്ഞെങ്കിലല്ലേ എനിക്ക് സഹായിക്കാനൊക്കോന്ന് പറയാനാവൂ. നീ ഇങ്ങനെ ഒറ്റയ്ക്ക് വിഷമിക്കുന്നത് കാണാൻ വയ്യ. എന്തുണ്ടെങ്കിലും നമ്മൾ രണ്ടുപേരും കൂടെ വിഷമിക്കേണ്ടതല്ലേ."

"നിനക്കെന്നെ സഹായിക്കാനൊക്കത്തില്ല... നിനക്കെന്നല്ല ലോകത്തിൽ ഒരു ഭാര്യക്കും ഭർത്താവ് നേരിടുന്ന പ്രശ്നങ്ങൾ പരിഹരിക്കാനൊക്കില്ല. പ്രശ്നങ്ങളുടെ നടുവിൽ നിൽക്കുമ്പോൾ കൂടുതൽ തലവേദനയുണ്ടാക്കാമെന്നല്ലാതെ.. പെണ്ണുങ്ങൾക്ക് ഒന്നിനും കഴിയില്ല."

മധുവിന്റെ അപ്പോഴത്തെ ഭാവം സുനന്ദയുടെ സാമീപ്യം അയാളെ വിമ്മിട്ടപ്പെടുത്തുന്നു എന്നത് വ്യക്തമാക്കുന്നതായിരുന്നു.

"ഞാനൊരു തലവേദനയാണെങ്കിൽ പറയണ്ട. മധുവിന് ഞാൻ ഇപ്പോൾ ഒരു ഭാരമാണ് അല്ലേ."

"അതെ ഭാരം തന്നെ. ഭാരം... പോ എന്റെ മുന്നിൽ നിന്ന്" അവൻ അലറുകയായിരുന്നു.

സുനന്ദയ്ക്ക് അവൾ ഒറ്റപ്പെടുന്നതുപോലെ തോന്നി.... മധു അത്രമാത്രം..... അതല്ലാതെ മറ്റൊരു ലോകമില്ല. അങ്ങനെയായിരുന്നു അവളുടെ ജീവിതം. സുനന്ദ അവളുടെ വീടിനെയൊക്കെ മറന്നിരുന്നു. വീട് ഓർക്കുമ്പോൾ ഒരു ദുഃസ്വപ്നം പോലെ.... അമ്മയെക്കാണാൻ മാത്രം അവൾ കൂടെക്കൂടെ വീട്ടിൽപ്പോകും. പാവം അമ്മ..... ഒരു ഭർത്താവിൽ നിന്ന് അമ്മയ്ക്ക് കിട്ടിയത് വേദന മാത്രം. പുരുഷൻ എന്നാൽ താൻ വെറുത്തിരുന്ന അച്ഛനെപ്പോലെയും സഹോദരന്മാരെപ്പോലെയും ആണെന്നവൾ കരുതിയിരുന്നു. ഒരു അറവുശാലയിലേക്ക് പോകുന്നതുപോലെ

യാണ് അവൾ വിവാഹപ്പന്തലിലേക്ക് കയറിയത്. നിർജീവമായി വിവാഹ ച്ചടങ്ങിന് ആരോ പറഞ്ഞതൊക്കെ കേട്ട് ചെയ്തു. എത്ര ചുരുങ്ങിയ ദിവസം കൊണ്ടാണ് മധു ഒരു കൂട്ടുകാരനെപ്പോലെ ആയത്. ഇപ്പോൾ ഇങ്ങനെ...... അവൾക്കത് സഹിക്കാനാവുന്നില്ല. അവൾ അവന്റെ അടുത്തു ചെന്ന് തോളിൽ കൈവച്ച് കണ്ണുകളിൽ നോക്കി പറഞ്ഞു:

"മധു, നമ്മൾ ഇങ്ങനെയൊന്നുമായിരുന്നില്ലല്ലോ. ഞാൻ എന്തെങ്കിലും തെറ്റു ചെയ്തോ...... എന്നാൽ അതു പറ. എനിക്കിത് സഹിക്കാൻ വയ്യ."

അവന്റെ കണ്ണുകൾ ദുർബലമായി ഇടഞ്ഞു. മധുവിനത് അധിക നേരം തുടരാൻ വയ്യ. അവൻ അവളുടെ പിടി വിടുവിച്ചു. അവൻ പറഞ്ഞു.

"ഞാൻ ചില പ്രശ്നങ്ങളിലാണ്. അത് നിന്നോട് ഇപ്പോൾ പറയാൻ പറ്റില്ല. പറഞ്ഞാൽ അതൊക്കെ നേരിടാനും അതീന്നൊക്കെ കരകയറാനുമുള്ള എന്റെ ഉള്ള ശക്തിയും കൂടി ഇല്ലാതാവും. എനിക്ക് പിന്നെ ബുദ്ധി പ്രവർത്തിക്കില്ല. നിനക്ക് എന്നെ സഹായിക്കാനാവില്ല. നിനക്ക് ചെയ്യാനാവുന്ന സഹായം തൽക്കാലം എന്നോടൊന്നും ചോദിക്കാതിരിക്കുന്നതാണ്."

അവൾ മേല്ച്ചുണ്ട് കടിച്ച് അവനെ നോക്കിയിരുന്നു. അവന്റെ കണ്ണിൽ കണ്ണീർ പൊടിയുന്നത് അവൾ കണ്ടു. അവൻ പറഞ്ഞു:

" നീ തെറ്റിദ്ധരിക്കരുത്. നിനക്ക് ജീവിതപരിചയം കുറവാണ്. നിനക്കെന്നല്ല എല്ലാ സാധാരണ പെണ്ണുങ്ങൾക്കും. അതുകൊണ്ടാണ്.. അതുകൊണ്ട് നിനക്ക് മനസിലാവില്ല. നിന്റെ വീട്, പിന്നെ എന്നോടൊപ്പം തീർന്നു നിന്റെ ലോകം. ഞാൻ വിവാഹത്തിനുമുമ്പ് ഒരുപാട് ലോകം കണ്ടവനാണ്. ഞാനെന്നല്ല. ഒട്ടുമിക്ക ആണുങ്ങളും. ഇപ്പം ചില പ്രശ്നങ്ങളുണ്ട്. അതീന്ന് ഞാൻ കരകേറും. നിങ്ങൾക്കൊന്നും ഞാൻ ഒരു കുഴപ്പവും വരുത്തിവക്കില്ല."

പിന്നെ അവർ കുറച്ചുനേരം മിണ്ടിയില്ല. മധുവിന് അൽപ്പം റിലീഫ് കിട്ടിയപോലെ തോന്നി. അവൾ അവന്റെ അടുത്ത് ചേർന്നു നിന്ന് നെറുകയിൽ തലോടി.

പിന്നെ ഒന്നും അവൾ ചോദിക്കാൻ പോയില്ല. ഒരാഴ്ച കഴിഞ്ഞപ്പോഴാണ്... ഇപ്പോൾ അവൾ കുളിച്ച് തല തോർത്തി നിൽക്കുമ്പോൾ മധു കാറിൽ വന്നിറങ്ങിയത്. അവൻ വന്നപാടെ 'ഒരിടം വരെ പോണം പെട്ടെന്ന് റെഡിയാവ്' എന്നു പറഞ്ഞു. 'എവിടെ' എന്നവൾ ചോദിച്ചുപോയി. "അതറിഞ്ഞേ പറ്റൂ.... നീ എന്നോട് വരുന്നുണ്ടോ? അല്ലെങ്കിൽ ഞാൻ പോവുകയാണ് കൂടുതൽ വർത്തമാനം വേണ്ട എനിക്കതിന് സമയമില്ല. മനസിലായോ..." അവസാനവാക്കുകൾ അലറുന്നതുപോലെയാണവൻ പറഞ്ഞത്..... അവൾ ഒന്നും ചോദിക്കാൻ മുതിർന്നില്ല. എന്നാലും അവൾ പറഞ്ഞു. "മക്കൾ സ്കൂളീന്ന് വന്നില്ല."

"കുട്ടികൾ വരും. അതൊക്കെ ഞാൻ ഏർപ്പാടാക്കി." അവൻ ധൃതിയിൽ ഒരു സ്യൂട്ട്കേസിൽ അലമാരിയിൽനിന്ന് ഏതൊക്കെയോ ഫയലു

കൾ എടുത്തുവച്ചു. മിന്നൽവേഗത്തിലാണ് അവൻ എല്ലാം ചെയ്യുന്നത്. ഓരോന്ന് തെരയുന്നതിനിടയിൽ വന്നുപെടുന്ന മറ്റു സാധനങ്ങളെയൊക്കെ വലിച്ചെറിയുന്നുണ്ട്.

എവിടെയാണ് പോകുന്നത്, എന്തിനാണ് പോകുന്നത്. എത്രനാളത്തേക്കാണ് പോകുന്നത്... ഒന്നുമറിയാതെ അവൾ വസ്ത്രങ്ങളൊക്കെ ഒരു ബാഗിലാക്കി. മുറിപൂട്ടി കാറിൽ കയറി. കാർ ഓടിച്ചിരുന്ന ആളെ മുമ്പ് ഒരു പ്രാവശ്യം അവൾ കണ്ടിട്ടുണ്ട്. അന്ന് മധു അയാളോട് കാറിനടുത്ത് പോയി സംസാരിച്ചു. ആരാണെന്ന് ചോദിച്ചപ്പോൾ പഴയ ഒരു കൂട്ടുകാരൻ എന്നാണ് പറഞ്ഞത്. കൂട്ടുകാരനെ വീട്ടിലേക്ക് ക്ഷണിക്കാത്തതെന്തെന്ന് ചോദിച്ചപ്പോൾ ഓ അത്രയ്ക്ക് വലിയ കൂട്ടൊന്നുമില്ല, ഒഴിവാക്കി വിട്ടു എന്നും മധു പറഞ്ഞു. അന്ന് മധു ഇതൊക്കെ പറയുമ്പോൾ പരുങ്ങിയിരുന്നതായി സുനന്ദ ഓർത്തു.

കാർ നഗരം വിട്ട് ഏറെ ദൂരം പോയി. ചുരവും കടന്ന് മറ്റൊരു ഭൂഭാഗത്തിലൂടെ. വീതിയുള്ള റോഡിന് ഇരുവശവും വലിയ പുളിമരങ്ങൾ. അപ്പുറം വിശാലമായ തോട്ടങ്ങളും. ആരും ഒന്നും മിണ്ടിയില്ല. ഇരുട്ട് പടർന്നുകൊണ്ടിരുന്നു. ജീവിതത്തിന്റെ ഏത് ഇരുണ്ട വഴികളിലേക്കാണ് ഈ യാത്രയെന്ന് സുനന്ദയ്ക്ക് മാത്രമല്ല മധുവിനും അപ്പോൾ അറിയില്ലായിരുന്നു. മക്കൾ എവിടെയാണ് എന്നുമാത്രമെങ്കിലും സുനന്ദയ്ക്കറിഞ്ഞാൽ മതിയായിരുന്നു അവൾ ചോദിക്കാൻ തുടങ്ങുമ്പോൾ മിണ്ടരുത് എന്ന ഭാവം മധുവിന്. കാറിന്റെ മുൻസീറ്റിലിരിക്കുന്ന മധുവിന്റെ തോളിൽ രണ്ടു കൈകൊണ്ടും പിടിച്ച് അവൾ ചോദിച്ചു. "നമ്മുടെ മക്കൾ അവർ എവിടെയാണെന്ന് മാത്രം പറഞ്ഞാൽ മതി. മറ്റൊന്നും ഞാൻ ചോദിക്കില്ല."

"ഇപ്പോഴൊന്നും ചോദിക്കണ്ട. എല്ലാം ഞാൻ പറയാം. മക്കൾക്കൊരു കുഴപ്പവുമില്ല. അതൊക്കെ വേണ്ട ഏർപ്പാടു ചെയ്തിട്ടുണ്ടെന്ന് പറഞ്ഞില്ലേ. ഞാൻ അൽപ്പം കുഴപ്പത്തിലാണ്."

അവളെ തൽക്കാലം ആശ്വസിപ്പിക്കേണ്ടത് അവന്റെ ആവശ്യമായിരുന്നു. അവൻ അവളുടെ കവിളിൽ തട്ടി പറഞ്ഞു:

"നീയിങ്ങനെ ബഹളമുണ്ടാക്കിയാൽ ഞാൻ കൂടുതൽ കുഴപ്പത്തിലാവും"

പക്ഷേ, അവൾക്കാശ്വസിക്കാൻ കഴിഞ്ഞില്ല. എവിടേക്കാണ് എന്തിനാണ് ഒന്നുമറിയാതെ ഏതോ അപരിചിത വഴിയിൽക്കൂടി.....

"മധൂ നീ കാര്യം പറ... നീ കാര്യമെന്തെന്ന് പറ..... ഞാൻ നിന്റെ കൂടെ നിൽക്കും. എന്റെ മക്കൾ എവിടെ.... എങ്ങോട്ടാണ് പോകുന്നത്. പറ..... പറയാതെ പറ്റില്ല." അവൾ ഒച്ചയിൽ പറഞ്ഞുകൊണ്ടിരുന്നു. കാർ ഒരു ചെറുപട്ടണം കടക്കുകയായിരുന്നു. ചെറിയ തോതിൽ തിരക്കുള്ളതുകൊണ്ടു തന്നെ അത്ര വേഗത്തിൽ ഓടിക്കാനും പറ്റില്ല. ഡ്രൈവ് ചെയ്യുന്നവൻ അസഹ്യമായി മധുവിനെയും സുനന്ദയെയും നോക്കുന്നുണ്ട്.

"ഈ ബഹളം കേട്ടാൽ ഇവിടെ ബലാൽസംഗം നടക്കുന്നെന്ന് നാട്ടു

കാർ കരുതി അവര് വണ്ടി തടഞ്ഞ് നിർത്തും. പറഞ്ഞേക്കാം" കാർ ഓടിക്കുന്ന ആൾ പറഞ്ഞു.

"മധൂ, പറ....." സുനന്ദ അതു ശ്രദ്ധിക്കാതെ അലറിവിളിച്ച് പറഞ്ഞു കൊണ്ടിരുന്നു. "എന്തുപറ്റി" അവൾ നിലവിളിക്കാൻ തുടങ്ങി.

"നിർത്തെടീ, നിന്റെ ഒരു".... ഡ്രൈവ് ചെയ്യുന്ന ആൾ അലറി.

'വേണ്ടാ വേണ്ടാന്ന് വയ്ക്കുമ്പം അവടെ ഒരു... ഇവനെ ഓർത്തിട്ടാ. അല്ലെങ്കീ ഈ മാരണത്തെ...... ഞാൻ പറഞ്ഞതാ ഇതിനെ അതിന്റെ വീട്ടിൽ കൊണ്ടാക്കാൻ. അല്ലെങ്കീ ക്വാർട്ടേഴ്സീ തന്നെ കളഞ്ഞിട്ട്..."

അവൻ ഡ്രൈവ് ചെയ്യുന്നതിനിടയിൽ തിരിഞ്ഞ് സുനന്ദയോട് പറഞ്ഞു:

"ഇപ്പം രക്ഷപ്പെട്ടില്ലെങ്കീ ഞങ്ങൾ ജയിലീ കെടന്ന് അഴി എണ്ണേണ്ടിവരും. മനസിലായോ പുലയാടി മോളേ.." അവൻ പെട്ടെന്ന് വണ്ടി ബ്രേക്ക് ചെയ്ത് മുഖം അവളിലേക്ക് അടുപ്പിച്ച് പറഞ്ഞു.

സുനന്ദ ഞെട്ടിത്തരിച്ചിരുന്നു. ഡ്രൈവർ ഇത്രേം പറഞ്ഞിട്ടും മധു ഒന്നും മിണ്ടാതിരിക്കുന്നു. ഇത് എന്റെ സ്വന്തം മധുവാണോ. മധുവിനെന്തു പറ്റി. ഇവൻ ഏതോ ക്രിമിനലാണ്. ഇവന്റെ കൂടെ മധു എന്തിനുകൂടി. ഇയാളോടൊപ്പം മധു തന്നെ എവിടേക്കാണ് കൊണ്ടുപോകുന്നത്. ഒരു നിമിഷം അവളുടെ മനസിൽ ഇതെല്ലാം ഇരച്ച് പാഞ്ഞുപോയി. അവളുടെ മനസിൽ ഭീതിയുണ്ടാക്കുന്ന സംശയങ്ങൾ നുരച്ചുപൊന്തി. അവൾ മധുവിനെ തുറിച്ചുനോക്കി. അവൾ പൊട്ടിക്കരഞ്ഞുപോയി. എല്ലാ നിയന്ത്രണവും വിട്ട് അലറി വിളിച്ച്.... മധുവിന്റെ മുടിയിൽ പിടിച്ച് വലിച്ച് അലറി കരഞ്ഞു.

ഡ്രൈവർ മധുവിനെ നോക്കി. നീയല്ലേ ഈ സാഹചര്യത്തിലെത്തിച്ചത് എന്ന മട്ടിൽ. ആളൊഴിഞ്ഞ ഒരിടത്ത് അപ്പോൾ കാർ എത്തിയിരുന്നു. അയാൾ കാർ നിർത്തി. മധുവിനോട് പറഞ്ഞു:

"നീ പുറകിൽ കേറ്. അവളിനി വണ്ടിതുറന്ന് പൊറത്ത് ചാടിയാ അതും മാരണമാവും."

മധു പുറകിൽക്കയറി സുനന്ദയെ ചുറ്റിപ്പിടിച്ചു. ആ സ്പർശനത്തിൽ അവൾ ഞെട്ടി അവനെ തള്ളിമാറ്റാൻ നോക്കി. അവളുടെ ബുദ്ധിയും മനസും സമനിലതെറ്റി.

"സുനന്ദേ നീ ഒന്നടങ്ങ്.... കാര്യം മനസിലാക്ക്. ഞാൻ നിന്നെ വീട്ടിൽ കൊണ്ടാക്കാം."

അവൾ വീണ്ടും ശക്തിയിൽ ഏങ്ങലടിച്ചു.

"വേണ്ടാ, വേണ്ടാ. എനിക്കെന്റെ വീട്ടിൽ പോണ്ട. മധു ജയിലീ പോവമ്പം എനിക്ക് വീട്ടി പോവണ്ട."

"ജയിലിലൊന്നും പോവൂല്ല..... കേസ്പറഞ്ഞ് ജയിക്കാവുന്നതേ ഒള്ള്. ഇപ്പം പോലീസീ പിടികൊടുത്തൂട. നമ്മള് തൽക്കാലം മാറി നിക്കണം. ഇപ്പം നമ്മള് ദൂരെ ഒരു സ്ഥലത്ത് ഒരു ലോഡ്ജി മുറിയെടുക്കും. നീ ഇങ്ങനെ ബഹളമൊണ്ടാക്കിയാ ഒന്നും ചിന്തിക്കാനും പ്രവർത്തിക്കാനും

ഒക്കത്തില്ല.”

“എന്തിനാണ് മധു ജയിലീ പോണ കുറ്റം ചെയ്തത്..... എന്തോന്ന് കുറ്റം മധു ചെയ്ത്..... പറ മധു...... മധു ആരേം കൊല്ലുല്ല.... മോഷ്ടി ക്കൂല്ല. പെണ്ണുകേസീ പെടൂല്ല...... പിന്നെ എന്തോന്ന് കുറ്റം..... ഇതീ ഏത് കുറ്റം മധൂ..” അവൾ ഏങ്ങലിൽ ശ്വാസം കിട്ടാതെ പറഞ്ഞു.

“അതൊക്കെ പറയാം. അങ്ങ് ലോഡ്ജീ എത്തീട്ട് ഇപ്പം.... നീ ഇത്തിരി സമാധാനപ്പെട്.”

സുനന്ദ അവന്റെ മടിയിൽ ചായ്ഞ്ഞു.

കുറച്ചു കടകളും അതിന്റെ വെട്ടവും ഉള്ള ഒരു സ്ഥലത്ത് എത്തിയപ്പോൾ കാർ റോഡരുകിൽ നിർത്തി വണ്ടി ഓടിച്ച ആൾ പുറത്തിറങ്ങി കടയിലേക്ക് നടന്നുപോയി. നടന്നുപോകുമ്പോൾത്തന്നെ അയാൾ ഒരു സിഗററ്റ് കത്തിച്ചു വലിച്ചുതുടങ്ങി. കടയിൽ നിന്ന് മൂന്ന് ബോട്ടിൽ ശീതള പാനീയം വാങ്ങി. കടക്കാരൻ അത് ഒരു കവറിൽ ഇട്ട് കൊടുത്തു. ഡ്രൈവർ ആ കവറുമായി കടയുടെ പിന്നിലേക്ക് പോയി മൂത്രം ഒഴിച്ചു കഴിഞ്ഞ് പാനീയവുമായി കാറിനടുത്തേക്ക് നടന്നു. ഏതോ കടയിൽ നിന്ന് പഴയ സിനിമാഗാനങ്ങൾ കേൾക്കുന്നു. ഗാനത്തിനു കുറുകെ ഒരു ലോറിയുടെ ഒച്ച പാഞ്ഞുപോയി. ഇരുട്ടിൽ വൈദ്യുതി വെട്ടത്തിന്റെ ഒരു നാട റോഡിൽ അതിന്റെ വളവുകളോടെ കിടന്നു.

അവൻ ഡ്രൈവിങ് സീറ്റിൽ ഇരുന്നശേഷം പാനീയത്തിന്റെ ഒരു ബോട്ടിൽ സുനന്ദയുടെ കൈയിൽ കൊടുത്തു. അവൾക്ക് നല്ല ദാഹമുണ്ടായിരുന്നു. ഒരു ദീർഘശ്വാസത്തിൽ അവൾ അതു വാങ്ങി. അവൾ കുടിച്ചു തുടങ്ങിയശേഷം ഒരു ബോട്ടിൽ മധുവിനു കൊടുത്ത് മൂന്നാമത്തെ ബോട്ടിൽ പാനീയം അവനും കുടിച്ചു.

സുനന്ദ കുടിച്ചു തീർന്നതും മയക്കത്തിലേക്ക് വീണു. അവൾ ഗാഢ നിദ്രയിലായി. കാർ പിന്നെയും ഇരുളിൽ വിജനമായ പാതയിലൂടെ ഓടിക്കൊണ്ടിരുന്നു. ഉണരുമ്പോൾ അവൾക്കറിയാത്ത ഒരിടത്ത് ഒരു കട്ടിലിൽ അവൾ വിവസ്ത്രയായി കിടക്കുകയായിരുന്നു.

എട്ട്

മുറ്റത്തെ വലിയ വേപ്പ് മരത്തിൻ ചുവട്ടിൽ കളിച്ചുകൊണ്ട് നിൽക്കുന്ന പെൺകുട്ടികളെ നോക്കിയിരിക്കുകയാണ് സുനന്ദ.

പഴയ ഒരു കെട്ടിടത്തിലാണ് നികുഞ്ജം എന്ന ഈ സ്ഥാപനം പ്രവർത്തിക്കുന്നത്. പഴയ രാജാക്കന്മാരുടെ വിശ്രമസ്ഥലമോ മറ്റോ ആയിരുന്നിരിക്കണം എന്നാണ് കെട്ടിടം കണ്ടാൽ തോന്നുന്നത്. ഏക്കറുകൾ പരന്നു കിടക്കുന്ന പുരയിടത്തിൽ നിറയെ കൃഷിയുണ്ട്.

ലൈംഗിക പീഡനത്തിന് ഇരയായവരും ഭർത്താവിന്റെ പീഡനം സഹിയാതെ എത്തിയവരും പ്രായപൂർത്തിയാവാത്ത കുട്ടികളുമൊക്കെയുണ്ട്.

ജയന്തി ലൈംഗിക പീഡനത്തിന് ഇരയായവളോ ഭർത്താവിന്റെ പീഡനം സഹിയാതെ എത്തിയവളോ അല്ല. ജയന്തി മാനസികരോഗാശുപത്രിയിൽ നിന്ന് ചികിത്സ കഴിഞ്ഞ് എത്തിയതായിരുന്നു. ജയന്തിയെ ആശുപത്രിയിൽ കൊണ്ട് വരുമ്പോൾ വളരെ വയലന്റ് ആയിരുന്നു. അവൾക്ക് ഷോക്ക് കൊടുക്കേണ്ടി വന്നു. ജയന്തി മാനസിക രോഗാശുപത്രിയിലായപ്പോൾ അവളുടെ മൂത്ത മകൾ നീലിമ അനുജത്തിയേയും കൂട്ടി ഇവിടെ എത്തിയതാണ്..... നീലിമയ്ക്ക് പതിനാറ് വയസ്സ്. ഇളയവൾ മഞ്ജിമയ്ക്ക് പന്ത്രണ്ട് വയസ്സ്. അമ്മ ഭ്രാന്താശുപത്രിയിലായപ്പോൾ വീട്ടിലേക്ക് തിരിച്ചു പോയി. തനിച്ച് താമസിക്കാൻ അവൾ ഭയന്നു. അവരുടെ അച്ഛൻ മരിച്ചശേഷം ഉള്ള അനുഭവങ്ങൾ പേടിപ്പെടുത്തുന്നതായിരുന്നു. സുനന്ദയുമായി അടുത്തപ്പോൾ ജയന്തി പഴയകാര്യങ്ങൾ ഓരോന്നും പറയാൻ തുടങ്ങി. ഭർത്താവിന് അവളെ വലിയ സ്നേഹമായിരുന്നു. സ്നേഹം കൂടിപ്പോയതാണ് കുഴപ്പം. മാനസികമായി അൽപ്പം ചില പ്രശ്നങ്ങൾ ഉണ്ടായപ്പം അവളെ മാനസികരോഗാശുപത്രിയിൽ കൊണ്ടുപോയി, അവിടത്തെ ചികിത്സ അവളെ മുഴു പ്രാന്തിയാക്കിയെന്നൊക്കെയാണ് അവൾ പറയുന്നത്:

“ഇപ്പോൾ ഞാൻ വിധവയാണ്. വിധവ എന്നുവച്ചാലറിയോ ഭർത്താവ് മരിച്ചുപോയ സ്ത്രീ. ധവൻ എന്നുവച്ചാൽ ഭർത്താവ്. മരിച്ചതല്ല. തൂങ്ങിച്ചത്തു. എന്റെ രഘുവേട്ടന് എന്നെ വലിയ സ്നേഹമായിരുന്നു. മക്കളേം സ്നേഹമായിരുന്നു..... എന്തിനാണ് ചത്തുകളഞ്ഞതെന്ന് ചോദിക്കരുത്. അതെനിക്കറിഞ്ഞൂടാ. ഒരുപാട് സ്നേഹം കൂടിയോണ്ടായിരിക്കും. ചിലർ പറയുന്ന് കടം കേറിട്ടാണെന്ന്. എന്റെ അറിവീ അങ്ങനെ ഒരു കടോം ഇല്ല. ചിലർ പറയുന്ന് എനിക്ക് അസുഖം വന്നോണ്ടാണെന്ന്....കുറേ നാളോണ്ട് ഒന്നിലും താല്പര്യമില്ലാതങ്ങനെ ഇരിക്കും... പിന്നെ കള്ളുകുടീം തൊടങ്ങി... എനിക്ക് വയ്യാതായോണ്ടായിരിക്കും... കോൺട്രാക്റ്റ് ആയിരുന്ന്....ഗവൺമെന്റിന്റെ വർക്കൊക്കെ കിട്ടുമായിരുന്ന്. ഒരുപാട് കാശൊണ്ടാക്കി.... കാറും വീടുമൊക്കെയായി നല്ല നിലയിലായിരുന്നു ജീവിതം.. എനിക്ക് ജോലിയൊണ്ടായിരുന്ന്. കല്യാണം കഴിക്കമ്പം ടീച്ചറ്...ഞാൻ എം എ, ബി എഡ്ഡാണ്... കല്യാണത്തിന് ശേഷം എന്നോട് ജോലിക്ക് പോകണ്ടാന്ന് വാശീല് നിന്ന്... എനിക്കിഷ്ടമില്ലായിരുന്ന്... പക്ഷേ എന്നെ സപ്പോർട്ട് ചെയ്യാൻ ആരുമില്ലായിരുന്ന്...അങ്ങനെ ഞാൻ രാജിവച്ചു.... പിന്നെ കുറെ നഷ്ടങ്ങൾ വന്ന്...ഒന്നും എനിക്ക് തെളിച്ചറിഞ്ഞൂട... ഒന്നും എന്നെ അറിയിച്ചിട്ടില്ല.. ഒന്നുമറിയാതെ ജീവിച്ച ഞാൻ ഇപ്പം എല്ലാം അറിയാൻ തുടങ്ങി. കുറച്ചുനേരം ആലോചിച്ചിരുന്നിട്ട് ജയന്തി പറഞ്ഞു:

“ഇപ്പം ആലോചിക്കുമ്പം തോന്നുന്നു അയാൾ സ്നേഹിച്ചത് എന്റെ ഉടലിനെ ആയിരുന്നെന്ന്...അയാളുടെ ഇഷ്ടത്തിന് വളഞ്ഞ്, ശരീരത്തിന്റെ വക്രതകളിൽ തെളിയുന്ന ഒരു സ്ത്രീമനസ്സ്. കളിപ്പാട്ടമോ വസ്ത്രമോ തെരഞ്ഞെടുക്കുന്നപോലെ... പുരുഷൻ മെനഞ്ഞെടുക്കുന്ന ഒന്നായി

ഞാൻ നിലകൊണ്ടു... സ്വന്തമായ അഭിപ്രായത്തിനും ഇഷ്ടത്തിനുമൊന്നും ഒരു വിലയുമില്ലാതെ...ആത്മാവ് ആ ശരീരത്തിൽ ഉണ്ടായിരുന്നോ...എനിക്കറിയില്ല...ഇപ്പോൾ ആലോചിക്കുമ്പോൾ അതു ഞാനല്ലായിരുന്നു എന്ന് തോന്നും. അപ്പോൾ അന്ന് ഈ ഞാൻ എവിടെ ആയിരുന്നു.... മനസിനെ ശരീരത്തിന്റെ വക്രതകളിൽ എങ്ങനെയൊക്കെ പ്രസരിപ്പിക്കുമെന്നോ? കരയിപ്പിച്ച് ചിരിപ്പിച്ച് ഒക്കെ. എന്നിട്ട് കരയുന്ന ശരീരത്തെ തഴുകി സ്നേഹിച്ച്... അയാളുടെ മനസിനൊത്ത് ഞാൻ നിന്നു. അതുകൊണ്ട് കുഴപ്പങ്ങളില്ലാതെ പോയി. ഒരുദിവസം ഞാൻ ചോദിച്ചു എന്നെ എന്തിനാണ് സ്നേഹിക്കുന്നതെന്ന്... നിന്റെ സൗന്ദര്യത്തെ ഈ ശരീരത്തെ എന്ന് പറഞ്ഞ് അയാൾ എന്നെ കോരിയെടുത്തു....ഓരോ ശാരീരിക ബന്ധം കഴിയുമ്പോഴും ശരീരത്തിൽ കുറെ പാടുകൾ കാണുമായിരുന്നു. എന്നെ ഇത്തിരി നോവിക്കുകയും വേദനയിൽ ഞാൻ പുളയുന്നതും ഒക്കെ അയാൾക്ക് ഹരമായിരുന്നു... എല്ലാം പുരുഷന്മാരും ഈ കാര്യങ്ങളും ഒക്കെ ഇങ്ങനെയാണെന്ന് ഞാൻ വിചാരിച്ചു."

ഭർത്താവ് മരിച്ചശേഷം മുൻപൊരിക്കൽ ജയന്തി മാനസികരോഗാശുപത്രിയിലായപ്പോൾ മക്കൾ രണ്ടും അവളുടെ കുടുംബവീട്ടിലായിരുന്നു.... സഹോദരനാണ് കുടുംബവീട്ടിൽ താമസം. ജയന്തിയുടെ അമ്മ സുഖമില്ലാതെ കിടപ്പിലാണ്. അവിടെ തന്റെ മക്കൾ അനാഥരെപ്പോലെയാണ് കഴിഞ്ഞതെന്ന് ജയന്തിക്കറിയാം...അഭയാർഥികളായി എത്തിയതുപോലെ.... ഒന്നിനും സ്വാതന്ത്ര്യമില്ല..

"തിന്നാനും കുടിക്കാനുമില്ലെങ്കിലും സ്വന്തം വീട്ടി കെടന്നാ സ്വാതന്ത്ര്യമുണ്ടല്ലോ.. എന്റെ കൊച്ചിങ്ങള് അവിടെ അന്യരെപ്പോലെ കഴിയുന്നത് എനിക്ക് സഹിക്കൂല്ല. ഞാൻ ഇനി എന്റെ മക്കളെ അങ്ങോട്ടയക്കൂല്ല. എന്റെ വീട്ടി ഒറ്റയ്ക്ക് കഴിയും."

"നിനക്ക് പേടിയാവൂല്ലേ, വീട്ടി ഒറ്റയ്ക്ക് കഴിയാൻ." സുനന്ദ ചോദിച്ചു.

"രഘുവേട്ടൻ മരിച്ചതീപിന്നെ ഓരോരുത്തന്മാര് സഹായത്തിനെന്നും പറഞ്ഞുവരും. വൃത്തികെട്ടവന്മാര്. എന്റെ മോളേം ഓരോരുത്തന്മാര് നോട്ടം ഇട്ടിട്ടുണ്ട്.... ഞാൻ അരിഞ്ഞ് നുറുക്കും എല്ലാറ്റിനേം.."

ജയന്തിയുടെ ചുണ്ടുകൾ ഒരുവശത്തേക്ക് കോടി കണ്ണുകൾ തള്ളി വന്നു.

പിന്നെ അവൾ ദൂരെ കണ്ണുനട്ട് ഒരു ഓർമയിൽ അങ്ങനെ ഇരുന്നു... കരയാതെ കണ്ണുകൾ നിറഞ്ഞു തുളുമ്പി ഒഴുകാൻ തുടങ്ങി... കണ്ണുനീർ തുടച്ച് അവൾ പറഞ്ഞു:

"എന്റെ അച്ഛനായിരുന്നു എല്ലാം. കുട്ടിക്കാലത്ത് പുരാണകഥകൾ പറഞ്ഞ് തന്നത്... വായിക്കാൻ പ്രേരണയായത്, ലിറ്ററേച്ചർ പഠിക്കാൻ പ്രോത്സാഹിപ്പിച്ചത് എല്ലാം എല്ലാം. ഞാൻ എഴുതുന്ന ഓരോ കവിതയും കഥയും അച്ഛനെയാണ് ആദ്യം കാണിച്ചിരുന്നത്... അച്ഛനെപ്പോലെ ഒരാൾ അങ്ങനെയായിരുന്നു എന്റെ സങ്കൽപ്പം. അച്ഛൻ കണ്ടെത്തിയ ആൾ... ഇല്ല. അയാൾക്ക് ഒരു കുഴപ്പവുമില്ലായിരുന്നു...പക്ഷേ എനിക്കു പറ്റിയ

ഒരാൾ അല്ലായിരുന്നു...ആ സ്നേഹമല്ലായിരുന്നു എനിക്ക് വേണ്ടിയിരുന്നത്...."

"ഇപ്പോൾ അച്ഛൻ എവിടെ" സുനന്ദ ചോദിച്ചു...

"അച്ഛൻ മരിച്ചു...., പെട്ടെന്ന്. എന്റെ വിവാഹം കഴിഞ്ഞ് ഒന്നര വർഷം കഴിഞ്ഞപ്പോൾ...."

ജയന്തിയുടെ കണ്ണുകൾ വീണ്ടും നിറഞ്ഞൊഴുകാൻ തുടങ്ങി..

"അച്ഛൻ വരും. എന്റെയടുത്ത്... ഞാൻ ഒരുപാട് വേദനിച്ചിരിക്കമ്പം.... ഉറക്കം വരാതെ മനസ്സ് നീറമ്പം....ആരുമില്ലല്ലോ എന്നോർത്ത് വിങ്ങിപൊട്ടമ്പം... നിനക്ക് ഞാനുണ്ട്....ഞാൻ കൂടെയൊണ്ട് എന്ന് അടുത്ത് വന്നിരുന്ന് പറയും..."വിങ്ങിവന്ന കരച്ചിൽ പിടിച്ചടക്കി അവൾ ഇത്തിരിനേരം നിന്നു. മനസ്സ് ഒരു നിശ്ചയത്തിൽ കൊണ്ടുവന്ന് അവൾ പറഞ്ഞു.

"ഇത്തിരി പ്രാന്തൊള്ളത് നല്ലതിനാ. അപ്പം എല്ലാത്തിനും ഒരു ധൈര്യം വരും. ഇവന്മാരൊക്കെ പേടിക്കേം ചെയ്യും. ഇവന്മാരുടെ ശല്യം ഉണ്ടായപ്പൊഴൊക്കെ എന്റെ പ്രാന്താണ് എന്നെ രക്ഷിച്ചത്. അറിയോ.. ഈ പ്രാന്തില്ലെങ്കീ ഞാൻ വെറും പാവമാണ്. ആരുടേം മൊഖത്തു നോക്കി രണ്ടു വാക്ക് പറയാൻ ത്രാണിയില്ലാത്ത പാവം. പ്രാന്തെന്നാണ് ആൾക്കാര് പറയുന്നത്. അവര് പറഞ്ഞോട്ട് എനിക്ക് രഘുവേട്ടൻ മരിച്ചതിന്റെ പിറ്റേന്ന് എന്തോന്നോ ഒന്ന് ഒരു വെട്ടംപോലെ ഒന്ന് എന്റെ തലയ്ക്കത്തോട്ട് കേറിപ്പോയി. ഒരു ഊർജം. ഞാൻ കണ്ടതാ.... വെട്ടിത്തിളങ്ങുന്ന ഒരു പ്രകാശം. പിന്നെ ഞാൻ പഴേ ആളല്ലാതായി.. ഒരു ശക്തീം തന്റേടവുമൊക്കെ വന്ന്. അതിനെയാണ് എല്ലാരും പ്രാന്തെന്ന് പറയുന്നത്. പ്രാന്തെങ്കീ പ്രാന്ത്. ഇതാണ് എനിക്കിപ്പം രക്ഷ."

ജയന്തി സംസാരിച്ചുകൊണ്ടേ ഇരുന്നു..

പിന്നെ സുനന്ദയോട് ചോദിച്ചു...

"സുനന്ദേടെ ഭർത്താവും മക്കളുമൊക്കെ എവിടെ."

"ആരു പറഞ്ഞു എനിക്ക് ഭർത്താവും മക്കളുമുണ്ടെന്ന്." സുനന്ദ ചിരിച്ചുകൊണ്ട് പറഞ്ഞു.

"അതു കണ്ടാലറിയാം. നിങ്ങളെ കല്യാണം കഴിച്ചതാണെന്ന്.."

സുനന്ദ പിന്നേം രസം പിടിച്ച് പറഞ്ഞു. "എന്നാ ആ തോന്നല് ശരിയല്ല കേട്ടോ..ഞാൻ അവിവാഹിതയാണ്. വിർജിൻ. വിർജിൻ എന്ന് വച്ചാ അറിയാമോ കന്യക. ജയന്തി സുനന്ദയുടെ ഭാവം നോക്കിയിരുന്നു. സുനന്ദ ജയന്തിയുടെ കവിളത്ത് ഒരു നുള്ളുകൊടുത്ത് പറഞ്ഞു... "സത്യം. ഞാൻ വിർജിനാ..."

സുനന്ദയ്ക്ക് പേടിയായിരുന്നു. ജയന്തിയുടെ കാര്യം ഓർക്കുമ്പോൾ... പതിനാറും പന്ത്രണ്ടും വയസ്സുള്ള പെൺമക്കൾ. താൻ വന്ന വഴിയിൽ ഒരുപാടൊരുപാടുപേരെ കണ്ടു. അശരണരായ പെൺവർഗം. പലർക്കും മാനസികമായി ശക്തിപകരാൻ സുനന്ദ ശ്രമിച്ചു. പലരും അവളുടെ ദത്തുപുത്രികളായി വളർന്നു. മധുവുമൊത്ത് ജീവിച്ച പൂർവാശ്രമകാലത്തും പത്രങ്ങളിൽ വരുന്ന വാർത്തകളിൽ അവൾ വേദനിച്ചു..

“എനിക്കിതൊന്നും സഹിക്കാൻ പറ്റുന്നില്ല മധു. എത്ര എത്ര പെൺകുട്ടികളാണ്. ഹോ... സ്വന്തം അവസ്ഥയായി ചിന്തിച്ചാലേ അതിന്റെ കാഠിന്യം മനസിലാവൂ.”

അവൾ മധുവിനോട് പറഞ്ഞിട്ടുണ്ട്..

“എന്റെ അച്ഛന്റേം അണ്ണന്മാരുടേം സ്വഭാവം കണ്ട് എല്ലാ ആണുങ്ങളും ഇങ്ങനെയാണെന്ന് ഞാൻ വിചാരിച്ചിട്ടുണ്ട്.... ആൺവർഗത്തിനെയപ്പാടെ എനിക്ക് വെറുപ്പായിരുന്നു. വിവാഹം കഴിക്കാൻ തന്നെ പേടിയായിരുന്നു. ആത്മഹത്യ എന്ന രക്ഷാമാർഗം മാത്രം കണ്ടാണ് വിവാഹ പന്തലിൽ എത്തിയത്...പക്ഷേ നമ്മടെ ജീവിതം.”

അവൾ ഒന്നോർത്തിട്ട് പറഞ്ഞു:

“അച്ഛന് ഒരുപാട് പെൺ ബന്ധങ്ങളുണ്ടായിരുന്നു. പലതും അമ്മയ്ക്കറിയാം. അമ്മ അതൊക്കെ സഹിച്ചു. എതിർത്ത് ഒന്നും പറയാൻ അമ്മയ്ക്കാവില്ലായിരുന്നു. എന്തെങ്കിലും പറഞ്ഞാൽ മർദനം മാത്രമല്ല. അമ്മയ്ക്കും അത്തരം ബന്ധങ്ങൾ ഉണ്ടായിരുന്നു എന്ന തരത്തിൽ അച്ഛൻ പറയാൻ തുടങ്ങും.

“നീ അത്ര ശീലാവതി ചമയണ്ട... എനിക്കറിയാം എല്ലാം.. എന്നെക്കൊണ്ടൊന്നും പറയിക്കണ്ട....” ഇത് അച്ഛൻ അമ്മയോട് എപ്പോഴും പറയുന്നതാണ്.... വീട്ടിലെ ഒരു ജോലിക്കാരിയുമായും എന്റെ പ്രായത്തിലുള്ള അവരുടെ മോളുമായും അച്ഛനു ബന്ധമുണ്ടായിരുന്നു. പക്ഷേ അവർക്കൊന്നും ഒരു കൊഴപ്പവും പറ്റീല്ല. നന്നായി ജീവിക്കുന്നു. ആ പെണ്ണിന്റെ കല്യാണം നന്നായി നടത്തിച്ചതും അച്ഛൻ തന്നെ. ഇതുപോലെ പെൺവാണിഭത്തിലൊക്കെ അച്ഛനുണ്ടായിരുന്നിരിക്കുമോ.... എനിക്കറിയില്ല..”

“നീയീ ആവശ്യമില്ലാത്തതൊക്കെ ആലോചിച്ച് മനസ്സ് പുണ്ണാക്കുന്നതെന്തിന്.... ആണുങ്ങള് കൊറെയൊക്കെ ഇങ്ങനെതന്നെ. പെണ്ണുങ്ങള് അതീപ്പോയീ വീണുകൊടുത്തിട്ടല്ലെ.” മധു പറയും. “നീയും ഇതിനെ ന്യായീകരിക്കയാണോ മധു. കല്യാണം കഴിച്ച് ജീവിക്കുന്ന ആണുങ്ങള് എന്റെ അച്ഛനെപ്പോലെ വേറെ പെണ്ണുങ്ങളുടെ അടുത്ത് പോണതീ തെറ്റൊന്നുമില്ലന്നാ നീ പറഞ്ഞു വരുന്നത്.”

“അങ്ങനെയൊന്നും ഞാൻ പറഞ്ഞില്ലല്ലോ.. കല്യാണത്തിനു മുൻപ് ആണുങ്ങളൊക്കെ അങ്ങനെ പോയെന്നിരിക്കും.. എനിക്കറിയാവുന്ന മിക്കവരും അങ്ങനെ പോയിട്ടൊണ്ട്... കല്യാണത്തിന് ശേഷവും അങ്ങനെയൊക്കെ പോകുന്നവര് കാണും... അതൊന്നും ഒരു തെറ്റായിട്ട് ആരും കാണൂല്ല.”

“അപ്പം പെണ്ണുങ്ങള് പോയാലാ.”

“പെണ്ണങ്ങള് പോയാ അവർ സമൂഹത്തിന്റെ മുന്നീൽ ചീത്തതന്നെ.”

“ഇതെന്തര് ന്യായം.... എനിക്ക് വല്ലാതെ വരുന്ന് കേട്ടാ.”

“നീ ചൂടായിട്ട് കാര്യമില്ല മോളെ. ഇതെന്റെ അഭിപ്രായമൊന്നുമല്ല. അതാണ് സമൂഹം.”

സുനന്ദ ചിന്തിച്ചിട്ടുണ്ട് ഒരുപാട് വേദനയോടെ, കൂട്ടബലാൽസംഗത്തിനൊക്കെ ഇരയായ പെൺമക്കളേയും കൊണ്ട് രക്ഷിതാക്കൾ കോടതികൾ കയറിയിറങ്ങുമ്പോൾ..

ഈ കുട്ടിക്ക് ചത്തുകളഞ്ഞുകൂടെ... ഒരു ജീവിതം ഇത് എങ്ങനെ ജീവിച്ചു തീർക്കും.

മറ്റൊരുവൻ ഭോഗിച്ച ശരീരം ചുമക്കുന്നത്, അങ്ങനെ എല്ലാവരും കാണുന്നത്. ആത്മാവിന്റെ അഴിക്കാനാവാത്ത ചങ്ങലയാണ്... മരണമല്ലാതെ പിന്നെ വഴിയില്ല. അവൾ അന്ന് അങ്ങനെയാണ് ചിന്തിച്ചത്...

ആ ചിന്തയിൽനിന്ന് ശ്വാസത്തെ കുടഞ്ഞ് അവൾ അവന്റെ മടിയിലേക്ക് ചാഞ്ഞു.. അവൻ അവളുടെ മുഖത്ത് വിരലോടിച്ചു. മധുവിന്റെ വിരൽ നീക്കങ്ങൾ അവളിൽ രതി ഉണർത്തിക്കൊണ്ടിരിക്കുകയുമായിരുന്നു... അവൻ അവളെ ചേർത്ത് ഉമ്മ വച്ചു.

വിവാഹം കഴിഞ്ഞ് അധികനാൾ കഴിയുന്നതിനു മുൻപ് കായലിന്റെ തീരത്ത് മണലിൽ ഇരുന്ന് കിന്നാരങ്ങൾ പറഞ്ഞിരിക്കുമ്പോൾ അവൻ ചോദിച്ചു:

"നിന്നെ ആരെങ്കിലും തൊട്ടിട്ടുണ്ടോ."

"പിന്നില്ലെ ആരെങ്കിലും തൊടാതിരിക്കോ... ഒരുപാട് കൂട്ടുകാരികള്."

"അതല്ലടീ.... തമാശ പറയാൻ മിടുക്കിയാണല്ലെ... നിന്നെ ആണുങ്ങളാരെങ്കിലും. തൊട്ടിട്ടുണ്ടോന്നാണ് ചോദിച്ചത് മനസിലായോ..."

"ആണുങ്ങള് എന്തിനെന്നെ തൊടുന്നത്. ബസികേറുമ്പം കൂടിയും ഞാൻ കരുതലോടെ നിക്കൂ. ഞെരുക്കൊള്ള ബസീ ആണുങ്ങൾടെ എടേലാണെങ്കീ ഞാൻ ആ ബസീ കേറൂല്ല." അവൾ പറഞ്ഞു.

"എനിക്കറിയില്ല എല്ലാരേം കാര്യം. ഞാൻ എന്ന പെണ്ണ് താലികെട്ടിയ പുരുഷനിൽ സമർപ്പിക്കാനായിട്ടാണ് ഈ ശരീരത്തെ കാത്തുസൂക്ഷിച്ചത്... ആരും തൊടുന്നതൊന്നും.... അതൊക്കെ സങ്കൽപ്പിക്കാൻ കൂടി വയ്യ"

"ആരേങ്കിലും പ്രേമിച്ചിരുന്നെങ്കിലോ...." സുനന്ദയുടെ വയറിൽ തലോടി കൊണ്ട് അവൻ ചോദിച്ചു. "ഞാൻ ആരേം പ്രേമിച്ചിട്ടില്ല. എന്റെ പെറേന്ന് നടന്നവരക്കെ ഒണ്ട്. എനിക്കങ്ങനെ പ്രേമമൊന്നും ആരോടും വന്നില്ല. എനിക്കാകെ പേടിയായിരുന്നു മധു. പുരുഷന്മാരേം പ്രേമോം എല്ലാം... നിന്നെ മാത്രം ഞാൻ പ്രേമിച്ചു." അവൾ അവനെ ചുറ്റിപിടിച്ച്, അവന്റെ കണ്ണിൽ ഇത്തിരിനേരം നോക്കി അവന്റെ ചുണ്ടിൽ ഉമ്മവച്ചു.. അവനും അവളെ ചേർത്തുപിടിച്ചു. അതൊരു ദീർഘചുംബനമായി.

"എനിക്ക് തോന്നുന്നത് പ്രേമിച്ച പുരുഷനോടായാലും ഒരു സ്ത്രീക്ക് കല്യാണം കഴിയുന്നതുവരെ ശാരീരികമായി ബന്ധപ്പെടുന്നത് ഇഷ്ടപ്പെടുല്ലാന്നാണ്. ഒരു സ്ത്രീക്ക് അവളുടെ ശരീരം അത്ര പവിത്രമാണ്." സുനന്ദ അവന്റെ ചുണ്ടിൽ വിരലോടിച്ച് പറഞ്ഞു.

ഓർമകൾ ചിലത് മറവിയിൽ മറഞ്ഞില്ലാതെയാവാത്തതിനാൽ അതിന്റെ ഇരുണ്ട അറകളിൽ പൊതിഞ്ഞു സൂക്ഷിച്ചിരിക്കാതെ വയ്യ,

സുനന്ദയ്ക്ക്.

കുടുംബക്ഷേത്രത്തിലെ ഉത്സവമാണ്. വീട്ടിൽ കുറെ ബന്ധുക്കളൊക്കെ വന്നിട്ടുണ്ട്. സുനന്ദ ഒൻപതാം ക്ലാസിലാണ്. അച്ഛന്റെ ഏതോ ഒരു അകന്ന ബന്ധു, സാധാരണ എല്ലാവർഷവും വരുന്നയാളല്ല, അവളുടെ മുറിയിൽ കതക് തള്ളിത്തുറന്ന് അകത്തോട്ട് കേറി. സുനന്ദ പൂർണ്ണ നഗ്നയായി നിൽക്കുകയായിരുന്നു. അവൾ ഡ്രസ്സ് മാറുകയായിരുന്നു. കുളിച്ച് ഡ്രസ്സ് മാറുമ്പോൾ. കതകടച്ച് കുറേനേരം അവൾ സ്വന്തം ശരീരം ആസ്വദിക്കും. കതകിന്റെ കുറ്റി നല്ലതുപോലെ വീഴാത്തതുകൊണ്ടായിരിക്കണം, മീശ മുളച്ചു തുടങ്ങിയ ഒരു ചെറുക്കൻ മുന്നിൽ. അവൻ ഒരു നിമിഷം നോക്കി നിന്നു. പെട്ടെന്നു തന്നെ പോകയും ചെയ്തു. പിന്നെ അവനെ കണ്ടിട്ടില്ല. അച്ഛന്റെ ബന്ധുക്കളിൽ പെട്ട ഒരുത്തന്റെ കൂട്ടുകാരനോ മറ്റോ ആയിരുന്നു അവൻ.... എന്നാലും ഓർക്കുമ്പോൾ.. നൂൽബന്ധമില്ലാത്ത അവളുടെ പതിനാലുവയസ്സ് പ്രായത്തിലെ ശരീരം മറ്റൊരുവന്റെ മനസിൽ കുടികൊള്ളുന്നു... ശരീരത്തിൽ ശിൽപ്പ ഭംഗികൾ അതിന്റെ പൂർണതയിലോട്ട് വികസിക്കുന്നകാലം.... അത് ഒരിക്കലും അവന്റെ മനസിൽ മായാത്ത ചിത്രമായി കിടക്കുമെന്നും എപ്പോൾ വേണമെങ്കിലും അവന് തന്റെ ശരീരം അവന്റെ മനസിൽ കാണാമെന്നും ഓർക്കുമ്പോൾ അവൾ വല്ലാതെയാകും. ഒരിക്കലും ഓർക്കാനിഷ്ടമില്ലാത്ത ഒന്ന്. അത് അവൾ അല്ല..... അങ്ങനെ ഒരു നിമിഷം അവൾക്കില്ല എന്നൊക്കെ അവളെ പറഞ്ഞ് വിശ്വസിപ്പിക്കാൻ ശ്രമിക്കുന്നു..

പിന്നെ മറ്റൊരനുഭവം കൂടി.

കോളേജിൽ പ്രവേശിച്ചകാലം. ബസിൽ കയറിയാണ് കോളേജിൽ പോകുന്നത്.... സ്കൂൾ വീടിനു വളരെ അടുത്തായിരുന്നു. ബസിൽ കേറുന്ന ഞെരുക്കിനിടയിൽ ആരോ അവളുടെ മുലയിൽ അമർത്തി ഒരു പിടിത്തം. ആരാണെന്നറിയില്ല.. കുറേ ദിവസത്തേക്ക് ആ മുലയിൽ വല്ലാത്തൊരു തരിപ്പ്.... അവൾ ആ മുലയിൽ കൈകൊണ്ട് തേച്ച് തേച്ച് അജ്ഞാതനായ ആ പുരുഷന്റെ സ്പർശം മായ്ച്ച് കളയാൻ ശ്രമിച്ചു. ആ തരിപ്പ് ആ ഇടത്തേമുലയിൽ ഒരു പുരുഷ സാന്നിധ്യംപോലെ പിന്തുടർന്ന് അവളെ അസ്വസ്ഥപ്പെടുത്തി. ഏറെ നാളെടുത്തു അതിൽനിന്ന് വിട്ടു മാറാൻ.

മധുവിനോട് പറയാതെ ഇതും ഒരു മഹാരഹസ്യംപോലെ അവൾ മറച്ചുവച്ചു..

മധു പെണ്ണിനെ പറ്റി കരുതിയതൊന്നുമല്ലായിരുന്നു സുനന്ദ. അവൾക്ക് ഇന്റർകോഴ്സ് ആദ്യാനുഭവമാകും എന്ന് പ്രതീക്ഷിച്ചെങ്കിലും അതിനൊക്കെ ചില മുൻകൈകളും ഇഷ്ടങ്ങളും പെണ്ണിനുമുണ്ടാകും എന്നവൻ കരുതി... ഒന്നുമറിയാത്ത ഒരു കുട്ടി.

വലിയ കണ്ണുകളും വടിവൊത്ത ശരീരവും എന്ന അത്ര അസാധാരണമല്ലാത്ത സൗന്ദര്യ സങ്കൽപ്പമായിരുന്നു മധുവിന് കെട്ടാൻ പോകുന്ന പെണ്ണിനെക്കുറിച്ച് ഉണ്ടായിരുന്നത്... ആ സൗന്ദര്യം സുനന്ദയിൽ കണ്ട

തുകൊണ്ടാണ് പെണ്ണുകാണലിന് കണ്ടമാത്രയിൽ തന്നെ ഇവൾ മതിയെന്ന് തീരുമാനിച്ചത്.. കല്യാണം കഴിക്കുന്ന പെണ്ണ് കാഴ്ചയിൽ എങ്ങനെ എന്നതിനുമപ്പുറം മറ്റൊന്നും ചിന്തിക്കേണ്ടതുണ്ടായിരുന്നില്ല. സ്വഭാവശുദ്ധിയിൽ പ്രധാനം അടക്കവും ഒതുക്കവുമാണ്. വിവാഹത്തിനുമുൻപ് പ്രണയം, ആൺബന്ധങ്ങൾ ഇങ്ങനെയുള്ള സ്വഭാവദൂഷ്യങ്ങൾ ഇല്ലാത്തത്, സാമാന്യം സാമ്പത്തിക സൗകര്യങ്ങൾ ഇതൊക്കെ തന്നെ എല്ലാപേരെയും പോലെ മധുവും വിവാഹാന്വേഷണങ്ങളിൽ പ്രധാനമായി കണ്ട ആവശ്യങ്ങൾ... ജനിച്ചു വീണതുമുതൽ തനിക്കുവേണ്ടി സൂക്ഷിക്കപ്പെട്ട ഒരു ശരീരം എന്നത് ഏതൊരു പുരുഷന്റേയും ആഗ്രഹമാണ്.

സുനന്ദയും പറഞ്ഞിട്ടുണ്ട്. പാശ്ചാത്യർക്കൊക്കെ എന്ത് സുഖമാണ് ഇതിൽ നിന്നൊക്കെ കിട്ടുന്നത്. കുട്ടിയിലേ സെക്സ് അറിഞ്ഞാൽ വിവാഹശേഷം പിന്നെ എന്തെങ്കിലും രസം കാണോ... വിവാഹം കഴിഞ്ഞ ശേഷം ആദ്യമായി ഇതൊക്കെ അറിയമ്പം അതിന്റെ സുഖവും അനുഭൂതിയും ഒന്നു വേറെ തന്നെ.

മധുവിന് പക്ഷേ, അവന്റെ പെൺ സങ്കൽപ്പത്തിന് സുനന്ദ ഒരു നവ്യാനുഭവമായിരുന്നെങ്കിലും വിവാഹപൂർവ ലൈംഗികബന്ധങ്ങൾ അവന് ഏറെയുണ്ടായിരുന്നു. കുറേയേറെ പെൺബന്ധങ്ങൾ.. പെണ്ണുടൽ കണ്ട അനുഭവങ്ങളും അതിന്റെ കോരിത്തരിപ്പുകളും വിമ്മിഷ്ടങ്ങളും അവൻ കൗമാരത്തിന്റെ തുടക്കത്തിൽത്തന്നെ അനുഭവിച്ചിട്ടുണ്ട്. കൂട്ടുകാരുമൊത്ത്.

കോഴിയെ കൊന്ന് ഇറച്ചി തിന്നുന്ന ലാഘവേ പെണ്ണിനെ തേടിപിടിച്ച് ഭോഗിക്കുന്നതിൽ ആ കൂട്ടത്തിന് ഉണ്ടായിരുന്നുള്ളു...

സുനന്ദയുമായുള്ള ജീവിതം തുടങ്ങിയപ്പോൾ മധുവിന്റെ പൂർവകാല ജീവിതം അവന് അന്യമാകുന്നപോലെ തോന്നി. അങ്ങനെ ജീവിച്ചിരുന്നില്ല എന്നുതന്നെ അവനനുഭവിച്ചു.. ഭാരതസ്ത്രീ തൻ ഭാവശുദ്ധിയുള്ള പെണ്ണിനെ കിട്ടിയപ്പം അവൻ ആളാകെ മാറിയെന്നാണ് ജോഷ് മധുവിനെ കളിയാക്കുന്നത്.

"കല്യാണം കഴിഞ്ഞ് നീ ഇത്രേം അങ്ങ് മാറുമെന്ന് ഞാൻ വിചാരിച്ചില്ല. ഇടയ്ക്കൊക്കെ ഒരു ചെയിഞ്ച് വേണ്ടേ.." ജോഷ് പറയുമായിരുന്നു.

ജോഷ് വിവാഹശേഷവും ഊട്ടി, കൊടൈക്കനാൽ ടൂറുകളൊക്കെ നടത്തും. മധു വിവാഹശേഷം ആ യാത്രയിലൊന്നും കൂടില്ല....

വിവാഹം കഴിഞ്ഞ് കുറെ വർഷങ്ങൾ സുനന്ദയെ ഒരു ദിവസം പിരിഞ്ഞുനിന്നാൽതന്നെ മധുവിന് വല്ലാത്ത വേവലാതിയായിരുന്നു. പ്രണയം എന്നാണോ പറയേണ്ടത് എന്ന് അവന് തന്നെ അറിയില്ല..

പക്ഷേ പ്രണയം സെക്സ്വേളയിൽ എന്നത് അവന് അപ്രാപ്യമാണെന്ന് മധുവിന് തോന്നിയിട്ടുണ്ട്... താൻ സ്നേഹിക്കുന്നു, പ്രണയിക്കുന്നു എന്നു കരുതുന്ന സുനന്ദ സെക്സ് വേളയിൽ ഭോഗിക്കുന്ന സ്ത്രീ ശരീരം മാത്രമായി മാറുന്നു...

ഓർമയിൽ മധുവിനെ ഏറെ നടുക്കുന്ന ഒരു സംഭവമുണ്ട്. അത് മറവിയുടെ ഒരു കുഴിയെടുത്ത് മൂടാൻ ശ്രമിക്കുകയാണവൻ. ചിലപ്പോൾ സുനന്ദയുമായുള്ള രതിസമയങ്ങളിൽ കൊളുത്തിപ്പിടിക്കുന്നതുപോലെ വന്നെത്തും ആ ഓർമ.

ഡിഗ്രി പഠനകാലത്താണ്. കാമ്പൗണ്ട് വാളുള്ള ഒരു വീട്ടിലാണ് മധുവും മറ്റ് അഞ്ചുപേരും കൂടി താമസിച്ചിരുന്നത്. മുറ്റത്ത് നിറയെ ഇല ച്ചെടികളുള്ള വീട്.... രാത്രി പഠനം അല്ലെങ്കിൽ ചീട്ടുകളിയൊക്കെ കഴിഞ്ഞ് ചെടികൾക്കിടയിൽ നിന്ന് മൂത്രമൊഴിച്ച് ഗേറ്റും പൂട്ടുക. ഇതാണ് പതിവ്. അന്ന് രാത്രി മധുവാണ് ആദ്യം പുറത്തേക്കിറങ്ങിയത്. ചെടികൾ ക്കിടയിലേക്ക് നിക്കുമ്പോൾ ഒരനക്കം ഒരാൾ രൂപം. ഒരു പെണ്ണ്, വെളുത്ത് മെലിഞ്ഞ്.

അവൾ കരഞ്ഞുകൊണ്ട് പറഞ്ഞു.. "എന്നെ രക്ഷിക്കണേ.... കുറേ പേര് എന്റെ പിറകേ വന്നു... ഗേറ്റ് തുറന്ന് കിടന്നതുകൊണ്ട് രക്ഷപ്പെ ടാൻ കേറിയതാണ്. സഹോദരങ്ങളെ രക്ഷിക്കണേ..."

കണ്ടിട്ട് ഫ്രെഷ് സാധനമാണ് മധു ചിന്തിച്ചു...

"എന്നിട്ട് അവരെവിടെ"

"ഇതിലേ ഓടി അങ്ങോട്ട് പോയി."

ദൂരെ ഒരു കാൽപ്പെരുമാറ്റം കേട്ട് അവൾ ഭയന്നു. "അവർ തിരിച്ചു വരയാണ്." അവൾ വെപ്രാളപ്പെട്ടു...."അകത്തോട്ട് കേറിക്കോ..." മധു വിന്റെ മനസിന് ഒരു ഊളന്റെ കൗശലമായിരുന്നു. അവൾ താമസിക്കുന്ന ഹോസ്റ്റലിൽ പോകാൻ ഒരു ഓട്ടോയിൽ കയറിയതായിരുന്നു. സാധാ രണ പകൽ സമയങ്ങളിൽ കയറി പരിചയമുള്ള ഓട്ടോ ആയതുകൊണ്ട് ആട്ടോ ഡ്രൈവറെ വിശ്വസിച്ചു കയറി. യൂണിവേഴ്സിറ്റി ആഫീസിസ് ജോലിചെയ്യുന്ന അവൾ അവധി കഴിഞ്ഞ് വരുകയായിരുന്നു. ഓട്ടോ ഡ്രൈവർ വഴിമാറ്റി ഓടിച്ചപ്പോൾ അവൾ ബഹളം വയ്ക്കാൻ തുടങ്ങി. അയാൾ ഓട്ടോ ഓടിച്ചത് അയാളുടെ സംഘത്തിനടുത്തേക്കാണ്. ഓട്ടോ സ്ലോ ആയതും അവൾ ഇറങ്ങി ഓടി. അവർ പിന്തുടർന്ന് ഓടി. അപ്പോ ഴാണ് ഗേറ്റ് തുറന്ന് കിടക്കുന്ന ഈ വീട് കണ്ടത്.

അവൾക്ക് ഒരു മുറികൊടുത്ത് അവിടെ ഇരിക്കാൻ പറഞ്ഞു. "ഇന്നിനി ഏതായാലും പോണ്ട. നാളെ ഹോസ്റ്റലിൽ ഞങ്ങൾ എത്തി ക്കാം." വർഗീസാണത് പറഞ്ഞത്. മധുവും കൂട്ടരും മറ്റേ മുറിയിലിരുന്ന് കൂടിയാലോചന നടത്തി.

"നല്ല സൊയമ്പൻ ഫ്രെഷ് സാധനം... നമ്മടെ മുന്നീ തന്നെ വന്നു വീണല്ലടാ അളിയാ."

വർഗീസിന് നാവിൽ വെള്ളമൂറുന്ന പോലെ ആവേശമായി.

"ഒരു പാവം കൊച്ച്... നമ്മക്കിത് വേണോ.." ഷാജിയാണത് ചോദിച്ചത്.

"ഇവനേത് കോത്താഴത്ത്കാരൻ... ഭാഗ്യം വന്ന് മുന്നേ വീഴമ്പഴാണ് അവന്റെ ഒരു... ഒറ്റ ചവിട്ട് വച്ചു തന്നാലൊണ്ടല്ലേ...."

“അല്ല നമ്മടെ പെങ്ങക്കും ഈ ഗതിയൊക്കെ വന്നാ... അതോർക്കമ്പം..” ഷാജിക്ക് കൂട്ടത്തിലായിട്ടും മന:സാക്ഷിയുണരുന്നുണ്ടായിരുന്നു.

“ഇതിപ്പം അങ്ങനെ പെട്ടെന്നു വഴങ്ങുന്ന ലക്ഷണം കാണുന്നില്ല.” നമ്പൂതിരി പ്രായോഗികവശങ്ങൾ ആലോചിച്ചു...

“വഴങ്ങൂല്ലെങ്കീ വഴക്കിക്കും. പിന്നല്ല പൊലയാടിച്ചി.... അവക്കിപ്പം ഒരു കുഴപ്പോമില്ലാതെ ഹോസ്റ്റലീ പറ്റാം. ഇതങ്ങ് രഹസ്യമാക്കി വച്ചാപ്പോരെ.”

“ആദ്യം നയത്തീ നോക്കാം. ഒരു സുഖമൊക്കെ പറ്റമ്പം പിന്നെ വീണോളും..” മധു പറഞ്ഞു.

“അപ്പം നയത്തിന്റെ ആളാരാണ്” വർഗീസ് ചോദിച്ചു.

“നമ്പൂരി തന്നെ പോട്ട്..” മധു അഭിപ്രായപ്പെട്ടു...

“ഇത്തിരി കയ്യേറ്റവും ബലാൽസംഗവുമൊക്കെ ഒണ്ടെങ്കിലേ പറ്റൂന്നാണ് തോന്നുന്നത്. അതിനിപ്പം പറ്റിയത് ഞാനാണ്.... ഒരു ബലാൽസംഗം ചെയ്തിട്ട് ഇത്തിരി നാളായി.. ആ... നമ്മടെ പറട്ട നമ്പൂരി തന്നെ പോട്ട്... നടപ്പില്ലങ്കീ സമയം കളയാതെ ഇങ്ങ് വന്നേരെ. ഇവിടെ സംഗതി ചൂടുപിടിച്ചിരിക്കയാണ്.”

അങ്ങനെ നമ്പൂതിരി പോയി. അകത്ത് അല്പ സമയം ഒച്ചയും നിലവിളിയും. ഒരു രക്ഷയുമില്ല അടുക്കാൻ സമ്മതിക്കുന്നില്ല എന്ന് പറഞ്ഞ്... നമ്പൂതിരി പോയതുപോലെ പുറത്തുവന്നു. വർഗീസ് കയറി. അതിനിടയിലെ അൽപ്പസമയത്തിൽ ആ കുട്ടി ധൈര്യം വീണ്ടെടുത്തു. ഭയത്താൽ തളർന്നുപോയ ശരീരം എതിർത്ത് നിൽക്കാൻ ശക്തി സംഭരിച്ചു. അവൾ സർവശക്തിയിലും എതിർത്തു. പെട്ടെന്ന് ഒരുനിമിഷം ഒരു മിന്നായം. ഒരു ഓർമ അവൾക്ക് ആയുധമായെത്തി... അവളുടെ അയൽവീട്ടിലെ തങ്കപ്പൻ കള്ളുകുടിച്ച് വന്ന് അയാളുടെ ഭാര്യ സരസൂനെ മുടിക്ക് ചുറ്റിപ്പിടിച്ച് അവരുടെ മുറ്റത്തിട്ട് തല്ലുന്ന രംഗം അവളുടെ ഓർമയിലേക്ക് വന്നു. മഞ്ജുവിന്റെ, അങ്ങനെ നമുക്ക് ഈ പെൺകുട്ടിയെ വിളിക്കാം, അമ്മ മഞ്ജുവിനോട് അകത്ത് കയറിപ്പോകാൻ പറയും.... കാരണം തങ്കപ്പന്റെ മുണ്ടഴിഞ്ഞ് പോയിട്ടുണ്ടാവും, അടിക്കിടയില്. പക്ഷേ അവൾ കണ്ടിട്ടുണ്ട്, സരസു തങ്കപ്പന്റെ ജനനേന്ദ്രിയത്തിൽ കയറി പിടിക്കുന്നത് അതോടുകൂടി തങ്കപ്പൻ വീഴും. അവൾ വർഗീസിന്റെ ജനനേന്ദ്രിയം പൂണ്ടടക്കം പിടിച്ചുടച്ചു. വേദനയിൽ പുളയുമ്പോൾ അവൾ അവന്റെ കൈയിൽ ഒറ്റ കടിയും. അവൻ പിടി വിടുവിച്ചതും പിൻവാതിൽ തുറന്ന് അവൾ ഓടി. മുസ്തഫയും വർഗീസും കൂടെ. ഓടി. പക്ഷേ ആ കുട്ടിയെ അവർക്ക് കണ്ടുപിടിക്കാനായില്ല.

മൂന്നുനാളുകൾക്ക് ശേഷം മൃതദേഹം ഒരു പൊട്ടക്കിണറ്റിൽ നിന്ന് കണ്ടെടുത്തു. ആ പെൺകുട്ടിയുടെ പടവുമായി വാർത്ത പത്രങ്ങളിൽ വന്നു. അവൾ ബലാൽസംഗം ചെയ്യപ്പെട്ടിട്ടുണ്ടായിരുന്നു...

“അതോർത്ത് വിഷമിച്ചിട്ടൊന്നും കാര്യമില്ല. അവള് നമ്മളോടെ സഹകരിച്ചെങ്കീ ഇതൊന്നും വരൂല്ലായിരുന്നല്ലെ....” ഷാജീടെ വിഷമം കണ്ട്

വർഗീസ് പറഞ്ഞു.

"ഓ... അതങ്ങ് മറന്നുകള... അതോർത്തോണ്ടിരുന്നാ കാര്യങ്ങള് നടക്കത്തില്ല..." മുസ്തഫയും പറഞ്ഞു...

"ഒരു സ്വപ്നമെന്നങ്ങ് വിചാരിച്ചാ മതി. മറന്നേക്കീം..."മധു പറഞ്ഞു.

അവർ അതു മറന്നു. പെണ്ണാഘോഷങ്ങൾ പിന്നെയും തുടർന്നു. എന്നാലും വർഗീസ് പറയാറുണ്ട്, അന്നത് നഷ്ടമായത്... ജന്മത്തീ അതുപോലൊരു സാധനത്തിനെ പിന്നെ കിട്ടീട്ടില്ല.. ഒരുമ്പെട്ടോക്ക് ചാവാങ്കണ്ട നേരം.

പക്ഷേ, സുനന്ദയുടെ നിഷ്കളങ്ക മുഖത്തിൽ എപ്പോഴോ ഒരിക്കൽ മധു ആ പെൺകുട്ടിയെ കണ്ടു. ആ ഓർമ്മ അങ്ങനെ ഒരു കുറ്റബോധത്തിന്റെ പുതുരൂപത്തിൽ ഉണർന്നു.. പിന്നെ എത്ര കുഴിച്ചുമൂടാൻ ശ്രമിച്ചാലും അത് കൂടെക്കൂടെ വന്നുകൊണ്ടിരുന്നു...

ഒൻപത്

സീസൺ ആയതുകൊണ്ടാവാം കടലോരത്ത് നല്ല തിരക്കുണ്ട്. മണൽപ്പരപ്പിൽ വീതിയേറിയ കടപ്പുറം... ഉല്ലസിക്കുന്ന മനുഷ്യരും. ചെറുകച്ചവടക്കാരും സ്ത്രീകളും കുട്ടികളും മക്കളോടൊപ്പം വന്ന വൃദ്ധരും നവ ദമ്പതികളും... സ്കൂട്ടറും കാറുമായി വാഹനങ്ങളുടെ ഒരു നിര പാർക്കിങ് ഏരിയയിലുണ്ട്... സൂര്യൻ അസ്തമിച്ചുകൊണ്ടിരിക്കുന്നു... തിര വന്ന് മറയുന്ന തീരത്തെ സ്ഫടികതയിൽ തെളിഞ്ഞുമങ്ങുന്ന ആകാശം.

ഷംസും ജെസ്സിയും ഗൗരിയും ഹസ്സനും അർജ്ജുനും ഭൂപീന്ദറും മായയും സിൽവിയയും കുട്ടികളും പലനാടുകൾ സഞ്ചരിച്ച് ഇവിടെ എത്തി. സുഖവാസ കേന്ദ്രമാണ്, വിനോദ സഞ്ചാരികൾ ധാരാളമായെത്തുന്ന സ്ഥലം. സംഗീത സദസുകളും നൃത്തപരിപാടികളും സഞ്ചാരികൾക്കായി എന്നും അരങ്ങേറുന്നു. വലിയ ഒരു ചിത്രകലാ ഗ്യാലറി കടലിനോട് ചേർന്ന ക്ലിഫിൽ മനോഹരമായ ഒരു പൗരാണിക മന്ദിരത്തിലാണ്. ഷംസ് സുനന്ദയുമൊത്ത് ഇവിടെ വന്നിട്ടുണ്ട്. ആത്മീയ ഉന്മാദം നിറഞ്ഞകാലം.. ആ കാലത്താണ് കാണാക്കാഴ്ചകളുടെ അതിയാഥാർഥ്യങ്ങളിലേക്ക് ഷംസിന്റെ ബ്രഷ് നിറങ്ങളുമായി ചലിച്ചത്. കടൽത്തീരത്ത് നനഞ്ഞ് കിടക്കുമ്പോൾ ആലിംഗനങ്ങളിൽ ശരീരം ഇല്ലാതാവുകയും പിന്നെ ശരീരത്തിലേക്കുണരുകയും ചെയ്തു. ഭൂതവും ഭാവിയുമില്ലാത്ത കാലം... പരസ്പരം ഇന്നലെകളെ അറിയാതെ, അങ്ങനെ അറിയണമെന്ന ബോധം ഇല്ലാതെ... സംഭവങ്ങൾ രൂപത്തിൽ ദൃശ്യമാകാതെ കേൾവിയാകാതെ... നിശ്ശൂന്യമായ ആത്മാക്കളുടെ അറിയൽ... ഇന്നോർക്കുമ്പോൾ ഓർമയിൽ ധ്യാനത്തിന്റെ ഒരനുഭൂതി.

സ്വപ്നാത്മകം... നിറങ്ങളില്ലാത്ത... അതീന്ദ്രിയത...

ഓർമയിൽ ഒറ്റയ്ക്ക് ആ മണൽപ്പരപ്പിലെ ബഹളത്തിൽ അതൊന്നുമറിയാതെ കണ്ണടച്ച് കടലിരമ്പത്തിന്റെ ധ്വനിയിൽ ഷംസ് ഏറെ നേരം

ഇരുന്നു... ആളുകൾ തീരത്തു നിന്നൊഴിഞ്ഞുപോയതും സൂര്യൻ മറഞ്ഞതും അവൻ അറിഞ്ഞില്ല. ഷംസ് പ്രപഞ്ച ചലനങ്ങളോടൊപ്പം ലയിച്ചില്ലാതെയായി. കടലിന്റെ ശബ്ദം അവനെ വഹിച്ചുകൊണ്ടുപോയി. ഇരുട്ടു പരന്നപ്പോൾ ജെസ്സി അവനരികിൽ വന്നിരുന്നു. ജെസ്സിയുടെ കൈപ്പത്തി പതിയെ ഷംസിന്റെ കൈപ്പത്തിമേൽ വച്ചു. അവൻ കണ്ണു തുറന്നു. നക്ഷത്രവെട്ടത്തിൽ അവൻ ജെസ്സിയെ കണ്ടു. ഷംസിന്റെ കണ്ണ് നിറയുവാൻ തുടങ്ങി. ജെസ്സി അവനിലേക്ക് ചാഞ്ഞു. അവർ കുറേ നേരം അങ്ങനെ ഇരുന്നു. ഷംസ് ചോദിച്ചു:

"ജെസ്സീ നിനക്ക് എന്നെ മനസിലാവുന്നതെന്ത്...എന്റെ ദുഃഖം..... എനിക്ക് സുനന്ദയോടുള്ള ബന്ധം..."

"ഞാൻ മനസിലാക്കുന്നതുപോലെയാണോ എന്നറിയില്ല... പക്ഷേ എനിക്കതിന്റെ ആഴവും സാന്ദ്രതയും അറിയാം... ഷംസ്... നാം ഓരോരുത്തരുടെയും ബന്ധം ഒരു ഇരുളാണ്. ആ ഇരുളാണ് നമ്മെ ചേർത്തിണക്കുന്ന ബലം... ഒരു അട്രാക്റ്റീവ് ഫോഴ്സ്.... ആ ഇരുളിൽ ഓരോരുത്തരും അറിയുന്ന അവരവർ വിനിമയം ചെയ്യപ്പെടാതെ ഏകാകികളാണ്.... പക്ഷേ നമുക്കു തോന്നുന്നു.... മനസിലാക്കുന്നു എന്ന്. ആ തോന്നലും ആ സൗഹൃദത്തിന്റെ സാന്നിധ്യവും നമുക്ക് നമ്മെത്തന്നെ കൂടുതലറിയാൻ സാധിപ്പിക്കുന്നു... അതുകൊണ്ടാണ്, ഒരു സാന്നിധ്യം, സ്വയം ഞാൻ ഇഷ്ടപ്പെടുന്ന എന്നെ എനിക്ക് പ്രത്യക്ഷമാക്കുന്നതുകൊണ്ടാണ് അതിന് കാരണക്കാരനായ അപരനെ ഞാൻ ഇഷ്ടപ്പെടുന്നത്.... പക്ഷെ ചില ഒത്തുചേരലുകളിലാണിങ്ങനെ... തരംഗദൈർഘ്യത്തിന്റെ ഹാർമണി.... ചുറ്റുപാടും മൈൻഡ് സ്കേപ്പും ഒക്കെ ഈ ഇരുളിന്റെ സ്വാതന്ത്ര്യത്തെ നിർണയിക്കുന്നു..."

ഷംസ് അത്ഭുതത്തോടു കൂടി ജെസ്സിയെ നോക്കി ഇരുന്നു. ഷംസിന് ഇത് ഒരു പുതിയ അറിവായിത്തോന്നി.... അവന്റെ മനസിൽ തന്റെ ഓരോ ആൺപെൺ ബന്ധങ്ങളും കടന്നുപോയി. ഓരോ സാമീപ്യത്തിലും ഓരോ ബന്ധങ്ങളിലും താൻ ഓരോ തരത്തിൽ വിരിയുകയായിരുന്നു എന്നത് ഒരനുഭൂതിയോടെ അവൻ അറിഞ്ഞു.

ഷംസ് പറഞ്ഞു: "ജെസ്സീ നീ പറഞ്ഞത് വളരെ ശരിയായി തോന്നുകയാണെനിക്ക്... ഓരോ ബന്ധങ്ങളിലും സൗഹൃദങ്ങളിലും നമ്മൾ ഒരു ടെറിറ്ററിയുണ്ടാക്കുന്നു.. ഏരിയ ഒഫ് ഇന്ററെസ്റ്റിന്റെ ഒരു ഭൂഖണ്ഡം... ഏരിയ ഒഫ് ഇന്റർ സെക്ഷൻ എന്നു വേണേലും പറയാം. അതിനകത്താണ് ജീവിതം. ആ വേലിക്കകത്ത് മറ്റു ഫാക്കൽറ്റികൾ, നമുക്ക് കൂടിയും വെളിവാകാത്തത്, കലഹം കൂട്ടും. അപ്പോൾ സംഘർഷവും പൊട്ടിത്തെറിയുമുണ്ടാകും." ഷംസ് പുതിയ ആശയത്തിൽ ഉല്ലാസവാനായി.

"ഇതൊക്കെ നിന്റെ ആശയങ്ങൾ വന്നു പതിച്ചപ്പോൾ എന്നിൽ നിന്നുതിർന്ന പ്രകാശകണങ്ങളാണ്.." അവൻ പറഞ്ഞു.

“ഡിഫെറൻസുകൾ കൂടിച്ചേരുമ്പോഴുള്ള സൗഹൃദം.. അവിടെ കൂടിച്ചേരലിൽ നീ പറഞ്ഞ മറ്റ് ഫാക്കൽറ്റികളാവും ജീവനിൽ വെളിച്ചം കാണുക.” ജെസ്സി ആകാശം നോക്കി കിടന്നുകൊണ്ട് പറഞ്ഞു.

രാപ്പറവകൾ കടൽത്തിരകളിലേക്ക് താഴ്ന്ന് മിന്നൽവേഗത്തിൽ പൊങ്ങുന്നുണ്ടായിരുന്നു... ജെസ്സി പറഞ്ഞു.. “ഞാൻ ഓർക്കുകയാണ്... എന്റെ ആൺ സൗഹൃദങ്ങൾ... അവരുമായി ഞാൻ സംസാരിച്ച വിഷയങ്ങൾ, തമാശകൾ പലതും നീയുമായും പങ്കു വച്ചിട്ടുണ്ട്. ശാരീരിക ബന്ധങ്ങൾ ഉണ്ടായാൽ കൂടി അതിനും ആത്മീയമായ ഒരു ബന്ധത്തിന്റെ ശക്തമായ ഒരു ബെയിസ് ഉണ്ടായിരിക്കണം. പക്ഷേ ഓരോ ബന്ധത്തിലേയും മാനസികാനുഭൂതി മറ്റൊരാളോട് പറയാവുന്നതല്ല എന്നെനിക്കു തോന്നിയിട്ടുണ്ട്. അങ്ങനെയാണ് നീയും സുനന്ദയുമായുള്ള ബന്ധവും ഞാൻ മനസിലാക്കുന്നത്.” അവൻ പുഞ്ചിരിച്ചുകൊണ്ട് അവളുടെ ചുണ്ടുകളിൽ ചുംബിച്ചു.... ഷംസ് പറഞ്ഞു: “ഈ കടൽത്തീരത്ത് ഞങ്ങൾ ഒരു മാസത്തോളം താമസിച്ചു. പിന്നെ നാലഞ്ചു വർഷം കഴിഞ്ഞ് ഒരിക്കൽ ഞങ്ങൾ വന്നു... ആയിടയ്ക്കാണ് മധുവും സുനന്ദയും വീണ്ടും കണ്ടുമുട്ടിയത്.... സുനന്ദ പറഞ്ഞിരുന്നു, മധു ആ ദിവസം അവിടെ വരുമെന്ന്. സുനന്ദ അതിനുമുമ്പ് മധുവിനെകുറിച്ച് എന്നോട് പറഞ്ഞിട്ടില്ല.. അങ്ങനെ ഒരു കാര്യം ഞങ്ങളിരുവരും ഒരുമിച്ചുള്ളപ്പോൾ ഓർമയിൽ വന്നിട്ടില്ല. പിന്നെ ഏറെനാൾ കഴിയുന്നതിനുമുമ്പേ അവർ ഗൗരിയെയും അർജുനെയും കൂട്ടി നമ്മുടെ അടുത്തുവന്നു.... ഒരാഴ്ചയോളം താമസിച്ചു.... നിനക്കോർമയില്ലേ...”

ഉണ്ടെന്ന് ജെസ്സി തലകുലുക്കി.

“സുനന്ദയുടെ ഭൂതകാലത്തെ കുറിച്ച് കൂടുതലൊന്നും എനിക്കറിയില്ലായിരുന്നു... അങ്ങനെ ഭൂതകാലം ഞങ്ങളിരുവരും ചിന്തിച്ചില്ല എന്നത് അത്ഭുതത്തോടെ ഇപ്പോൾ ഓർക്കുകയാണ്... അന്നത്തെ ദിവസം അവൾ ഇവിടെ ഒറ്റയ്ക്കിരിക്കുകയായിരുന്നു ഞാൻ ദൂരെ ആ പാറയ്ക്കുമപ്പുറം നിന്ന് ഒരു ചിത്രം വരയ്ക്കുകയായിരുന്നു. കടലിരമ്പം എന്റെ ചിത്രത്തെ ഉത്തേജിപ്പിക്കുന്നു എന്ന ഒരു തോന്നൽ എനിക്കുണ്ട്. അന്ന്–ഞാൻ ഓർക്കുന്നു... തീരത്ത് ആളുകൾ നന്നേ കുറവായിരുന്നു... കുറെ കടൽക്കാക്കകൾ തീരത്തും ആകാശത്തുമായി ഉണ്ടായിരുന്നതും എന്റെ ഓർമയുടെ ചിത്രത്തിലുണ്ട്.... സൂര്യൻ അസ്തമിച്ചിട്ടില്ല.. ചിത്രം വരച്ചുകൊണ്ടിരുന്ന ഞാൻ ഒന്നു നോക്കുമ്പോൾ അവർ... എനിക്ക് മനസിലായി സുനന്ദയോടൊപ്പം മധുവാണെന്ന്... അവർ സംസാരിച്ചുകൊണ്ട് നിൽക്കുന്നു. കുറച്ചകലെയാണ്.... കുറെ കഴിഞ്ഞപ്പോൾ അവർ ഇരിക്കുകയാണ്... സൂര്യൻ അസ്തമിച്ചപ്പോൾ ഞാൻ വരനിർത്തി. ഞാൻ സ്റ്റാന്റും ബാഗും കൈയിലെടുത്തു. അവരുടെ അടുത്തേക്ക് നടന്നു. ഞാൻ അവരുടെ അടുത്തെത്താറായപ്പോൾ അവർ എഴുന്നേൽക്കുന്നുണ്ടായിരുന്നു. അന്നു കണ്ട മധുവിനെ ഞാനിന്നും ഓർക്കുന്നു. നരച്ച് വളർന്നു കിടക്കുന്ന മുടികൾ കാറ്റത്ത് പാറിപ്പറക്കുന്നു. വെള്ള പൈജാമയും

കുർത്തയും ധരിച്ച സുമുഖൻ.. സുനന്ദ പരിചയപ്പെടുത്തി... മധു.. എന്റെ ഭർത്താവാണ്. അവൾ പറയുമ്പോൾ ഒരു ഭാവഭേദവും കണ്ടില്ല. അയാൾ എനിക്ക് ഷേക്ക്ഹാൻഡ് തന്നു. ഷംസ് എന്നു മാത്രം എന്നെ പരിചയപ്പെടുത്തി... ഇരുട്ട് വ്യാപിച്ചു തുടങ്ങി. റൂമിലേക്ക് പോകാമെന്ന് ഞാൻ പറഞ്ഞു. ഷംസ് പോകൂ ഞങ്ങൾ ഇത്തിരി ഇവിടെ ഇരുന്നിട്ട് വരാം. സുനന്ദ പറഞ്ഞു. എന്റെ മനസിൽ അപ്പോൾ എന്തോ മാതിരി... എന്താണത്? അറിയില്ല. അവൾ എന്റെ അരിക് ചേർന്നുനിന്ന് എനിക്ക് ഒരു ചുംബനം തന്നു. പിന്നെ ഒരു നോട്ടവും... ഒരുപാട് പറയുന്ന നോട്ടം. അവളിലെ എന്റെ ഭൂഖണ്ഡം അല്ലെങ്കിൽ എനിക്കും അവൾക്കുമായുള്ള ഭൂഖണ്ഡം അതവിടെയുണ്ട് എന്ന് പറയാതെ പറഞ്ഞതാകാം."

ജെസ്സി ഷംസിന്റെ മുടിയിഴയിൽ വിരലുകൾ ഓടിച്ച് അവന്റെ കണ്ണുകളിൽ നോക്കിയിരുന്നു.

കാർ പാർക്ക് ചെയ്തിടത്തുനിന്ന് ഗിത്താറിന്റെ നാദം കേട്ട് അവർ എഴുന്നേറ്റ് അങ്ങോട്ട് നടന്നു. ഹസ്സൻ ഗിത്താർ വായിച്ച് പാടുകയാണ്.. വാക്കുകളിൽ നിറഞ്ഞ അർഥവും രാഗവും തലമുറകൾക്കപ്പുറത്ത് അടിമയുടെ വേദനയിൽനിന്ന് ഉറവയായ് ഒഴുകിയെത്തിയതാണ്.. ഹസ്സന്റെ മുതുമുത്തച്ഛന്മാർ കപ്പലേറി വന്ന അടിമകൾ ഹൃദയാന്തർഭാഗത്ത് പാടിയ പാട്ട്... സ്വാതന്ത്ര്യത്തിനായുള്ള ഒളിച്ചോട്ടത്തിൽ അപരിചിതമായ ഭൂമിയുടെ വിജനതയിൽ മുത്തശ്ശന്മാർ പാടിയിരുന്നതായി കരുതുന്ന പാട്ട്...

മധുരമായ ആ പഴയ ഗാനത്തിൽ ലയിച്ച് എല്ലാവരും നിന്നു..

അന്ന് അവർ ആ സ്ഥലത്തു നിന്ന് വിടവാങ്ങി... ഹസ്സനും ഗൗരിക്കും രണ്ടു മാസം അവധിയുണ്ട്. അർജുനും അവധി നീട്ടി.. ലക്ഷ്യം മുൻകൂട്ടി നിശ്ചയിക്കാതെ. അവർ ഓർമകളുടെ തീരം തേടി വീണ്ടും യാത്രയായി...

പത്ത്

ഓർമയില്ലായ്മയുടെ കുറേ സമയം സുനന്ദയുടെ ജീവിതത്തെ നെടുകേ പിളർത്തി... അന്ന് മധു അവളെ കാറിൽ കയറ്റി എങ്ങോട്ടെന്നറിയാതെ കൊണ്ടുപോയ ദിവസം... എന്താണ് മധുവിന് പറ്റിയത്, മക്കൾ എവിടെയാണ് എന്നൊക്കെ പറഞ്ഞ് സുനന്ദ ബഹളം ഉണ്ടാക്കാൻ തുടങ്ങിയപ്പോൾ മുൻസീറ്റിൽ നിന്ന് മധു പിൻസീറ്റിലേക്ക് വന്ന് അവളെ സമാധാനിപ്പിക്കാൻ നോക്കിയത് അവൾക്ക് ഓർമയുണ്ട്.... ഉൽക്കണ്ഠയോടെ ഭയന്ന് കരഞ്ഞ് തളർന്ന് മധുവിന്റെ മടിയിൽ ചാഞ്ഞ് കിടക്കുമ്പോൾ കാറ് നിർത്തി വണ്ടി ഓടിച്ച ആൾ പുറത്തേക്ക് പോയി തിരിച്ച് വന്ന് ശീതളപാനീയം അവൾക്ക് നേരെ നീട്ടുന്നത്, ഇത്തിരി വെള്ളം കിട്ടിയിരുന്നെങ്കിൽ എന്ന് അവൾ വല്ലാതെ തൊണ്ട വരണ്ട് അവശപ്പെടുമ്പോഴായിരുന്നു... ഉറക്കത്തിലേക്ക് വീണത് അവളുടെ ഓർമയല്ല.... പിന്നെ ഓർമയിൽ ഒരു ചുഴലിയാണ്. ആ ചുഴലി അവൾ അവളുടെ ഓർമക

ളിൽനിന്ന് കട്ട് ചെയ്യാൻ ആണ് ശ്രമം. അവിടെ വേറെ എന്ത് പേസ്റ്റ് ചെയ്യും.... ശരീരം, സമൂഹം തീർത്ത മനസ്സിന്റെ തടവറയിൽ ആയിരുന്നു. ക്രമേണ ശരീരം ഞാൻ എന്ന ആത്മീയ ഉണ്മയായി.. ശരീരത്തിന്റെ, ആത്മാവിന്റെ, പ്രകാശങ്ങൾ കണ്ണുകളിലൂടെ മുഖപേശികളിലൂടെ ഓരോ കോശങ്ങളിലൂടെ പ്രസരിച്ചു....

ധനമോഹത്തിന്റെ വലയിൽ ഒരാൾ കുരുങ്ങിപ്പോകാൻ വളരെ എളുപ്പമാണ്. അതുതന്നെ മധുവിനും സംഭവിച്ചത്. ചെറിയ കുരുക്കുകൾ ഉരാക്കുരുക്കുകളായി. കൂട്ടു കച്ചവടക്കാർ ഓരോരുത്തരും സ്വന്തം തടി രക്ഷിക്കാൻ നോക്കി... നശിച്ചു, ഈ യാന്ത്രികജീവിതം.... വരുമാനത്തിലൊതുങ്ങാത്ത ആവശ്യങ്ങളും... കുറച്ചു കാശുണ്ടാക്കി ഈ നശിച്ച ജോലികളഞ്ഞ് സ്വതന്ത്രമായി നല്ലതുപോലെ ജീവിക്കണം എന്ന ആശ ഉണ്ടായത് പഴയ സ്നേഹിതർ ഒത്തുകൂടി പദ്ധതികൾ അവതരിപ്പിച്ചതിലൂടെയാണ്.... സുനന്ദയ്ക്കുമറിയില്ല. ഒന്നും ജോഷ് വിക്ടറിനെ അറിയിച്ചില്ല.... ആദ്യമൊക്കെ സാമ്പത്തികാഭിവൃദ്ധിയുണ്ടായിട്ടും ക്വാർട്ടേഴ്സ് മാറാതിരുന്നത് ഒന്നിനും ആർക്കും സംശയം ഉണ്ടാകാതിരിക്കാനാണ്... കുറച്ചുകൂടി കാത്തിരിക്കുക, അപ്പോൾ കൂടുതൽ പണം വരും. അപ്പോൾ ജോലി ഉപേക്ഷിച്ച് സുഖമായി ബിസിനസ്സ് നടത്തി ജീവിക്കുക.... ഇതായിരുന്നു ലക്ഷ്യം... പക്ഷെ ലക്ഷങ്ങൾ കിട്ടിയപ്പോൾ കോടികൾക്കായി ആഗ്രഹം... മധുവും പഴയ സ്കൂൾ ചങ്ങാതിമാരായ നിർമലും വിത്സനും കൂടി തുടങ്ങിയ പദ്ധതിയിൽ നിരവധി പേർ പെട്ടെന്ന് പണക്കാരാകാൻ പണം നിക്ഷേപിച്ചു.

ആർത്തികളുടെ കുത്തൊഴുക്കുകൾ കലിബാധയായി പ്രവേശിച്ചു.

അവസാനം എല്ലാ ചതിവുകളും പുറത്തായി.... കമ്പനിക്കുമുന്നിൽ ആളുകൾ തടിച്ചു കൂടി. ഇനി രക്ഷപ്പെടാതെ വയ്യ.... രക്ഷപ്പെടാനുള്ള പ്ലാനുകളിൽ സുനന്ദയുണ്ടായിരുന്നില്ല.... മക്കളുടെ കാര്യത്തിന് മധു ഒരു വഴി കണ്ടുപിടിച്ചു... സുനന്ദയെ കൂടെ കൂട്ടുന്നത് പൊല്ലാപ്പാണ് എന്ന് നിർമലും വിത്സനും പറഞ്ഞതാണ്. "കൂടുതൽ പിന്നെ ചിന്തിക്കാം. ഇപ്പോൾ എനിക്ക് സുനന്ദയെ കൂട്ടാതെ വയ്യ..." മധു തീർത്തു പറഞ്ഞു.

സുനന്ദ ഉറക്കത്തിൽ വഴുതി വീണ ശേഷം കുറെയധികം ദൂരം കാറിൽ സഞ്ചരിച്ച് അപകടമേഖല കടന്നു എന്ന് കരുതിയാണ് പുറത്തിറങ്ങി വിത്സൻ മധുവിനോട് കൂടിയാലോചിച്ചത്... "ആകെ അപകടാവസ്ഥയാണ്. ഇപ്പോൾ പൊലീസിന്റെ പിടിയിലായാൽ ... നീ ആലോചിച്ചു നോക്കു... നാളത്തെ പത്രത്തിലൊക്കെ വിലങ്ങുമായി നമ്മുടെ പടം വരും... ഫോട്ടോയിൽ നിന്റെ ഭാര്യയും കാണും... ഇതിനെപ്പറ്റി ഒന്നുമറിയാത്ത അവൾ ബോധംകെട്ടു വീഴും... നീ ഉണർന്ന് ചിന്തിക്കെന്റെ മധൂ.."

മധു ആകെ കുഴഞ്ഞു... പൊല്ലാപ്പുകൾ... സുനന്ദ ഈ അവസ്ഥയിൽ മധുവിന് ഒരു ഭാരമാകുകയാണ്. "ആലോചിച്ചുനിൽക്കാൻ സമയമില്ല... നമുക്ക് രക്ഷപ്പെടാനുള്ള വഴികൾ വക്കീലുമായി ആലോചിക്കൽ, അങ്ങനെ ഒരുപാട് പ്രശ്നങ്ങളുണ്ടെന്ന് നിനക്കറിയാമല്ലോ.... ഞാൻ പറ

യുന്നത് നീ കേള്. തൽക്കാലം അവൾ ഉണരില്ല... ഞാൻ അവളെ ഗുളിക കൊടുത്തു മയക്കീട്ടൊണ്ട്.... അവള് ടെൻഷനില്ലാതെ ഉറങ്ങയാണ്.."

മധു ഞെട്ടി...

"നീയെന്തിന് തുറിച്ച് നോക്കുന്ന്... നിന്റോടാലോചിച്ചാ ഇതൊന്നും ചെയ്യാൻ പറ്റൂല്ല... ഇതല്ലാതെ മറ്റാരും വഴീം ഇല്ല... അവൾക്ക് ഈ പ്രശ്നമൊന്നും പറഞ്ഞാ പിടികിട്ടൂല്ല... വയലന്റായാ ആകെ പ്രശ്നമാവും... ഇതല്ലാതെ വേറെ വഴിയില്ല കൂട്ടേ. അതുകൊണ്ടാണ് ഞാനവൾക്ക് ഉറക്കഗുളിക കൊടുത്തത്..." വിൽസൻ മധൂന്റെ തോളിൽ തട്ടി പറഞ്ഞു.

മധു സുനന്ദയുടെ മുഖത്തേക്ക് നോക്കി... ഉറങ്ങുന്ന അവളുടെ മുഖത്തിലെ നിഷ്കളങ്കതയിൽനിന്ന് അവൻ കണ്ണിനെ പിൻവലിച്ചു...

ഇവിടെ അടുത്ത് തന്നെ നിർമലിന്റെ കൂട്ടുകാരന്റെ വീടുണ്ട്... തൽക്കാലം... സുനന്ദയെ അവിടെ നിർത്താം... അവിടത്തെ ചേച്ചിയും അണ്ണനും ഞങ്ങൾക്ക് നല്ല പരിചയമാണ്... ഞങ്ങള് പറഞ്ഞ് നിന്നേം അറിയും...ഇവിടന്ന് പത്തറുപത് കിലോമീറ്റർ പോണം... സുനന്ദ ഒണരമ്പം അവിടത്തെ ചേച്ചി എല്ലാം പറഞ്ഞ് മനസിലാക്കും...."

മധുവിന് എന്തുചെയ്യണമെന്നറിയില്ല... അവൻ തലയ്ക്ക് കൈകൊടുത്തിരുന്നു... അവന്റെ ഉള്ള് അമ്മേ എന്ന് വിളിച്ചുപോയി... കരയാൻ കൂടി വയ്യാത്ത അവസ്ഥ...

ഒന്നും വേണ്ടായിരുന്നു... മനസിന്റെ അവസ്ഥ ആരോടും പറഞ്ഞിട്ട് കാര്യമില്ല...

വിത്സന്റെ പദ്ധതി അംഗീകരിക്കാതെ മധുവിന് വേറെ വഴിയില്ലായിരുന്നു...

മങ്ങിയ വൈദ്യുതിവെട്ടത്തിൽ കൃഷിസ്ഥലങ്ങളുടെ ആ ഭൂമി പരന്നു കിടന്നു...അതൊരു ഫാം ഹൗസ് പോലുണ്ടായിരുന്നു... കാർ കൊണ്ടു നിർത്തിയതിന്റെ വലതു വശത്ത് നീണ്ട ഒരു പശുത്തൊഴുത്ത്... അതിൽ നിറയെ പശുക്കൾ... മധു അവിടെ അതിനു മുൻപ് വന്നിട്ടില്ല... നിർമലും വിത്സനും പറയാറുള്ളതാണ് വരദയണ്ണനെ പറ്റി. നിർമലിന്റെ കൂട്ടുകാരൻ എന്നു പറഞ്ഞെങ്കിലും അയാൾ നിർമലിനെപോലെ ചെറുപ്പമല്ല. ഒരു മദ്ധ്യവയസ്കൻ... പൊക്കം കുറഞ്ഞ്, കഷണ്ടിയും കുടവയറും. മുൻനിരയിലെ പല്ല് മുന്നോട്ട് ഉന്തി എപ്പോഴും വെളിയിൽ കാണാം. അയാളുടെ ഭാര്യയും ഇറങ്ങിവന്നു.... അവർക്ക് അയാളേക്കാൾ പൊക്കമുണ്ടായിരുന്നു. സുനന്ദ ഉറക്കം കൊണ്ടു കുഴഞ്ഞു വീഴാൻ പോയി... അവളെ കാറിൽ നിന്നിറക്കുമ്പോൾ നാക്കു തിരിയാതെ എന്തോ പറയാനുള്ള ശ്രമമുണ്ടായിരുന്നു. സുനന്ദയെ താങ്ങിപ്പിടിച്ചു കൊണ്ടുപോകാൻ വരദന്റെ ഭാര്യയും കൂടി. വിത്സൺ ഇതിനിടയിൽ കാര്യങ്ങൾ ചുരുക്കി പറഞ്ഞു. എല്ലാം മനസിലായതുപോലെയായിരുന്നു വത്സലച്ചേച്ചിയും വരദയണ്ണനും.

"മധു പേടിക്കണ്ട... ഞങ്ങളൊണ്ടല്ലോ. ഒരാപത്ത് വരമ്പഴല്ലേ സഹായിക്കേണ്ടത്.... സുനന്ദയെ ഞങ്ങള് പറഞ്ഞ് മനസിലാക്കിച്ചോളാം. ഇത്

സ്വന്തം വീട് പോലെ കരുതിയാ മതി." വത്സല പറഞ്ഞു.

"വത്സലച്ചേച്ചി ഒണ്ടെന്നുള്ള ധൈര്യത്തീ തന്നെ ഞങ്ങളിങ്ങോട്ട് വന്നത് ഞാനതക്കെ ഇവന്റോടെ പറഞ്ഞു. ചേച്ചി എല്ലാം നോക്കിക്കോളും നിനക്കവിടെ ചെല്ലമ്പം എല്ലാം മനസിലാവുമെന്നക്കെ..." വിത്സൻ പറഞ്ഞു.

"നിർമല് എനിക്ക് സ്വന്തം അനിയൻ തന്നെ... ഞങ്ങള് തമ്മിലെ ബന്ധം പറഞ്ഞാ തീരൂല്ല... പിന്നെ അവന്റെ കൂട്ടുകാര് ഈ വിത്സനു മായും കുറേ നാളായി അറിയാം. മധൂനെ കണ്ടിട്ടില്ലന്നേ ഉള്ളു. നീയും എന്റെ ഒരനിയൻ തന്നെ."

വരദൻ ഇങ്ങനെയൊക്കെ പറയുമ്പോൾ സുനന്ദയെ മുറിക്കകത്ത് കട്ടിലിൽ കിടത്തിക്കഴിഞ്ഞിരുന്നു... കുഴഞ്ഞ് വാടി നിദ്രയിലാണ്ട അവളെ കിടത്തുമ്പോൾ കുഞ്ഞുരോമങ്ങളുള്ള വെളുത്തവയറും ബ്ലൗസിലൂടെ മുഴച്ചുനിന്ന മുലകളും വരദൻ കൊതിയോടെ എന്നാൽ മുഖത്ത് വാത്സ ല്യത്തിന്റെ ഭാവം വരുത്തി നോക്കുമ്പോൾ വിത്സനും വരദനെ നോക്കി. "ഞാനവൾടെ അടുത്ത് തന്നെ കിടക്കും. അനിയൻ പേടിക്കണ്ട" എന്ന് പറഞ്ഞ് വത്സല സുനന്ദയുടെ മാറിക്കിടന്ന സാരി പിടിച്ച് നേരെ ഇട്ടു.

മധുവിന് ഏറക്കുറെ സമാധാനമായി.... മറ്റൊരു മാർഗവും ഇപ്പോ ഴില്ല... തൽക്കാലം ഇങ്ങനെയൊരിടം കിട്ടിയത് തന്നെ മഹാഭാഗ്യം. അവൻ വിചാരിച്ചു. കൂടുതൽ ചിന്തിച്ചാൽ എല്ലാം കുഴപ്പമാവുമെന്ന് വിത്സൻ പറഞ്ഞിട്ടുണ്ട്.... ശരിയാണ് ഇത്രയും വലിയ പ്രശ്നത്തിൽ നിൽക്കുമ്പോൾ വേണ്ട... കൂടുതൽ ചിന്തിക്കണ്ട... അവൻ നന്ദിയോടെ വരദനോടും വത്സലയോടും കൈകൂപ്പി യാത്ര പറഞ്ഞു... കാറിൽ കയ റുന്നതിനുമുമ്പ് വിത്സൻ വത്സലച്ചേച്ചിയെ വിളിച്ച് മാറ്റി നിർത്തി പറഞ്ഞു:

"കടുംകൈയൊന്നും ...ചെയ്യല്ലേ ചേച്ചീ"

വത്സല ആ മങ്ങിയ വെട്ടത്തിൽ നിന്നുകൊണ്ട് പറഞ്ഞു..

"ഓ ഞാനതൊക്കെ നോക്കിയും കണ്ടുമൊക്കെയേ ചെയ്യത്തൊള്ള് ചെറുക്കാ... നീ പേടിക്കാതെ.."

"അല്ല ചേച്ചി...ഇതങ്ങനത്തെ കേസല്ല... ഒന്നാമത് ആകെ പ്രശ്നത്തീ കെടക്കുമ്പോ...അവളെ കൈവച്ചാ അവള് ചാവാനും മടിക്കത്തില്ല.. അങ്ങ നെയൊക്കെ വന്നാ... പിന്നെ..."

"നീ പേടിക്കണ്ട മോനേ... സമാധാനമായിട്ടു പോ... നിനക്ക് ചേച്ചിയെ അറിയത്തില്ലേ...." വത്സല വിത്സനെ ചേർത്ത് പിടിച്ച് തട്ടിത്തടവി കാറിൽ കേറ്റി... മധു നന്ദി പടരുന്ന കരുണ അർഥിക്കുന്ന ഭാവത്തിൽ വത്സല യെയും വരദനെയും... നോക്കി....

കാർ അവിടെ നിന്ന് നീങ്ങുമ്പോഴേക്കും വരദന് ധൃതിയായി... അയാ ളുടെ രക്തം ചൂടുപിടിക്കാൻ തുടങ്ങി... വരദൻ വത്സലയുടെ അനുവാദ ത്തിനായി അവളെ ചരിഞ്ഞ് നോക്കി...

"എന്തോന്ന് നോക്കണെത്... നടക്കത്തില്ല.... ഇത് ഉരുപ്പടി വേറെ... മന്ത്രിയച്ചായന് കാഴ്ചവച്ചിട്ട് വേറെ കാര്യം. വലയില് വീണ ഒന്നിനെ

രുചിച്ചിട്ട് ഇത്തിരിയായെന്ന് മൂപ്പര് കൊറേ നാളോണ്ട് പറയുന്നൊണ്ട്... ഒരു എതിർപ്പും നാണോമില്ലാതെ തുണീം പൊക്കി കെടക്കുന്നതേ ഒള്ളാടി നിന്റേലെന്ന് അയാളിന്നാള് ചോദിച്ച്... അയാക്ക് ഒന്നീ കന്യ കയായ കൊച്ചു പിള്ളേര്... അല്ലെങ്കീ പതിവ്രതകളായ ഹൗസ് വൈഫ് ഇതിലേതെങ്കിലും ഒന്നിനെ കൂടെക്കൂടെ കിട്ടണം... ഞാനിപ്പം എന്തോ ചെയ്യും... പണ്ടാരുന്നെങ്കീ നിങ്ങള് ഒരോന്ന് ഒപ്പിച്ചോണ്ട് വരുമായിരുന്നു. ഇപ്പം ഞാന്തന്നെ ഫീൽഡീയെറെങ്ങണം...'

"ഞാൻ ഒപ്പിച്ചോണ്ട് വന്നതിനെ കൊണ്ടൊക്കെ തന്നെ നീ ഇപ്പം ഈ സ്ഥിതീലായത്... നിന്റെ ആയകാലത്ത് നല്ല കസ്റ്റമര്മാരെ നീ കാണാന്തൊടങ്ങിയതും എന്നെക്കൊണ്ട് തന്നെ. അതൊന്നും നീ മറക്കണ്ടാ... ഇപ്പം വർത്തമാനം പറയാൻ സമയമില്ല, അവള് ഒണന്നാ പിന്നെ ഒന്നും നടക്കത്തില്ല. ഞാൻ ഓരോന്നിനെ ഒപ്പിച്ച് ഓരോരുത്തന്മാർക്ക് കൊണ്ട് കൊടുക്കുമെങ്കിലും കെടെന്ന് പെടച്ചാ എന്നെ കൊണ്ടൊക്കൂല്ല..."

"ചെലര് കോഴീയേം ആടിനേം ഒന്നും അറുക്കൂല്ല... മറ്റുള്ളോര് അറുത്ത് കൊന്നാ നല്ല രുചിയായിട്ട് തിന്നോളും. അതുപോലെ തന്നെ നിങ്ങളും..." വത്സല പറഞ്ഞു.

"നീയൊന്ന് മിണ്ടാതിരി.. ഇതിന്റെ കെടപ്പ് കണ്ടാ.... ഞാനൊന്ന് നേരെ കണ്ടോട്ട്.." എന്ന് പറഞ്ഞ് അയാൾ ആ ശരീരത്തിനെ തിരിച്ചു മറിച്ചും കിടത്തി സാരിമാറ്റി. ഒരു കത്രിക കൊണ്ട് ബാക്കിയെല്ലാ വസ്ത്രങ്ങളും മാറ്റി അവളെ നഗ്നയാക്കി... ഉറക്കത്തിൽ ശല്യപ്പെടുത്തുമ്പോൾ കുട്ടികൾ ഞരങ്ങുന്നപോലെ ചെറിയ ഞരക്കം ആ ശരീരത്തിൽ നിന്ന് വന്നു. അവകാശിയായിട്ട് ഒരു ആത്മാവില്ലാതെ കിടന്ന ശരീരം അവൻ ഉപയോഗിക്കാൻ തുടങ്ങി, അവന്റെ കൗതുകങ്ങൾക്കനുസരിച്ച്.

ഒരു കസേരമേലിരുന്ന് കാൽ ഒരു സ്റ്റൂളിൽ കയറ്റിവച്ച് വെറ്റില ജാപ്പാണം പുകയിലയും കൂട്ടി മുറുക്കുമ്പോൾ സുനന്ദയുടെ വക്രതകൾക്കും മുഴുപ്പുകൾക്കും വില നിശ്ചയിക്കുകയായിരുന്നു, വത്സല.

പൂർണ നഗ്നയാക്കിയ അവളെ എന്തും ചെയ്യാനുള്ള സ്വാതന്ത്ര്യമുണ്ടല്ലോ എന്ന തോന്നലിൽ വരദൻ വിജൃംഭിച്ചു. അവൻ അവന്റെ ഉമിനീരിന്റെ നനവുകൾ ശരീരമാകെ പടർത്തി. ചൂടുപിടിച്ച ശരീരത്തോടെ വരദൻ ആ ശരീരത്തിലേക്ക് പ്രവേശിക്കാനായുമ്പോൾ അവന് സ്കലിച്ചു... വത്സല വായ് പൊത്തി ചിരിച്ച് വരദനെ കളിയാക്കിക്കൊണ്ട് എഴുന്നേറ്റ് പോയി, ഫോൺ ചെയ്യാൻ...

"ഞങ്ങളിപ്പം പൊറപ്പെടും... വേറെ ആളെ കൂട്ടരുത്... ഇതിത്തിരി സൂക്ഷിച്ച് കൈകാര്യം ചെയ്യേണ്ട കേസാണ്... ദാ ഇപ്പം തന്നെ എറങ്ങുന്നു..." എന്ന് പറഞ്ഞ് ഫോൺ വച്ചു.

"ഇനിയിപ്പം ഇവിടെ നിന്നാ ശരിയാകത്തില്ല.. നേരം വെളുക്കുമ്പം ജോലിക്കാര് വരും... ജോർജച്ചായനെ വിളിച്ച് പറഞ്ഞിട്ടൊണ്ട്... രാത്രീല് തന്നെ ചൊമന്ന് മാറ്റണം.. നക്കിയതും തടവിയതുമൊക്കെ മതി.. ഇനി അവിടെ ചെന്നിട്ട് അവരടെ പരിപാടിയൊക്കെ കഴിഞ്ഞ് മതി ബാക്കി

യൊക്കെ... പെങ്കൊച്ചിന്റെ ചാരിത്രം കവർന്നതു നിങ്ങള് തന്നല്ലെ.. ആ പൂതീല് സുഖിച്ച് അതിനെയെടുത്ത് വണ്ടീ കേറ്റ്."

പിറന്ന മേനിയിലെ ആ ശരീരം അവൻ പൊക്കിയെടുത്തപ്പോൾ വത്സല പറഞ്ഞു.

"ആ സാരീലും പൊതപ്പിലുമായി ഒന്ന് പൊതിഞ്ഞെടുത്തോ... ആരെങ്കിലും വഴീല് വണ്ടി നിർത്തിയാ ആകെ പുകിലാവും...."

ആ ശരീരത്തെ തുണികൊണ്ട് മൂടിയെടുക്കാൻ വത്സല സഹായിച്ചു... വരദൻ ആ ശരീരം എടുത്ത് ജീപ്പിന്റെ പിൻസീറ്റിൽ കിടത്തി. ആ തല തന്റെ മടിയിൽവച്ച് വരദനും ആ സീറ്റിൽ ഇരുന്നു. വത്സല ജീപ്പ് ഓടിച്ചു. കരിമ്പനകൾ വളർന്നു നിന്ന ആൾപ്പാർപ്പില്ലാത്ത ഭൂമിയിൽ ഇരുട്ടിനെ കീറിമുറിച്ച് പാഞ്ഞുപോയ ജീപ്പ് ഇരുവശവും റബ്ബർ എസ്റ്റേറ്റുള്ള റോഡിൽ കയറ്റം കയറാൻ തുടങ്ങി. വെളുപ്പിന് മൂന്നുമണിയായപ്പോൾ എസ്റ്റേറ്റ് ബംഗ്ലാവിനടുത്ത് ജീപ്പ് എത്തി. ജീപ്പിൽനിന്ന് ആ ശരീരത്തെ പതുക്കെ ഇറക്കി വരദനും വത്സലയും താങ്ങി നടത്താൻ നോക്കിയപ്പോൾ ആ ശരീരത്തെ പൊതിഞ്ഞ വസ്ത്രം ഊർന്ന് താഴെ വീണു. നടക്കാനാവാതെ അവൾ അവിടെ കുഴഞ്ഞു വീണു.... ജോർജച്ചായൻ ജീപ്പിന്റെ വെട്ടം കണ്ട് പുറത്തിറങ്ങിയിരുന്നു... അയാൾ അവർക്ക് നേരെ ടോർച്ച് തെളിയിച്ചു. വിസ്മയിപ്പിക്കുന്ന കാഴ്ചയായിരുന്നു അയാൾ കണ്ടത്... ഒരു സ്ത്രീരത്നം പിറന്ന മേനിയില്. അയാൾ ഭ്രാന്തു പിടിച്ചതുപോലെ ചിരിച്ചു. അഡ്വക്കേറ്റ് രതീന്ദ്രനും ഇറങ്ങിവന്നു. അയാൾക്ക് ആ കാഴ്ച നന്നേ സുഖിച്ചു. അയാൾ വത്സലയെ കെട്ടിപ്പിടിച്ചൊരുമ്മ കൊടുത്തു. അപ്പോഴേക്കും ആ പെൺശരീരത്തെ ജോർജച്ചായൻ എന്ന പ്രമാണി ഏറ്റുവാങ്ങിയിരുന്നു. അയാൾ രണ്ടു കൈകളിൽ കോരിയെടുത്ത് ബംഗ്ലാവിലേക്ക് നടന്നു.

നേരം വെളുക്കുന്നതിനു മുൻപ് എപ്പോഴൊ സുനന്ദ ഓർമയിലേക്ക് ഉണർന്നു. ശരീരത്തിന്റെ വേദനയിലേക്ക്. ഇടിമിന്നലിൽ കീറി പിളർക്കുന്ന ഒറ്റനിമിഷത്തിൽ തന്നേയും ചുറ്റുപാടിനേയും മുന്നിലിരിക്കുന്ന നരഭോജികളേയും കണ്ടു. അവളുടെ നിലവിളിയുടെ ശബ്ദംകേട്ട് വത്സലയും വരദനും ഓടി എത്തി. നിലവിളിക്കുന്ന സുനന്ദയെ വസ്ത്രംകൊണ്ട് മൂടുമ്പോൾ അവൾ പറഞ്ഞു.

"എന്നാലും സാറമ്മാരെ ഇതിനെ ഈ പരുവത്തിലാക്കിയല്ലെ.. ഇനി ഇതിനെ റിപ്പയറു ചെയ്തെടുക്കുന്നത് എന്റെ പണിയാണല്ലെ."

സുനന്ദയുടെ മുലക്കണ്ണുകൾ കടിച്ച് മുറിവേൽപ്പിച്ചിരുന്നു.. ശരീരമാകെ ക്ഷതമേറ്റ പാടുകൾ.. ചുണ്ടുകൾ കടിയേറ്റ് വീർത്തിരുന്നു... രക്തം തുടയിലൂടെ ഒഴുകുന്നുണ്ടായിരുന്നു.

"റിപ്പയറിന്റെ കാശും അതിന്റെ എരട്ടീം തരാം. ചരക്കിനെ കണ്ടപ്പം ബോധം കെട്ടുപോയെന്ന് പറഞ്ഞാ മതിയല്ലെ ന്റെ വത്സലേ." ജോർജച്ചായൻ പറഞ്ഞപ്പോൾ രതീന്ദ്രൻ വക്കീലും കുലുങ്ങി ചിരിച്ചു.

വത്സല സുനന്ദയെ പിടിച്ചും വലിച്ചും അകത്തെ റൂമിലേക്ക് കൊണ്ടു

പോയി.

ഒരു ഇളിഭ്യചിരിയോടെ കേട്ടുനിന്ന വരദനോടായി ജോർജച്ചായൻ പറഞ്ഞു:

"സംഭവിച്ചതെന്താണെന്ന് കേക്കണ്ടെ... അവക്ക് നൊന്ത് നീറ്റലെടുത്തപ്പം മയക്കുമരുന്നിന്റെ പിടുത്തമക്കെയങ്ങ് പോയി... പെണ്ണു കേറിയങ്ങ് വയലന്റായില്ലേ... ഞങ്ങള് രണ്ടുപേര് പിടിച്ചിട്ടും നിക്കൂല്ല.. ഒന്നു രണ്ടു തല്ലുമൊക്കെ കൊടുത്ത്. അതിലൊന്നും അവള് നിന്നില്ല.. ഭ്രാന്തെടുത്തപോലല്ലെ പെണ്ണ് കാണിച്ച് കൂട്ടിയത്... പിന്നെ ഒരു ഹൈ ഡോസ് മരുന്നും കൂടങ്ങ് കൊടുത്ത്. ചത്തുപോകുന്നെങ്കീ അപ്പഴല്ലെ.. എന്തായാലും നിങ്ങളെ കൊഴപ്പിക്കൂല്ല.."

"എന്നിട്ടും അവൾക്ക് എതിർക്കാനൊള്ള ശക്തി പോയെങ്കിലും അവൾടെ കഴിവിനൊത്ത് ചെറുത്ത് നിന്ന്... ഇവള് നല്ലപോലെ പരുവപെട്ടിട്ടാവട്ട് ഒന്നൂടെ..." ജോർജച്ചായൻ പകുതി ആത്മഗതം പോലെ പറഞ്ഞു.

വത്സലയുടെ വിളികേട്ട് വരദനും അകത്തേക്ക് പോയി... അകത്ത് സുനന്ദയുടെ നിലവിളിയും വരദന്റെയും വത്സലയുടെയും ആക്രോശങ്ങളും കേൾക്കുന്നുണ്ട്... കുറച്ച് കഴിഞ്ഞ് ശബ്ദം ഒന്നും കേൾക്കാതെയായി, വരദനും വത്സലയും പുറത്തു വന്നു.

"എന്നാപിന്നെ ആ മയക്ക് മരുന്നൊണ്ടെങ്കീ ഒരു ഡോസൂടെ കൊട്... തൽക്കാലം അതേ നിവൃത്തിയൊള്ള്... ഞാങ്ങളാ കട്ടിലിമ്മേ കെട്ടിയിട്ട് വായില് തുണീം കേറ്റി വച്ച് ഒരു വിധം...." നിസ്സഹായതയിലേക്ക് അനുരഞ്ജനം ചെയ്യുന്നതിനു മുൻപ് ഉറക്കത്തിന്റെ ഇടത്താവളങ്ങൾ ഒരുക്കുന്നത് അവരുടെ ഒരു ടെക്നിക്കാണ്. അത് സുനന്ദയിലും പ്രയോഗിക്കുകയായിരുന്നു..

ആ ശരീരം പിന്നെ ഒരുപാട് ഉപയോഗിക്കപ്പെട്ടു... രാഷ്ട്രീയക്കാരും സിനിമാക്കാരും പൊലീസ് ആഫീസർമാരും സാഹിത്യകാരന്മാരും ഉന്നത വ്യവസായികളും ഉൾപ്പെടെയുള്ളവർക്ക് വത്സല മനസിനെ അടച്ചിട്ട ആ ശരീരം കാഴ്ചവച്ചു. ഒരു പ്രൊഫഷണൽ ആക്കാനുള്ള വത്സലയുടെ എല്ലാ ശ്രമങ്ങളും പരാജയപ്പെട്ടു... താൻ നശിച്ചു എന്നും അവളുടെ ശരീരം അതിന്റെ യഥാർഥ അവകാശിയായ ഭർത്താവിന് ഇനി ഏറ്റുവാങ്ങാനാവില്ലെന്നും വിശ്വസിക്കുന്ന അവൾ നരകത്തിന്റെ തടവറയിലാണ്... രക്ഷപ്പെടാൻ ഇനിയവൾക്ക് ഇടമില്ല. മരണം മാത്രം. ആ കടുംകൈ അവൾ ചെയ്യുമോ? എന്നാലും വത്സലയ്ക്ക് എപ്പോഴും അവളിൽ ഒരു കണ്ണുണ്ട്. ശരീരം കടിച്ചു മുറിക്കുന്ന ഭ്രാന്തന്മാരെ ഇപ്പോൾ വത്സല അവളുടെ അടുത്തേക്ക് വിടൂല്ല.. നല്ല വരുമാനമുണ്ടാക്കാവുന്ന ശരീരമാണ്... കുറച്ചുനാൾ ഒന്ന് പേണി കാത്തുസൂക്ഷിക്കണം. മധു ഇനി അവളെ തിരക്കി വരില്ലെന്നും വന്നാൽ അവൻ ജീവനുംകൊണ്ട് പോകില്ലെന്നും തന്നെ വത്സല കരുതി.. നിർമലിൽനിന്ന് അവൾക്ക് കിട്ടുന്ന സന്ദേശമനുസരിച്ച് അവൻ ചത്തോ ജീവിച്ചിരിക്കുന്നോ എന്ന് തന്നെ അറിയില്ല...

അവന്റെ മുഖം കരിച്ച് കായലിൽ തള്ളാനായിരുന്നു നിർമലും വിത്സനും പ്ലാൻ ചെയ്തത്... പക്ഷെ അതിനുമുൻപേ അവനെ കൈകാര്യം ചെയ്യേണ്ടിവന്നു... കമ്പനി അവന്റെ പേരിൽ വാങ്ങിച്ചിരുന്ന പ്രോപെർട്ടീസ് എല്ലാം നിർമലിന്റെയും വിത്സന്റെയും ബിനാമികളുടെ പേരിലേക്ക് ബലം പ്രയോഗിച്ച് ഭീഷണിപ്പെടുത്തി മധുവിനെകൊണ്ട് ഒപ്പിടുവിച്ച് കൈമാറ്റം ചെയ്തു. താൻ ചതിക്കപ്പെട്ടു എന്ന് പൂർണമായും അറിഞ്ഞപ്പോൾ അവന് സമനില തെറ്റാൻ തുടങ്ങി... സുനന്ദ സുനന്ദ മാത്രം.... അവളെമാത്രം തിരിച്ചു കിട്ടിയാൽ മതി എന്ന് അവൻ അലറി വിളിച്ചു.. ഭീതിയിൽ ശക്തിയെല്ലാം ചോർന്ന മധുവിനോട് അവർ പറഞ്ഞു... ഏതു സുനന്ദ... അവൾ ചത്തു...ആത്മഹത്യ ചെയ്തു... അതിനുമുൻപേ അവളെ അനുഭവിച്ചവര് ഭാഗ്യവാന്മാര്... ഞങ്ങക്കതിനൊത്തില്ല..." വയലന്റായ മധു അലറി വിളിച്ചുകൊണ്ട് വിത്സന്റെ നേരെ പാഞ്ഞെടുത്ത് ഒറ്റ ഇടി. വിത്സൺ തെറിച്ച് വീണു. അതേ നിമിഷം തന്നെ പിറകിൽ നിന്ന് നിർമലിന്റെ അടിയേറ്റ് മധുവീണു... മരിച്ചതാണോ ബോധം കെട്ടതാണോ എന്ന് ഉറപ്പുവരുത്താനായില്ല... കുറച്ചുകൂടി ഇരുട്ടിയിട്ട് മരിച്ചില്ലെങ്കിൽ കൊന്ന് തള്ളണം എന്നാണവർ തീരുമാനിച്ചിരുന്നത്... പക്ഷേ അതിനുമുൻപേ അവർക്ക് അവിടന്ന് രക്ഷപ്പെടേണ്ടിവന്നു...

പതിനൊന്ന്

അടുത്തരാത്രിയിൽ സുനന്ദയെ അമരാവതിയിലേക്ക് മാറ്റി... ഉറക്ക ഗുളികകൾ കൊടുത്ത് ഉറങ്ങുമ്പോഴാണ് അവളെ അമരാവതിയിലേക്ക് മാറ്റിയത്... ഏതോ മുറിയിൽനിന്ന് മറ്റൊരു മുറിയിലേക്ക് എന്നു മാത്രം അവൾക്കറിയാം...

തിരക്കുപിടിച്ച തീർഥാടന നഗരത്തിലെ അമരാവതി അപ്പാർട്ട്മെന്റ്സിലായിരുന്നു വത്സല പെൺവാണിഭം നടത്തിയിരുന്നത്... വത്സല ഇല്ലാത്തപ്പോൾ വസന്തയ്ക്കായിരിക്കും അപ്പാർട്ടുമെന്റിലെ ഡ്യൂട്ടി. വരദന്റെ ഭാര്യമാരാണ് ഇരട്ടകളായ രണ്ടുപേരും... വരദനും ഒരു ഭാര്യയും ഫാം ഹൗസിലായിരിക്കും.

ഓർമയിലേക്ക് വന്ന നിമിഷം മുതൽ സമനിലകിട്ടാതെ അവൾ തകർന്ന് നിലവിളിച്ചു... ഭ്രാന്തമായി വയലന്റ് ആകുമ്പോൾ ഉറക്ക ഗുളികകൾ കൊടുത്ത് സുനന്ദയെ ഉറക്കി... ശരീരത്തിലെ മുറിവുകൾ ഉണക്കാൻ വത്സല ഡോക്ടറെ കൊണ്ടുവന്നു ചികിത്സിച്ചു... ഭക്ഷണം കഴിക്കാതെ അവൾ ക്ഷീണിച്ചു. വത്സലയെ കാണുമ്പോൾത്തന്നെ അവൾ ഭയന്ന് നിലവിളിക്കാൻ തുടങ്ങും. വത്സല ഒരുപാട് കേസ് കൈകാര്യം ചെയ്തിട്ടുള്ളതാണ്. ഇത് അതിനേക്കാളൊക്കെ വിഷമം പിടിച്ചതാണ്... ഒത്തിരി ധൃതികൂടിപ്പോയൊ എന്ന സംശയം. ജോർജച്ചായന്റേന്നും രതീന്ദ്രൻ വക്കീലിന്റേന്നും കിട്ടിയ കാശിനേക്കാൾ അവരുടെ സ്വാധീനമാണ്

പ്രധാനം... മുൻ മന്ത്രി ആയ അച്ചായന് ഭരണത്തിലും പൊലീസുകാരി ലുമൊക്കെ നല്ലപിടിയാണ്. അടുത്ത് തന്നെ രാജ്യസഭാംഗമാകും.. വത്സ ലയ്ക്കും പൊലീസുകാരെയൊക്കെ പിടിയുണ്ടെങ്കിലും എല്ലാവരേയും കൂടെ നിർത്തണമല്ലോ.. രതീന്ദ്രൻ വക്കീലിന് കോടതീം ജഡ്ജിമാരു മൊക്കെ ആയിട്ട് നല്ല ബന്ധമാണ്. അടുത്തുതന്നെ ജഡ്ജിയാവുമെന്ന് കേൾക്കുന്നു.. ബോധംകെട്ടു കിടക്കുന്ന പെണ്ണിൽ ലൈംഗിക വൈകൃത ങ്ങൾ കാണിക്കുകയാണ് അവരുടെ ദൗർബല്യം. ഫ്രെഷായിട്ടുള്ളത് വലിയ പിടീം വലീം ഇല്ലാതെ നടക്കണമെങ്കീ ഇതേ ഉള്ളൂ വഴി. സുനന്ദ കല്യാണം കഴിച്ചതാണെങ്കിലും ഈ ഫീൽഡിൽ ഫ്രെഷാണല്ലോ. അതു കൊണ്ട് ഇങ്ങനെ ഒന്ന് കൈയില് കിട്ടിയ സ്ഥിതിക്ക് അവരെക്കൊണ്ട് ഉപയോഗിപ്പിക്കാതെ പറ്റില്ല.

വത്സല പഠിച്ച പണിയൊക്കെ നോക്കീട്ടും സുനന്ദ വഴങ്ങുന്ന ലക്ഷ ണമില്ല..

"നോക്ക് സംഭവിച്ചതൊക്കെ സംഭവിച്ച്... നിന്റെ ഭർത്താവ് നിന്നെ കളഞ്ഞിട്ടല്ലേ."

"ഇല്ല മധു എന്നെ കളയില്ല... എന്റെ മധു എവിടെ... പറാ..." അവൾ അലറി വിളിച്ചു...അവളുടെ കണ്ണുകൾ ഒരു ഭ്രാന്തിയെപ്പോലെ തള്ളിവന്നു.

പിന്നെ വത്സല ആ തന്ത്രം ഉപേക്ഷിച്ചു.

"നിന്റെ ഭർത്താവിന് നിന്നെ ഉപേക്ഷിക്കാതെ വേറെ വഴിയില്ല... അയാള് ആകെ പ്രശ്നത്തിലാണ്.. നിന്നെ അയാൾ കൈയൊഴിഞ്ഞു... നിന്റെ ശുദ്ധഗതികൊണ്ട് തോന്നുന്നതാണ് ഇതൊക്കെ... ഈ ആണുങ്ങ ളെയൊന്നും അങ്ങനെയങ്ങ് വിശ്വസിക്കരുത്... ദാണ്ടെ ഇവിടെയുള്ള പെണ്ണുങ്ങൾ ഇവള്മാരിലും കല്യാണം കഴിച്ചവരൊക്കെയുണ്ട്... അതിന്റെ കഷ്ടപ്പാടീന്ന് ഇപ്പം രക്ഷപ്പെട്ടെത്തിയവരും ഭർത്താവ് ഉപേക്ഷിച്ചെത്തി യവരുമൊക്കെ തന്നെ ഇവളുമാരും... നിന്നെ ഞാൻ എല്ലാവരേം പോലെ കാണത്തില്ല. നിന്നെയെനിക്കറിയാം. നിനക്ക് വെളീപ്പോയാ ജീവിക്കാൻ പറ്റൂല്ല. നിന്നെ പിച്ചിച്ചീന്താൻ വെളീല് ആളുകളൊണ്ട്. നിന്റെ മക്കളെ യൊക്കെ ഞാൻ കണ്ടുപിടിച്ചുതരാം. നിനക്ക് ഇഷ്ടപ്പെട്ടവരോടെ കെട ന്നാമതി. ഞാൻ നിർബന്ധിക്കത്തില്ല. ഇവിടെ നിനക്ക് സുഖമാണ്. എന്റെ മോളേപ്പോലെ തന്നെ നീയും." എന്നൊക്കെ പറഞ്ഞിട്ട് പിന്നെ മുഖഭാവം മാറ്റി ഒരു ഭീഷണിയാണ്.

"ഞാൻ ഇതുവരെ ഒള്ളകാര്യം പറഞ്ഞില്ല. അത് പറയണോ. നിന്റെ പുന്നാര ഭർത്താവ് നിന്നെ ഞങ്ങക്ക് വിറ്റു. ഇനി നീ ഞാമ്പറയുന്നത് കേക്കണം."

അതിലും അവൾ സമനില കൈവിടുന്നതും വയലന്റാകുന്നതുമേ ഉള്ളൂ എന്ന് കണ്ടപ്പോഴാണ് അടുത്ത ഭീഷണി.

"ഞാൻ സ്നേഹത്തോടെ പറയുന്നത് കേട്ടാ നിനക്ക് നല്ലത്.. അല്ലെങ്കീ എനിക്ക് വേറേ വഴീം ഉണ്ട്. അതെന്നെക്കൊണ്ട് ചെയ്യിക്കല്ലേ

കൊച്ചേ.."

അന്ന് വരദന്റെ കാമലീലകൾ നടക്കുമ്പോൾ തന്നെ സുനന്ദയുടെ നഗ്നതയുടെ ഫോട്ടോ വത്സല എടുത്തിരുന്നു. സുനന്ദ വഴങ്ങുന്നില്ലെന്ന് കണ്ടപ്പോൾ ഈ ഫോട്ടോകൾ സുനന്ദയെ കാണിച്ചു. അത് സുനന്ദയ്ക്കേറ്റ വലിയൊരു ഷോക്കായിരുന്നു. അവൾ നിലവിളിച്ച് കരഞ്ഞു. അങ്ങനെ ഭയപ്പെടുത്തി സുനന്ദയെ പലരുടേയും കൂടെ മുറികളിലേക്ക് തള്ളിവിട്ടു.

ബലപ്രയോഗത്തിലൂടേയും പിന്നെപ്പിന്നെ നിർവികാരയായും അവളുടെ ശരീരം വഴങ്ങി. പിന്നെപ്പിന്നെ വന്നുകേറുന്ന പുരുഷന്റെ മുന്നിൽ ട്യൂൺ ചെയ്തുവച്ച ഒരു പാവയെപ്പോലെ അവൾ വസ്ത്രങ്ങൾ അഴിക്കാൻ തയാറായി. മിണ്ടാട്ടമില്ലാത്തതും അകലേക്കുള്ള നോട്ടവും പ്രതിഷേധങ്ങൾ നിലച്ചതും വത്സല ശ്രദ്ധിച്ചു. സുനന്ദയുടെ മാനസികനില തകരുകയാണ് എന്ന് വത്സല അറിഞ്ഞു. വത്സല ഭയന്നു. അവൾക്ക് ഭയക്കാതിരിക്കാനാകില്ല.. മുൻപൊരുവൾ മാനസികരോഗിയായി... വളരെ വയലന്റായ അവൾക്ക് കൊടുത്ത അടിയേറ്റ് അവൾ മരിച്ചു. ഫാം ഹൗസിലെ വാഴത്തോട്ടത്തിൽ ആ ശരീരം കുഴിച്ചിട്ടു. ആ കേസ് ഒതുക്കാനായി ലക്ഷങ്ങൾ കളഞ്ഞതും മനഃസമാധാനം ഇല്ലാതായതും ഓർത്താണ് ഇപ്പോൾ വത്സല പേടിച്ചത്. കുറച്ചുകൂടി സാവകാശം എടുക്കുന്നതാണ് നല്ലതെന്ന് വത്സല ചിന്തിച്ചു. സുനന്ദയുടെ കണ്ണുകളും നോട്ടവും കൊലചെയ്യപ്പെട്ട പെണ്ണിനെ ഓർമിപ്പിച്ചു. അതുകൊണ്ടുതന്നെ വത്സല സൈക്ക്യാട്രിസ്റ്റിനെ വരുത്തി മരുന്നുകൊടുത്ത് ചികിത്സിച്ചു. വയസനായ സൈക്ക്യാട്രിസ്റ്റ് വത്സലയുടെ പഴയ ഒരു ക്ലയിന്റ് ആണ്. സുനന്ദയോടുള്ള അയാളുടെ കൊതിക്ക് അവൾ ഇങ്ങനെ പറഞ്ഞു: "ആദ്യം അവളെ നേരെയാക്കിയെടുക്ക്."

ഉറക്കുന്ന മരുന്നുകൊണ്ടും ഉറക്കത്തിന്റെ ശാന്തതകൊണ്ടും കുറച്ചു ദിവസമായി ആരും അവളെ അധികം ശല്യപ്പെടുത്താത്തതുകൊണ്ടും സുനന്ദ കുറച്ച് നോർമലായി. സുനന്ദ സാഹചര്യങ്ങളുമായി പൊരുത്തപ്പെട്ട് വരുന്നതായി വത്സലയ്ക്ക് തോന്നി. അവിടെയുണ്ടായിരുന്ന മറ്റു പെണ്ണുങ്ങൾ ക്രമേണ സുനന്ദയുമായി അടുത്തുകൂടി. പെണ്ണുങ്ങൾ അവരുടെ ജീവിതത്തിന്റെ കഥകൾ സുനന്ദയോട് പറഞ്ഞു. അതൊക്കെ സത്യമായ കഥകളുമായിരുന്നു. ഇവിടെവരുന്നതിനു മുൻപ് ജീവിതം നരകമായിരുന്നവരും അക്കൂട്ടത്തിൽ കാണുമല്ലോ.

ഒരുദിവസം വത്സല ഫോട്ടോകൾ തിരിച്ചേൽപ്പിച്ച് അതൊക്കെ നശിപ്പിക്കാമെന്നു പറഞ്ഞു. തീപ്പെട്ടി ഉരച്ച് ഫോട്ടോകളിൽ തീ കൊളുത്തി. അവ ആ മുറിയിൽ ചാരമായി വീണു. ഫോട്ടോകളുടെ പ്രിന്റ് വേറെ വത്സല സൂക്ഷിക്കാതിരിക്കില്ലല്ലോ.

കാലം പരുവപ്പെടുത്തുന്നതുപോലെ സുനന്ദ അവിടത്തെ ഒരു അന്തേവാസിയായി കഴിഞ്ഞു. വത്സലയും സുനന്ദയും കൂടാതെ നാലുപേരാ

യിരുന്നു ആ അപ്പാർട്ട്മെന്റിൽ സ്ഥിരമായി ഉണ്ടായിരുന്നത്. കുറെ ജീവിതം ജീവിച്ച് അനുഭവങ്ങൾ കഴിഞ്ഞ് വന്നവരാണ് അവരെല്ലാം. ആവശ്യത്തിന് വിളിച്ചാൽ വരുന്ന വേറെ പലരും വത്സലയുടെ ലിസ്റ്റിലുണ്ട്. പുതിയ കുട്ടികളെ വല വീശിക്കൊണ്ടുവരുന്നതും കൂട്ടത്തിലുണ്ട്. സുനന്ദയാണ് അങ്ങനെ വന്ന അവസാന ഇര. കൊണ്ടുവന്നവരെയെല്ലാം കുറെ ഉപയോഗം കഴിഞ്ഞ് പിന്നെ മഹാനഗരങ്ങളിലേക്ക് കയറ്റുമതി ചെയ്യും. ചിലരെയൊക്കെ വിദേശത്തേക്കും അയച്ചിട്ടുണ്ട്. അങ്ങനെ കൊണ്ടുവരുന്ന കൗമാരപ്രായക്കാരെ പ്രൊഫഷണലുകൾ ആക്കുന്ന റിസ്കിന് വത്സല മുതിരില്ല. വീട്ടിലേക്കാണെന്ന് പറഞ്ഞായിരിക്കും അവരെ വണ്ടി കേറ്റുന്നത്.... പക്ഷേ അവർ പോകുന്നത് വിദൂര നഗരങ്ങളിലേക്കായിരിക്കും.

അപ്പാർട്ട്മെന്റിൽ ഉണ്ടായിരുന്ന നാലുപേരിൽ ഒന്ന് രേണുക ആയിരുന്നു. മറ്റു മൂന്നുപേർ ഫാത്തിമ, മിനി, നിമ്മി.. സുനന്ദയേയും വേറെ ആർക്കെങ്കിലും വിൽക്കുമോ എന്നാണ് രേണുകയുടെ പേടി. അപ്പാർട്ട്മെന്റിൽ താമസിച്ചിരുന്ന രേണുകയോട് സുനന്ദയ്ക്ക് കൂടുതൽ അടുപ്പം തോന്നി.

രേണു പറഞ്ഞു. "ഓരോരുത്തരുടേയും ജീവിതമാണ് ചേച്ചി ഇങ്ങനെയൊക്കെ ആക്കുന്നത്. ഇപ്പം ഞാനിതൊരു തൊഴിലുപോലെ ചെയ്യുന്നു. വരുന്നവരെ തൃപ്തിപ്പെടുത്താൻ ശ്രമിക്കും. പിന്നെ ചില ബോറന്മാര് കാണും. ഇപ്പം എനിക്കറിയാം അവരോടൊക്കെ എങ്ങനെ നീക്കണമെന്ന്." "നിനക്ക് ഈ തൊഴിലീ തന്നെ ജീവിക്കണമെന്നാണാ" സുനന്ദ ചോദിച്ചു.

"അല്ല ചേച്ചി... മറ്റൊരു പണി കിട്ടണം."

അവൾ ലാബ് ടെക്നീഷ്യൻ കോഴ്സ് കഴിഞ്ഞതാണ്. രേണുകയുടെ കല്യാണം കഴിയുന്നതുവരെ അമ്മയും രണ്ട് പെൺമക്കളും പണി ചെയ്ത് ജീവിച്ചു. രേണുകയുടെ ചേച്ചി കല്യാണം കഴിഞ്ഞു. രണ്ടു കുട്ടികളുമുണ്ട്. ഭർത്താവ് മുഴുക്കുടിയൻ. രേണുകയുടെ ചേച്ചി തന്നെ ജോലി ചെയ്ത് അയാളേയും പോറ്റി. ഭർത്താവെന്നു പറഞ്ഞ് ഒരാൾ വേണമല്ലോ. ഇല്ലെങ്കിൽ? ഒരു പെണ്ണ് ഈ സമൂഹത്തിൽ?

മഹാനഗരത്തിൽ ജോലിയുള്ള ഒരുത്തനാണ് രേണുകയെ കല്യാണം കഴിച്ചത്.... "എന്റെ ശരീരം വേദനിപ്പിക്കുന്നതിലായിരുന്നു അയാളുടെ സുഖം. അയാളുടെ ഏറ്റവും വലിയ വിനോദം പുകയുന്ന സിഗററ്റുകുറ്റി, കുപ്പിച്ചില്ല് ഇതൊക്കെ ആ ഭാഗത്ത് കുത്തിക്കേറ്റുന്നതാണ്. മൂന്നു ദിവസം കഴിഞ്ഞപ്പോൾ ഞാൻ ആശുപത്രിയിലായി. ഒരു മാതിരി സുഖമാകുമ്പോൾ പിന്നേയും ഇതു തന്നെ. അങ്ങനെ മൂന്നുനാലുപ്രാവശ്യം ആശുപത്രിയിലായി. അവസാനം ആശുപത്രീലെ ഒരു ഡാക്ടറ് ആരാണ് നിന്റെ ഈ ഭാഗത്തൊക്കെ ഇങ്ങനെ മുറിവേൽപ്പിച്ചതെന്ന് ചോദിച്ചപ്പോ ഞാൻ കരഞ്ഞു. ഭർത്തവാണിതൊക്കെ ചെയ്തതെന്ന് മാത്രം പറഞ്ഞു. അവർ അത്ഭുതപ്പെട്ടു. അവർ ചോദിച്ചു. നിനക്കയാളേ ഉപേ

ക്ഷിച്ചൂടേന്ന്. ഒരു ഭർത്താവ്..... പേരിനെങ്കിലും ഒരു ഭർത്താവ് ഇല്ലാതെ എങ്ങനെ ജീവിക്കും. എല്ലാം സഹിക്കൂ മോളേ.... അവൻ ലീവ് കഴിഞ്ഞ് പോണതുവരെയല്ലെ. എന്റെ മോള്... എന്ന് പറഞ്ഞ് അമ്മയെന്നെ കെട്ടിപ്പിടിച്ചു കരയുമായിരുന്നു. അതുതന്നെ ഞാൻ ഡാക്ടറോടും പറഞ്ഞു. നീ ഇങ്ങനെ ഒരുത്തന്റോടെ ജീവിക്കരുത്. നീ വിവാഹമോചനം നേടണം. അവർ നിർബന്ധിച്ച് പറഞ്ഞു. എന്നിട്ടും ഞാൻ പിടിച്ചു നിൽക്കാൻ തന്നെ ശ്രമിച്ചു. അവസാനം പിന്നെയും അയാൾ ലീവിനു വന്നപ്പോൾ പീഡനങ്ങൾ കൂടിയതെയൊള്ള്. സംശയത്തോടെ ഓരോരോ ആളുകളെ ചേർത്ത് എന്നെ പറയാനും അതിന് ശിക്ഷയായി മൊളകരച്ച് അവിടയൊക്കെ തേക്കാനും അങ്ങനെ അയാളെ ഉപേക്ഷിക്കാൻ തന്നെ ഞാൻ തീരുമാനിച്ചു. വിവാഹമോചനത്തിന് നോട്ടീസ് കൊടുത്തു."

സുനന്ദ ശ്രദ്ധിച്ചു. ഇതൊക്കെ പറയുമ്പോൾ യാതൊരു വികാരവുമില്ലാതെ മറ്റാരുടെയോ കഥ പോലെ രേണുക പറയുന്നത് സുനന്ദയ്ക്ക് അത്ഭുതമായി.

"കുറച്ചു നാൾ ഒന്നിച്ചു കഴിയണം എന്ന ബഹുമാനപ്പെട്ട കോടതി നിർദേശം (അതു പറയുമ്പോൾ അവൾ അത്രയ്ക്ക് പുച്ഛഭാവം ശബ്ദത്തിലും ആംഗ്യത്തിലും പ്രകടമായി) അനുസരിച്ചാണ് ഞാൻ അയാളോടൊപ്പം മുംബൈയിലേക്ക് പോയത്."

മഹാനഗരത്തിലേക്ക് പോയശേഷമാണ് അവളുടെ ജീവിതം ദുരന്തത്തിൽ വീണത്. നഗരത്തിൽ ഭർത്താവിന്റെ വീട്ടിൽ അയാളുടെ സഹോദരിയാണെന്ന് പറയുന്ന ഒരു സ്ത്രീയുണ്ടായിരുന്നു. ചെന്ന ദിവസം അന്നു രാത്രി നാലു പുരുഷന്മാർ ഒന്നിനു പിറകേ ഒന്നായി അവളുടെ മുറിയിൽ കയറി. രേണുക പറഞ്ഞു: "ബലാൽസംഗമെന്നാണോ പീഡനം എന്നാണോ എന്താണ് ഇതിനെ പറയേണ്ട്ത്, വളരെ നിസ്സാരമായി ഉപയോഗിക്കുന്ന വാക്കുകൾ. അയാൾ എന്നിൽ ചെയ്തതിനെ നമ്മുടെ ലോകം പറയുന്നത് ബലാൽസംഗം എന്നാണ്. എനിക്കീ വാക്കുകളൊക്കെ വെറുപ്പാണ്. ഞാൻ അനുഭവിച്ചതിന്റെ വേദനകൾ ഉൾക്കൊള്ളാത്ത വാക്കുകൾ. ആദ്യത്തേതിനു ശേഷം തന്നെ ഞാൻ അവശയായി. പിന്നെ വന്ന മൂന്നുപേരേയും എതിർക്കാൻ എനിക്ക് ശക്തിയില്ലായിരുന്നു. അവസാനം എന്റെ ഭർത്താവെന്നുപറയുന്ന ആൾ. അവിടെവച്ചു തന്നെ എന്നെ ഒരു വേശ്യ ആക്കി. ഒപ്പം പീഡനങ്ങളും പേടിപ്പിക്കുന്ന അന്തരീക്ഷവും.

ഒരു തക്കത്തിന് ഞാൻ അവിടന്ന് വെളിയിൽ ചാടി. ഒരു പകൽ നേരം... നഗരത്തിന്റെ തിരക്കിൽ ഞാൻ ഒളിച്ചു.... ഒരു ഫോൺ നമ്പർ ഉണ്ടായിരുന്നു.... നാട്ടിലെ ഒരാളിന്റെ. അയാളെ വിളിച്ചു.... എങ്ങനെയെങ്കിലും നാട്ടിൽ എത്തി. എനിക്ക് സംഭവിച്ചതൊന്നും ആരോടും പറയാൻ പറ്റത്തില്ല. ഒരു കോടതിയും എന്നെപ്പോലെ ഒരു പെണ്ണിന്റെ രക്ഷയ്ക്കില്ലെന്ന് മനസിലായി. മറ്റെങ്ങും പോകാനില്ലാത്തതുകൊണ്ട് വീട്ടിലെത്തി. പക്ഷെ അധികനാൾ വീട്ടി നിൽക്കാൻ തോന്നീല്ല. ഭയങ്കരമാണ്. ഈ ലോകത്തിൽ പിന്നെ ജീവിക്കുന്നത്, ആരോടെല്ലാം നാം മറുപടി പറയ

ണം. ആരെല്ലാം നമ്മെ നോട്ടമിടും. ഒരഭയം പോലെ ഞാൻ ഇവിടെയെത്തി.... ദുരന്തത്തിൽ നിന്ന് ദുരന്തത്തിന്റെ പലവഴികളിലൂടെ."

രേണുക അവളുടെ കഥ അങ്ങനെ ചുരുക്കി.

"ഇപ്പം ഇതേ പറ്റൂ. ചേച്ചിയുടെ മക്കളുടെ പഠിത്തം. അമ്മയെ നോക്കണം. കുറേ ആഗ്രഹങ്ങളുണ്ട്. ഒരു മനുഷ്യന് മിനിമം വേണ്ടത് ചെറിയ ചെറിയ ആശകൾ."

സുനന്ദയും രേണുകയും ഒരു മുറിയിലാണ് കിടക്കുന്നത്. ജോലിക്ക് വിളിക്കുമ്പോൾ അവൾ പോകും ഒരുങ്ങി പ്രസന്നവദനയായി. ദുഃഖത്തിന്റെ ഒരു കരിവാളിപ്പും ആ മുഖത്തില്ല. ജോലി കഴിഞ്ഞ് വന്ന് കുളിച്ച് സുനന്ദയോട് വർത്തമാനം പറയാനിരിക്കും. ഓരോ കഥകൾ. ഓർമകൾ. കുട്ടിക്കാലം. അമ്മ. അച്ഛൻ. ഓർമയിൽ... അവൾക്ക് നല്ല ഒരച്ഛനുണ്ട്. അവൾക്ക് ഏഴുവയസുള്ളപ്പോൾ പെട്ടെന്ന് ഒരുദിവസം മരിച്ചുപോയി. വയൽ വരമ്പിലൂടെ കുറേപ്പേർ അച്ഛനെ താങ്ങി എടുത്തുകൊണ്ട് വന്ന് ഇറയത്ത് കിടത്തുന്നത്, അമ്മ വാവിട്ട് വിളിക്കുന്നത്, അവളുടെ നെഞ്ചിൽ ഒരു മിന്നൽപ്പിണർപോലെ ഈ ഓർമ അവളിൽ വന്നു പൊയ്ക്കൊണ്ടിരിക്കും. ഓട്ടുകമ്പനിയിൽ ജോലിയായിരുന്നു അച്ഛന്. അവിടെ പെട്ടെന്ന് തളർന്നു വീണു. അപ്പോൾ മുതൽ തുടങ്ങി കഷ്ടപ്പാടുകൾ. എന്നാലും അമ്മ ജോലിചെയ്ത് പഠിപ്പിച്ചു. പത്താംക്ലാസ് ആയപ്പോഴേ രേണുക വീട്ടിൽ കൊച്ചുകുട്ടികൾക്ക് ട്യൂഷൻ എടുക്കാൻ തുടങ്ങി. രേണുകയുടെ ഒരു മാമനാണ് നഗരത്തിൽ ജോലിയുള്ള ആളിന്റെ വിവാഹാലോചന കൊണ്ടുവന്നത്. ഒരുക്കൂട്ടി വച്ച പണമെല്ലാം കൊണ്ട് രേണുകയുടെ കല്യാണം നടത്തി. "രേണുകയുടെ ഇന്നത്തെ ജീവിതം ആ അമ്മയ്ക്ക് അംഗീകരിക്കാനാവുന്നോ? എനിക്കു മനസിലാവുന്നില്ല. നീയിങ്ങനെ ഉണ്ടാക്കുന്ന പണം കൊണ്ട് അവർക്കെങ്ങനെ ജീവിക്കാൻ തോന്നുന്നു." സുനന്ദ ചോദിച്ചു.

"വേറെ നിവൃത്തിയില്ല. ചേച്ചി.. മനുഷ്യനെ അവന്റെ പരിത:സ്ഥിതികൾ മാറ്റും. ഞാൻ പലവരാൽ ഉപയോഗിക്കപ്പെട്ട് സാദാ ഭാഷയിൽ പറഞ്ഞാൽ പിഴച്ചവളായി അല്ലെങ്കിൽ നശിച്ചവളായല്ലേ തിരിച്ചുവന്നത്. സ്വന്തം ശരീരം നശിച്ചു എന്നനുഭവിച്ച് ആ ശരീരത്തെപേറി എങ്ങനെ ജീവിക്കും. മരിക്കാനാണ് തോന്നിയത്. ഞാൻ മരിച്ചാൽ എന്റെ അമ്മ. എന്റെ ശരീരം നശിക്കില്ല എന്ന് ഞാൻ തീരുമാനിച്ചു. അങ്ങനെ ഈ നശിച്ച സമൂഹം പറഞ്ഞു തന്നതാണ്. നമ്മുടെ സാഹിത്യവും സിനിമയും പറഞ്ഞു തന്നതാണ്. ഞാനത് അംഗീകരിക്കില്ല. അങ്ങനെ കരുതുന്നുണ്ടോ. ഞാൻ അമ്മയോട് ചോദിച്ചു. അമ്മ പറഞ്ഞു. മനസിനെ നശിപ്പിക്കാത്തിടത്തോളം ശരീരത്തേം നശിപ്പിക്കാനൊക്കില്ല. പക്ഷേ മോളേ അമ്മ ഇത്രേം കാലം വിധവ ആയി കഴിഞ്ഞിട്ട് കഴിഞ്ഞിട്ട് പല കഷ്ടപ്പാടും ഉണ്ടായിട്ട് ചെയ്യാത്തത് ഇപ്പോ മോൾ ചെയ്യണ്ടം എന്ന് പറഞ്ഞ് അമ്മ പൊട്ടിപ്പൊട്ടി കരഞ്ഞു. ഞാൻ പറഞ്ഞു. അമ്മയ്ക്ക് നല്ലൊരു ഭർത്താവുണ്ടായിരുന്നു. ആ ഓർമകൾ. അമ്മയുടെ ശരീരം ആ ഓർമ

യ്ക്കായി മനസിനൊപ്പം കരുതി. ഞാൻ അങ്ങനെ അല്ലല്ലോ.

"അമ്മയുടെ അനുവാദം കിട്ടീട്ടാണോ രേണുക ഇതിനു വന്നത്." സുനന്ദ ചോദിച്ചു.

"അല്ല.. കുറെ നാൾ കഴിഞ്ഞ്. എനിക്ക് ധൈര്യം വന്നിട്ട്. ഈ ജോലി ചെയ്യുമ്പോൾ ഞാൻ എന്ന ഒന്ന് ഉണ്ടെന്നും എന്റെ ശരീരം എന്റേതാണെന്നും ഞാൻ വിചിത്രമായി അനുഭവിക്കാൻ തുടങ്ങി. എനിക്ക് പറയാൻ ഒരു സ്റ്റാൻഡ് ഉണ്ടായിരുന്നു അപ്പോൾ. പക്ഷേ അമ്മക്കത് അംഗീകരിക്കാനാവില്ലായിരുന്നു. അതെനിക്കറിയാം. ഇതിനേക്കാൾ മരിക്കുന്നതാണ് മോളെ നല്ലതെന്ന് അമ്മ പറഞ്ഞു. മരിക്കാനാണ് തോന്നിയത്. അമ്മേം അനുജത്തിയേം ഓർത്തു മാത്രമാണ് മരിക്കാൻ കെട്ടിയ കുരുക്കിൽ കയറാതെ ജീവിക്കാൻ തീരുമാനിച്ചത്. ഇതിൽനിന്നു ഞാൻ രക്ഷപ്പെട്ടുവരും. മറ്റൊരു ജീവിതം കണ്ടെത്തും." അമ്മയോട് ഞാൻ പറഞ്ഞു.

"എന്നാലും എനിക്കറിയാം. ഇതിന്റെയൊക്കെ അവസാനം.."

രേണുകയുടെ മുഖം തുടുത്തു. അവളുടെ കണ്ണ് നിറഞ്ഞുവരുന്നതിന് മുൻപേ അവൾ തുടച്ചു മാറ്റി.

"ഇപ്പോൾ പണം എത്തിച്ചു കൊടുക്കുന്നതല്ലാതെ ഞാൻ അമ്മയെ കാണാൻ പോകാറില്ല..." അവൾ പറഞ്ഞുനിർത്തി.

ഇങ്ങനെയും ജീവിതങ്ങളോ? കഥകളായി കണ്ടിരുന്നത് ഇപ്പോൾ നേർക്കാഴ്ചകളായി.... താൻ കണ്ടതാണോ എന്ന് തിരിച്ചറിയാനാകാത്ത ഒരു സ്വപ്നത്തിനുള്ളിലാണ് താൻ ഇപ്പോൾ എന്ന് സുനന്ദയക്ക് തോന്നി. ഇപ്പോൾ താൻ മറ്റൊരു സമൂഹത്തിലാണ്.... ഒരു സമൂഹമുണ്ട്. മുൻപ് സമൂഹം പുറത്ത് അതിന്റെ വൈവിധ്യത്തിലായിരുന്നു. താൻ അകത്ത് കുടുംബത്തിലും. ഇപ്പോൾ ആ വൈവിധ്യമുള്ള സമൂഹത്തിലെ ഒന്നിനകത്താണ് താൻ എന്നവൾ അറിഞ്ഞു. ഇവിടെ കഥകളുടെ കാഴ്ചക്കാരിയും അത് അനുഭവിക്കുന്നവളുമാണ് ഞാൻ. എന്റെ കഥകളോ...? ആ കഥകളുടേയും കാഴ്ചക്കാരിയാണ് താൻ എന്ന് സുനന്ദ അറിഞ്ഞു.

പക്ഷേ ഒരു ദിവസം സുനന്ദ അവിടെ നിന്ന് പുറത്തുചാടി.. മറ്റൊരു ലൈംഗിക തൊഴിലാളിയായിരുന്നു സുനന്ദയെ രക്ഷപ്പെടുത്തിയത്. അവൾ ഇല്ലായിരുന്നെങ്കിൽ സുനന്ദയക്ക് രക്ഷപ്പെടാൻ കഴിയുമായിരുന്നോ? ഇല്ല. സുനന്ദ അങ്ങനെ വിശ്വസിക്കുന്നില്ല. അവളുടെ പേര് സുനന്ദ അറിയുന്നത് വർഷങ്ങൾക്ക് ശേഷമാണ്..... മെഴ്സി.

ആൻ മെഴ്സി ലോറ എന്ന ചിത്രകാരി.

അന്ന് ആദ്യമായി കണ്ട ദിവസം അവർ സുനന്ദയോട് ചോദിച്ചു:

"നിനക്ക് രക്ഷപ്പെടണോ."

സുനന്ദ വിശ്വസിക്കാനാവാതെ ഒരുനിമിഷം നിന്നു. ആ കണ്ണുകൾ അതേ ചോദ്യം ആവർത്തിക്കുന്നു.

അവൾ വേണം എന്ന് തലകുലുക്കി.

"അടുത്തപ്രാവശ്യം ഞാൻ വരുമ്പോൾ" അവൾ പറഞ്ഞു.

പന്ത്രണ്ട്

ചില വി ഐ പി ക്ലയന്റിസിന് രണ്ടു പെണ്ണുങ്ങൾ ഒരുമിച്ചുവേണം. ഹൈദർ ഹാജി എന്ന വ്യവസായി ഈ വിനോദത്തിന്റെ ആളാണ്. പല തരത്തിലെ ലീലകളുടെ ഒരു സംവിധാന ശൈലി അയാൾക്കുണ്ട്. പെണ്ണുങ്ങൾ തമ്മിലുള്ള കേളികൾ. അത് കണ്ടു രസിച്ച് മദ്യപിച്ചിരിക്കുക അതിലൊന്നാണ്.

അങ്ങനെയാണ് ആ റിസോർട്ടിൽ മേഴ്സിയെ വരുത്തിയത്. ജാസ്മിൻ എന്ന നാമത്തിലാണ് അവൾ അറിയപ്പെടുന്നത്. ഏതോ കൂട്ടിക്കൊടുപ്പുകാരൻ ഇട്ടത്.

രണ്ടു പെണ്ണുങ്ങളിൽ ഒന്ന് അല്പം ഫ്രെഷ് ആയത് വേണമെന്ന് തോന്നുമ്പോൾ അതു തരപ്പെടുത്താൻ ഓരോ നഗരത്തിലും വത്സലയെപ്പോലെ കക്ഷികൾ ഹാജിക്കുണ്ട്. ഇത്തവണ ഹാജി വിളിച്ചത് വത്സലയെ ആണ്. അമരാവതിയിൽ എത്തിയ ഹൈദർ ഹാജിക്ക് ജാസ്മിനൊപ്പം വിട്ടുകൊടുത്തത് സുനന്ദയേയും.

ജാസ്മിൻ ആദ്യമായിരുന്നു അവിടെ. ആദ്യനോട്ടത്തിൽത്തന്നെ ജാസ്മിൻ സുനന്ദയെ തിരിച്ചറിഞ്ഞു.

ആർദ്രമായ അവളുടെ കണ്ണുകൾ.

ഓരോ ക്രിയയിലും അവളുടെ വിങ്ങുന്ന ഹൃദയം. ജാസ്മിന്റെ ഹൃദയം അതിൽ ഉടക്കി.

ഞങ്ങൾ ഒന്ന് കുളിച്ചു വരാമെന്ന് പറഞ്ഞ് സുനന്ദയേയും കൂട്ടി അവൾ ബത്ത്റൂമിൽ കേറി. ഹാജിക്ക് അതിഷ്ടവുമായി.

ജാസ്മിൻ ഒന്നും അന്വേഷിച്ചറിഞ്ഞില്ല. ഇത്രമാത്രം ചോദിച്ചു:

"നിനക്ക് രക്ഷപ്പെടണോ.."

സുനന്ദ അവിശ്വസീനമായും ദയനീയമായും ആ അപരിചിതയെ നോക്കി.

വേണം.

അവൾ അവിശ്വസനീയമായി സന്ദേഹത്തോടെ തലകുലുക്കി.

"നമുക്ക് കുളിക്കാം... ശരീരവും മനസും തണുക്കും." ജാസ്മിൻ പറഞ്ഞു.

അവർ കുളിക്കുമ്പോൾ ജാസ്മിൻ എന്ന മേഴ്സി ആലോചിക്കുകയായിരുന്നു..

അവൾ ചോദിച്ചു... "എവിടേയ്ക്ക് രക്ഷപ്പെടും."

സുനന്ദയുടെ കണ്ണുകൾ വലിയൊരു ചോദ്യമായി തള്ളിവന്നു. എവിടേക്ക്?

അവൾക്കറിയില്ല... അവൾ ഒന്നും പറയാനാകാതെ നിന്നു. അവർ ഷവറിന്റെ കീഴേ കുറേ നേരം നിന്നു... പിന്നെ സുനന്ദയുടെ മുഖം ഗ്രഹിച്ച് പറഞ്ഞു:

“നീ എന്നെ വിശ്വസിക്കുമോ.. ഞാൻ നിന്നെ രക്ഷപ്പെടുത്തും. നിനക്ക് പോകാൻ ഒരു സുരക്ഷിതമായ ഇടവും ഞാൻ കണ്ടെത്തും. പാടാണ് ഇവിടെന്നിറങ്ങാൻ. ഇനിയൊരു ദിവസം ഞാൻ വരും. ഇയാൾ അല്ലെങ്കിൽ മറ്റൊരാളേയും കൂട്ടി... നീ സഹകരിക്കണം.. എന്നാൽ നടക്കും..”

സുനന്ദയക്ക് വിശ്വസിക്കാനേ തോന്നിയുള്ളൂ... മരണം വരെ മരിച്ച ജീവിതം ജീവിക്കുക മാത്രമേ ഇനി കഴിയൂ എന്നവൾ തീർച്ചപ്പെടുത്തിക്കഴിഞ്ഞിരുന്നതാണ്. സുനന്ദ ആ കണ്ണുകളിലേക്ക് നോക്കുമ്പോൾ അവളുടെ കണ്ണുകൾ നിറയുന്നുണ്ടായിരുന്നു. മെഴ്സി അവളെ അശ്ലേഷിച്ചു. നനവുള്ള നഗ്നമേനികളുടെ ഓരോ കോശവും ഓരോ ആത്മാവായി ഉണർന്ന് സ്നേഹത്തിന്റെ പൂക്കൾ വിരിയിച്ചു.

പിന്നെയുള്ള ദിവസങ്ങളിൽ അവൾ മറ്റൊരാളായി അഭിനയിക്കാനുള്ള എല്ലാ ശ്രമവും നടത്തി.... ഒരുപക്ഷേ അവളറിയാതെ ഈ ഘട്ടം ആത്മാവിന്റെയും ശരീരത്തിന്റെയും പാഠങ്ങൾ അവളെ പഠിപ്പിക്കുന്നുണ്ടായിരുന്നിരിക്കണം. രേണുകയൊക്കെ ശ്രദ്ധിച്ചു. സുനന്ദയുടെ മാറ്റം.. ഒരു രക്ഷക എവിടെ നിന്നോ വന്നെത്തിയിരിക്കുന്നു. തന്നെ തേടിയെന്നപോലെ... സ്വപ്നമായിരുന്നുവോ? അവൾക്ക് വിശ്വസിക്കാൻ തന്നെ പ്രയാസമായി. അവൾ ആരോടും പറഞ്ഞില്ല. രേണുകയെ ഒളിക്കുന്നതിൽ സുനന്ദയക്ക് വിഷമം ഉണ്ടായിരുന്നു.. ആ അപ്പാർട്ട്മെന്റിൽ ഒപ്പമുണ്ടായിരുന്ന ഫാത്തിമ പറഞ്ഞു:

“ആളാകെ മാറിയല്ലെ.. അതായിനിയിപ്പം നല്ലത്... ഇനിയിപ്പം സങ്കടപ്പെട്ടിട്ടൊന്നും കാര്യല്ല. ങ്ങള് സന്തോഷായിരിക്കാനോക്കീം...”

സുനന്ദ ഒന്നും പറഞ്ഞില്ല. ഫാത്തിമ അധികമൊന്നും സംസാരിക്കാത്തതാണ്. കാണാൻ നല്ല ചന്തമാണ്. ഒരു സുന്ദരി. നോട്ടത്തിലും ചലനത്തിലും ആരെയും ആകർഷിക്കുന്ന വശ്യത. തലയിൽ തട്ടമൊക്കെയിട്ട് ശരീരഭാഗങ്ങൾ ഒക്കെ മറയുന്നരീതിയിൽ നിറമുള്ള വസ്ത്രങ്ങൾ ധരിച്ച് എപ്പോഴും സന്തോഷവതിയായിരിക്കും... ആരോടും അധികം വർത്തമാനമില്ല.. ഫാത്തിമ ആകപ്പാടെ ഒരു രഹസ്യമാണെന്ന് സുനന്ദയ്ക്ക് തോന്നിയിട്ടുണ്ട്.. എങ്ങനെ ഫാത്തിമയ്ക്കൊക്കെ ഉല്ലാസത്തോടെ ഈ പണി ചെയ്യാൻ കഴിയുന്നു...? ഒരിക്കൽ സുനന്ദ രേണുകയോടിത് ചോദിക്ക തന്നെ ചെയ്തു.

“ഓരോരുത്തരും ദുഃഖം അടച്ചുപൂട്ടി വച്ചിരിക്കയാണ്... വലിയ കഷ്ടപ്പാടും ദുരന്തങ്ങളും കഴിഞ്ഞ് വരുന്നവർ.... കുറേ നാൾ കഴിയമ്പം അതിനു പരുവപ്പെടും.... ഫാത്തിമ നിക്കാഹ് കഴിഞ്ഞതാണ്. മൈസൂർ കല്യാണം. കല്യാണം കഴിച്ചവൻ വേശ്യാത്തെരുവിലേക്ക് അവളെ വിറ്റു. അവിടന്ന് അവൾ ഒരുപാട് കഷ്ടപ്പാടുകൾ സഹിച്ച് പല ഇടങ്ങളും കഴിഞ്ഞ് ഇവിടെ എത്തി. അവൾക്ക് ആരിലോ ജനിച്ച ഒരു മോളുണ്ട്. ആ കുട്ടി ബോർഡിങ്ങിൽ പഠിക്കുന്നു.... മകളെ ഒരു നിലയിലാക്കണം. അതാണ് ഫാത്തിമയുടെ ജീവിത ലക്ഷ്യം. എല്ലാം വിധിയെന്നാണ് അവൾ പറയുന്നത്. പക്ഷേ വിധിയോട് തോൽക്കാൻ അവൾ തയാറല്ല

യെന്ന് പറഞ്ഞ് സന്തോഷത്തോടെ ഈ ജോലി ചെയ്യുന്നു... വസന്തയ്ക്കും വത്സലയ്ക്കും അവളെ വലിയ കാര്യമാണ്.." രേണുക പറഞ്ഞു.

മെഴ്സിയുടെ ആസൂത്രണത്തിന് കരുവാക്കാൻ കിട്ടിയത് ഹൈദർ ഹാജിയെ അല്ല സ്റ്റീഫൻ പെരേരയെ ആണ്. ഒരു ദിവസം. വത്സലയുടെ ചേച്ചി വസന്തയാണ് അന്ന് അപ്പാർട്ട്മെന്റിലുള്ളത്. വസന്ത വന്നു പറഞ്ഞു, സുനന്ദയോട് റെഡിയാകാൻ.... സുനന്ദ ആകെ പേടിച്ചു. രേണുകയും പേടിച്ചു. സുനന്ദയെ കയറ്റുമതി ചെയ്യുകയാണെന്നു തന്നെ രേണുക കരുതി. സുനന്ദയുടെ ശരീരം വിറയ്ക്കാൻ തുടങ്ങി.... താൻ രക്ഷപ്പെടും എന്നായപ്പോൾ.. "പേടിക്കാനൊന്നുമില്ല പെണ്ണേ... ആ ഹിൽ വ്യൂ റിസോർട്ടിൽ പോകാനാ.. ഇവിടത്തെ പോലെതന്നെ അവിടെയും.. ഇതിപ്പം കുറേ നാളായല്ലെ... ഇനിം പേടി മാറീല്ലേ.. സ്റ്റീഫൻ സാറാണ്.. അയാള് കടിച്ച് കീറത്തൊന്നും ല്ല.. അയാളായോണ്ടാണ് വിശ്വസിച്ച് വിടുന്നത്. വേഗം റെഡിയാവ്.. ഇന്നാളിവിടെ വന്ന ആ ജാസ്മിനൊണ്ടല്ലെ അവളും കാണുമെന്ന് ആ സാറ് പറഞ്ഞു." സുനന്ദയുടെ മുഖം വിളറിമഞ്ഞളിക്കുന്നത് കണ്ട് വസന്ത പറഞ്ഞു. ആരോ ഒരാളുടെ ഉണ്ടെന്ന് കേട്ടപ്പോൾ സുനന്ദയ്ക്ക് അൽപ്പം ശ്വാസം നേരെ വീണു.. ഒരുപക്ഷേ അത് അന്ന് കണ്ട അവർ ആ രക്ഷക ആയിരിക്കുമോ? ഇത് രക്ഷപ്പെടാനുള്ള വഴിയായിരിക്കുമോ? കുറച്ച് അമ്പരപ്പും കുറച്ച് പ്രതീക്ഷയും ആയി അവൾ അവിടന്നിറങ്ങി...

പുറംലോകം കാണുന്നത് എത്രനാൾക്ക് ശേഷമാണെന്ന് സുനന്ദയ്ക്കറിയില്ല... ഒരുദിവസം രാവിലെ മനോരോഗ ചികിത്സ നടന്നുകൊണ്ടിരിക്കുമ്പോൾ സുനന്ദയേയും കൂട്ടി വത്സല അമരാവതിയുടെ മട്ടുപ്പാവിലേക്ക് വിളിച്ചു കൊണ്ടുപോയപ്പോഴാണ് ഇവിടെ വന്ന ശേഷം പുറംലോകം കണ്ടത്. ഒരൽപ്പനേരം അവിടെ നിന്നു. ആകാശവും പ്രഭാത സൂര്യനേയും അവൾ കണ്ടു. താഴെ പ്രശസ്തമായ അമ്പലത്തിൽ ഭക്തർ. സ്വർണക്കൊടിമരവും ചുറ്റമ്പലവും ആനക്കൂടും ക്ഷേത്രക്കുളവും.... ഇപ്പോൾ പുറം ലോകത്ത് മണ്ണിൽ ചവിട്ടി തറയിൽ. അപ്പർട്ട്മെന്റിനുമുന്നിൽ കാറുകൾ, ആളുകൾ.. ഉദ്യാനത്തിലെ ചെടികൾ.. ജലധാര..

ഡ്രൈവർ പുറത്ത് കാത്തുനിൽക്കുന്നുണ്ടായിരുന്നു. കാറിൽ അവൾ ഹിൽവ്യൂ റിസോർട്ടിലേക്ക് യാത്രയായി... പുറത്തെ കാഴ്ചകൾ, വൈകുന്നേരത്തിന്റെ സൂര്യവെളിച്ചം, സ്കൂൾ വിട്ട് പോകുന്ന കുട്ടികൾ, ആളുകൾ, വാഹനങ്ങൾ, കടകമ്പോളങ്ങൾ.

ചലനങ്ങൾ.... പരസ്യങ്ങൾ.... മനുഷ്യശബ്ദങ്ങൾ.... വാഹനങ്ങളുടെ ഇരമ്പം... പെട്ടെന്ന് ലോകവും താനും രണ്ടായി പിരിയുന്നതുപോലെ അവൾക്കനുഭവപ്പെട്ടു...

ഡ്രൈവർ സുനന്ദയെ സ്റ്റീഫൻ പെരേരയുടെ റൂമിൽ എത്തിച്ചിട്ടാണ് മടങ്ങിയത്. പരിഭ്രമവും ഭയവും പുറത്തുകാണിക്കാതിരിക്കാൻ ശ്രമിച്ച് അവൾ റൂമിനുള്ളിൽ കയറുമ്പോൾ വന്നുപോയ സന്തോഷം അവൾക്ക് മറയ്ക്കാൻ കഴിഞ്ഞില്ല. അവൾ! ആ രക്ഷക.

ഒരു ദിവ്യരൂപത്തെ നോക്കുന്നതുപോലെ സന്തോഷവും ആശ്വാസവും പ്രകടമാക്കി അവൾ നിന്നു പോയി.

"ആ ജാസ്മിനേ... നിങ്ങള് തമ്മീ പരിചയമുണ്ടോ..." സ്റ്റീഫൻ പെരേര ചോദിച്ചു...

"ഞങ്ങള് ഒരേ ഫീൽഡല്ലേ.... ഇതുപോലുള്ള സാറമ്മാരെയടുത്ത് ഒരുമിച്ച് കണ്ടീട്ടൊണ്ട്..."

"വസന്ത പറഞ്ഞത്..... ഇവളെ വെളീ എറക്കീട്ടില്ലെന്നാണല്ലൊ... ഇതാദ്യമാണ് വെളീഎറക്കുന്നതെന്നാണല്ലൊ..."

"ഞങ്ങളൊരിക്കെ ഇതുപോലെ വേറൊരു സാറിനെ സുഖിപ്പിക്കാൻ അമരാവതീ ഒന്നിച്ചിട്ടുണ്ട്.....

അങ്ങനത്തെ പരിചയമേ ഉള്ളൂ.. അന്ന് ആ സാറു പറഞ്ഞ് ഞങ്ങള് നല്ല കോമ്പിനേഷനാണെന്നാണ്."

"ആഹ് എന്നാ ഇവിടെ അതൊന്ന് പരീക്ഷിക്കണമല്ലെ. " സ്റ്റീഫൻ വായ് തുറന്ന് ചിരിച്ചു...സ്റ്റീഫനെ നന്നായി രസിപ്പിക്കാൻ ജാസ്മിൻ എന്ന മെഴ്സി ശ്രദ്ധ വച്ചു. സുനന്ദ പുതിയതായതിനാൽ സുനന്ദയിലായിരുന്നു അയാൾക്ക് കൂടുതൽ രസം. അതിനൊത്തു നിൽക്കാൻ മെഴ്സി സുനന്ദയ്ക്ക് നിശ്ശബ്ദ പ്രേരണ ആയി... ആദ്യമേ സ്റ്റീഫൻ മദ്യത്തിലാണ്. കൂടുതൽ കുടിക്കാൻ മെഴ്സി സൂത്രങ്ങൾ കാണിക്കുന്നുണ്ട്. രാത്രി ഒൻപത് കഴിഞ്ഞപ്പോൾ ഓഫായി. കുടവയറുമായി ഉടുതുണിയില്ലാതെ പ്രൊഫസർ സ്റ്റീഫൻ പെരേര ബെഡ്ഡിൽ മലർന്നു കിടന്നു. മെഴ്സി മുൻപേ ഏർപ്പാടാക്കിയ അവൾക്ക് പരിചയമുള്ള ഡ്രൈവറെ വിളിച്ചു. അയാൾ പത്തുമിനിട്ടിനകം വരാം താഴെ എത്തുമ്പോൾ മിസ്സ് കാൾ ചെയ്യാം എന്നു പറഞ്ഞു. മെഴ്സി നികുഞ്ജത്തിൽ നേരത്തെ വിളിച്ചു പറഞ്ഞിട്ടുണ്ടായിരുന്നു. നികുഞ്ജത്തിന്റെ ഫോൺ നമ്പർ സുനന്ദയക്ക് കൊടുത്തു. അത്യാവശ്യം നിർദ്ദേശങ്ങളും... തൽക്കാല ചെലവിന് പണവും.. റിസപ്ഷനിൽ ആരെങ്കിലും ചോദിച്ചാൽ ഡ്രൈവർ പുറത്തുണ്ട് എന്ന് പറഞ്ഞാൽ മതി എന്നും പറഞ്ഞു. സുനന്ദ ഇറങ്ങിപ്പോകുമ്പോൾ ആരും ഒന്നും ചോദിച്ചില്ല... അങ്ങനെ അവൾ പുറത്തു കടന്നു.

പതിമൂന്ന്

ഹിൽവ്യൂ റിസോർട്ടിൽ നിന്ന് പുറത്തിറങ്ങി റെയിൽവേസ്റ്റേഷനിൽ എത്തി ട്രെയിൻ വിട്ടതിനുശേഷമാണ് അവൾക്ക് ശ്വാസം നേരെ വീണത്. നികുഞ്ജം നിൽക്കുന്ന ഇടംവരെ പോകുന്ന ട്രെയിനിന് രണ്ടു മണിക്കൂർ കാത്തിരിക്കണം. അത്രയും സമയം ആ സ്റ്റേഷനിൽ കാത്തിരിപ്പ് സുരക്ഷിതമല്ലെന്ന് അവൾക്ക് തോന്നി. അരമണിക്കൂർകൊണ്ട് എത്താവുന്ന അടുത്ത സ്ഥലത്തിലേക്ക് ഉടനെ വണ്ടിയുണ്ടായിരുന്നു. അതിന് അവൾ ടിക്കറ്റ് എടുത്തു. സ്ഥലങ്ങളെക്കുറിച്ച് ഏകദേശ ധാരണ, ട്രെയിൻ സമയങ്ങൾ ഇതൊക്കെ സുനന്ദയെ രക്ഷപ്പെടുത്തിയ ആ സ്ത്രീ പറഞ്ഞു

കൊടുത്തിരുന്നു. കഴിയുന്നതും വേഗം ആ സ്ഥലം വിടണമെന്നും.. മറ്റധികമൊന്നും അവർ പറഞ്ഞിരുന്നില്ല...

ആരാണ് തന്നെ രക്ഷിക്കാൻ വന്നണഞ്ഞത്? എന്താണവരുടെ പേര്?

സുനന്ദയ്ക്കറിയില്ല. എന്തിനാണവൾ തന്നെ സഹായിക്കുന്നത്. എന്ത് നിയോഗത്തിലാണ് അവർ തന്നെ കണ്ടുമുട്ടിയത്. പിരിയുമ്പോൾ ഇനിയൊന്നു ബന്ധപ്പെടാൻ അവരുടെ ഫോൺനമ്പർ വാങ്ങിക്കാൻകൂടി മറന്നല്ലോ എന്ന് അവൾ വിഷമിച്ചു. എവിടെയ്ക്കും പോകാനിടമില്ലാത്ത തനിക്ക് നികുഞ്ജം എന്ന ലക്ഷ്യം തന്നാണ് സുനന്ദയെ അവർ അവിടെ നിന്ന് രക്ഷിച്ചത്...

"നികുഞ്ജത്തിൽ പോകൂ. ഞാൻ വിളിച്ചുപറയാം. അത് നമുക്ക് ചെല്ലാവുന്ന സ്വന്തം വീടാണ്... വീട് നഷ്ടപ്പെട്ടവരുടെ വീട്.. അവിടെ കുറച്ചുനാൾ താമസിക്കുമ്പോൾ എല്ലാം മനസിലാവും. പിന്നെ നിന്റെ സ്വന്തം ഇഷ്ടം പോലെ സ്വന്തം കാലിൽ നിൽക്കാം. സ്വന്തം വീടുപോലെ അവിടെ ചെല്ലുകയുമാകാം..." ഇത്രയും വിശ്വാസം തന്നു, നികുഞ്ജത്തെക്കുറിച്ച്.... അതുകൊണ്ട് തന്നെ പോകാൻ മറ്റൊരിടമില്ലാതിരിക്കെ ഒന്നും ചിന്തിക്കാനില്ല... ഇരുട്ടിനു നടുവിൽ റെയിൽവേസ്റ്റേഷനിലെ പ്രകാശദ്വീപിൽ, പരന്ന വിശാല ലോകത്തിൽ അവൾ എന്തിനെന്നറിയാതെ വിങ്ങി...

അമ്മ... വേദനയുടെ കയങ്ങളിൽ അവൾ അമ്മേ എന്ന് പലപ്രവാശ്യം വിളിച്ചുപോയിട്ടുണ്ട്... പക്ഷേ തന്നെ കാണാതിരിക്കേ അമ്മയുടെ അവസ്ഥ എന്താണെന്ന് ഒരിക്കൽപ്പോലും ചിന്തിച്ചില്ല. ഇപ്പോൾ മാത്രം അവൾ വേദനിക്കുന്ന അമ്മയെ ഓർമിച്ചു. മകൾ എവിടെ എന്നറിയാതെ വേദനിക്കുന്നു അമ്മ.. ആരാലും സാന്ത്വനിപ്പിക്കാതെ നീറുന്ന അമ്മ.. മനസ്സ് നേർത്ത ഒരു കടലാസുപോലെ വിണ്ടുകീറുന്നതായി അവൾക്ക് തോന്നി... അവൾ പരിസരത്തെ മറന്നു. കണ്ണടച്ച് ശരീരത്തെ ചുരുക്കി.. സ്റ്റേഷനിലെ ബഞ്ചിൽ ചാരിയിരുന്നു... ട്രെയിൻ വരുന്ന ശബ്ദത്തിലേക്ക് അവൾ ഉണർന്നു... റെയിൽപ്പാളത്തിലേക്ക് പ്രകാശം ഒഴുകിനീങ്ങുമ്പോൾ അവൾ എഴുന്നേറ്റു. അധികം യാത്രക്കാരൊന്നും ആ സ്റ്റേഷനിൽനിന്ന് കേറാനില്ലായിരുന്നു. കമ്പാർട്ട്മെന്റിൽ തിരക്കും കുറവായിരുന്നു. ഒരു വയസ്സനും വയസ്സിയും പത്തു പന്ത്രണ്ട് വയസ്സുള്ളൊരു പെൺകുട്ടിയും മാത്രമുള്ള ഒരു ഇടം കണ്ടപ്പോൾ അവൾ അവിടെ ഇരുന്നു. കുട്ടിയുടെ മുത്തശ്ശിയായിരിക്കണം. അവരുടെ മടിയിൽ തലചായ്ച്ച് ഉറങ്ങുകയാണ് കുട്ടി.. പുറത്തെ ലോകത്തെത്തിയപ്പോൾ ഭയം, കരുതൽ, ശ്രദ്ധ ഇതൊക്കെ അവളറിയാതെ അവൾക്കൊപ്പം കൂടി. ഈ ലോകത്തിൽ താൻ ഒറ്റയ്ക്കാണെന്ന ഭീതി അവളുടെ മനസിനെ ഒരു ശരീരമെന്നപോലെ പൊതിഞ്ഞു. ഒറ്റയ്ക്കായ ലോകത്തിൽനിന്ന് വീടണയണം.. അഭയം വേണം... പ്രതിരോധങ്ങളുടെ ഒരു സംരക്ഷണ കവചത്തിന് മനസ്സ് തയ്യാ

റെടുക്കുകയായിരുന്നു.. ട്രെയിൻ സ്റ്റേഷനിൽ നിന്ന് നീങ്ങിത്തുടങ്ങി..

വയസായ അമ്മ നിഷ്കളങ്ക വാത്സല്യത്തോടെ സുനന്ദയെ തന്നെ നോക്കിയിരിക്കുകയായിരുന്നു.

"മോളെവിടേക്കാ..." ആ അമ്മ ചോദിച്ചു.. സുനന്ദ ഉള്ളാലെ ഞെട്ടി.... ഇനി ചോദ്യങ്ങൾ....

ചോദ്യങ്ങളുടെ ഉത്തരങ്ങൾ... ഉത്തരങ്ങൾ കൊണ്ട് സ്വയം പൊതിയണം എന്ന് മിന്നൽ വേഗത്തിൽ അവൾ അറിഞ്ഞു. ഇനി ഞാൻ എന്നെ അറിഞ്ഞുതന്നെ വെളിപ്പെടുത്തുന്നതുമാത്രമാണ് ഞാൻ..... അവൾ അവളോട് മന്ത്രിച്ചു. ഇതൊക്കെ ഈ അറിവുകൾ തനിക്കാരാണ് പറഞ്ഞുതരുന്നതെന്ന് അത്ഭുതംകൊണ്ടു. അവൾ ആ അമ്മയോട് അടുത്ത സ്റ്റേഷന്റെ പേര് പറഞ്ഞു.

"മോള്... ജോലി കഴിഞ്ഞ് പോവ്വ്യേ... ഇത്രേം താമസിച്ചിട്ട്... സ്റ്റേഷനീ ആരെങ്കിലും കാണ്വോ."

അടുത്ത ചോദ്യങ്ങൾ വന്നാൽ ഈ പ്രദേശം അറിയുന്നവരാണെങ്കിൽ..

സുനന്ദ തലസ്ഥാനനഗരിയുടെ പേര് പറഞ്ഞ്, അവിടേക്കാണ് പോകേണ്ടതെന്നും പറഞ്ഞു.

"റിസർവേഷൻ അടുത്ത ആ സ്റ്റേഷനിൽ നിന്നാണ്.. അതുകൊണ്ടാണ് പാസഞ്ചറിൽ കേറിയത്..."

"ആ.. അതുശരി.. പെണ്ണുങ്ങക്ക് ഒറ്റയക്ക് രാത്രീല് പൊയ്ക്കൂടാത്ത കാലമാണ് മോളേ.. പെണ്ണുങ്ങൾക്ക് മാത്രമൊള്ളതീ കേറിയാലും വിശ്വസിക്കാൻ പറ്റൂല്ലാ മോളെ.... നീ കേക്കുന്നില്ലേ വാർത്തകള്.. പണ്ടൊക്കെ പെണ്ണുങ്ങക്ക് ഒറ്റയ്ക്ക് പോകേണ്ട കാര്യമില്ലാരുന്ന്. ഇപ്പഴത്തെ കാലമതല്ലല്ലേ.. പെണ്ണുങ്ങള് രാത്രീം പകലുമെന്നില്ലാതെ ജോലിചെയ്യണ കാലം."

സുനന്ദ ഒന്നും പറഞ്ഞില്ല. അവൾ ഉറങ്ങുന്ന കുട്ടിയെ നോക്കിയിരുന്നു. തന്റെ മക്കള്... രേണുകയോട് അവൾ ഒരു ദിവസം എല്ലാം പറഞ്ഞു. മക്കളെ പറ്റി... മക്കൾ എവിടെയാണോ.. ഒന്നുമറിയില്ല..

രേണുകയോട് എല്ലാം പറഞ്ഞ ദിവസം സുനന്ദ ഏങ്ങലടിച്ചു കരഞ്ഞു. അടക്കിപ്പിടിച്ച ഏങ്ങൽ... അവൾക്ക് നിയന്ത്രണങ്ങൾ വിട്ടുപോയി.. ഓർമയിൽ ഉള്ളതെല്ലാം സുനന്ദ പറഞ്ഞു. ഓർമയിൽ ഇല്ലാത്ത എന്തൊക്കെയോ നടന്നിരിക്കുന്നു. മക്കളും മധുവും തന്റെ നാടും വീടും മാത്രമല്ല... താൻ തന്നെയും നഷ്ടപ്പെട്ടു. ജീവിതത്തിൽ കുറേ ഭാഗം തന്റെ ഓർമയിൽ നിന്നുമെടുത്തും അല്ലാതെയും നരഭോജികൾ തിന്നു. വത്സല കാണിച്ചു തന്ന തന്റെ ഫോട്ടോകൾ... താനറിയാതെ... അവർ...ഇപ്പോഴും നെഞ്ചിനകത്ത് ഒരു സൂചി തുളഞ്ഞുകയറുന്നതുപോലെ.

ഓർമയില്ലായ്മയുടെ ആ മണിക്കൂറുകൾ തന്റെ ജീവിതത്തിനെ രണ്ടായി പിളർക്കുന്നതായി സുനന്ദയ്ക്ക് തോന്നി. താൻ എന്ന ഒരു ജീവി ജീവിക്കുന്നുണ്ടായിരുന്നെങ്കിലും തന്റെ ആത്മാവും ശരീരവും താനറി

യാതെ ആരുടെയൊക്കെയോ കൈകളിൽ മധുവിൽ, അതുമല്ലെങ്കിൽ താനറിയാതെ ശൂന്യതയിൽ ആയിരുന്നു ജീവിച്ചത് എന്ന് സുനന്ദക്ക് അറിയുകയല്ലായിരുന്നു.. തന്റെ ശരീരം, ഞാൻ എന്ന പുതിയൊരു അറിവ്, അതിലേക്കുള്ള യാത്രയിലാണ് ഇപ്പോൾ എന്നും അവൾ അപ്പോൾ തിരിച്ചറിഞ്ഞിരുന്നില്ല...

സുനന്ദയ്ക്ക് ഒരു ഉണർവ് വന്നപോലെ.

എഴുന്നേറ്റ് നടക്കണം. എവിടെയോ എത്തേണ്ടതുണ്ട്. തനിക്കൊരിടം ഈ ലോകത്തിൽ പുതിയൊരു സുനന്ദയായി ജീവിക്കാൻ... ഉണ്ടാകും ഉണ്ടാകാതിരിക്കില്ല.. ട്രെയിനിന്റെ വേഗത കുറയുന്നുണ്ടായിരുന്നു. അവൾക്കിറങ്ങേണ്ട സ്റ്റേഷൻ അടുക്കുകയാണ്.. വയസായ രണ്ടുപേരും കുട്ടിയും ഉറക്കത്തിലാണ്.. ട്രെയിൻ നിൽക്കാൻ തുടങ്ങിയപ്പോൾ ആ അമ്മ ഞെട്ടി ഉണർന്നു. “സൂക്ഷിച്ചു പോണേ മോളെ” അവർ പറഞ്ഞു. സുനന്ദ ചിരിച്ച് തലയാട്ടി ഭാവങ്ങൾകൊണ്ട് യാത്ര പറഞ്ഞു... ഇനിയൊരിക്കലും കാണാത്ത അന്യോന്യം അറിയാത്തവരുടെ സ്നേഹം.. ആ അമ്മ എന്നെ ഓർത്ത് ഉൽക്കണ്ഠപ്പെടുന്നു.... ഒരു മനുഷ്യവ്യക്തി അത് ആരാണ് എന്താണ് ഒന്നും അവൾക്കറിയില്ല. അവൾ ദീർഘദൂര ട്രെയിനിന് ടിക്കറ്റ് എടുക്കാനായി കൗണ്ടറിലേക്ക് പോകുമ്പോൾ തിരിഞ്ഞൊന്നു നോക്കി. ട്രെയിൻ മെല്ലെ നീങ്ങുമ്പോൾ ആ അമ്മ സുനന്ദയെ പിന്തിരിഞ്ഞ് നോക്കുന്നുണ്ട്.

പതിനാല്

സ്ത്രീകൾക്കുള്ള വെയിറ്റിങ് റൂമിൽ ആരുമില്ലാത്തതുകൊണ്ട് അവിടെ ഇരുന്നില്ല. സ്റ്റേഷൻ മാസ്റ്ററുടെ റൂമിന് സമീപം വെട്ടമുള്ളിടത്ത് ഒരു ബഞ്ചിൽ ഇരുന്നു. ദീർഘദൂര വണ്ടിയുടെ അൺറിസർവ്ഡ് കമ്പാർട്ട്മെന്റ് പിറകിലാണ്. ട്രെയിൻ വരുന്നുണ്ട് എന്ന് പുറത്തിറങ്ങിയ സ്റ്റേഷൻ മാസ്റ്റർ പറഞ്ഞപ്പോൾ അവൾ നടന്നെത്തിയതും ട്രെയിനും വന്നു നിന്നു. വാതിലിലൂടെ കേറാൻ ഒരിഞ്ച് സ്ഥലമില്ല. മുഴുവൻ പുരുഷന്മാർ. ട്രെയിൻ വിടാൻ തുടങ്ങുമ്പോൾ ഒരുവിധം അതിനുള്ളിലായി.. ആൾക്കാർക്കിടയിലൂടെ നുഴഞ്ഞ് കുറച്ചുള്ളിൽ ചെന്നപ്പോൾ സ്ത്രീകളും കുട്ടികളുമൊക്കെയുണ്ട്.. പലരും ഉറക്കത്തിലാണ്. ഉറങ്ങുന്ന നിഷ്കളങ്ക മുഖങ്ങൾ.. ഒരു കുടുംബത്തിലെ അംഗങ്ങളെപ്പോലെ.. പരമാവധി ഇരിക്കാനും കിടക്കാനും തലചായ്ക്കാനും വേണ്ടി ആളുകൾ അഡ്ജസ്റ്റ് ചെയ്തിട്ടുണ്ട്. സുനന്ദ ഒരു സ്ത്രീയുടെ അരികു പറ്റി നിന്നു. മുകളിലെ ബെർത്തിൽ ഒരാൾ കിടന്നുറങ്ങുന്നുണ്ട്. അൺ റിസർവ്ഡ് കമ്പാർട്ട്മെന്റിൽ യാത്ര ചെയ്യുന്നവർ തീർഥാടകരെപ്പോലെയാണ്. ട്രെയിൻ പല ചെറുസ്റ്റേഷനുകളും നിർത്താതെ കടന്നുപോകുകയാണ്... വേഗത്തിൽ പോകുന്ന ട്രെയിനിന്റെ പ്രത്യേക ശബ്ദം.. സുനന്ദ മുകളിലെ ബർത്തിൽ കൈ പിടിച്ച് അതിൽ തല ചായ്ച്ചു നിന്നു. അവൾ കണ്ണുകൾ അടച്ചു.. ക്രമേണ ട്രെയി

നിന്റെ ശബ്ദത്തിന്റെ താളത്തിൽ അവൾ ലയിച്ചു. ശബ്ദം കൊണ്ട് ട്രയിൻ അത് കടന്നപോകുന്ന ഇടങ്ങളെ അറിയിച്ചു. പാലങ്ങളും തുറസ്സുകളും.. കുന്നുകൾക്ക് കുറുകേ വെട്ടിയുണ്ടാക്കിയ റോഡുകളും. സുനന്ദയ്ക്ക് ഉറക്കം വന്നില്ല. എല്ലാരും ഉറക്കമാണ്. ഒന്നൊന്നരമണിക്കൂർ കഴിഞ്ഞപ്പോൾ ഒരു സ്റ്റേഷനിൽ ട്രെയിൻ നിർത്തി. ചിലർ ഇറങ്ങുന്നതിന്റെ ഉന്തും തള്ളും. അവൾ നിന്നതിന്റെ അടുത്ത് ഒരു കുടുംബം ഇറങ്ങാനായി എഴുന്നേറ്റു. ഭർത്താവും ഭാര്യയും ഒരു കൈക്കുഞ്ഞും. രണ്ടുപേർ അവിടെ ഇരുന്നു. അതിലൊരാൾ സുനന്ദ നിൽക്കുന്നത് കണ്ട് എഴുന്നേറ്റ് അവളോട് ഇരിക്കാൻ പറഞ്ഞു. സുനന്ദ നന്ദിഭാവം കാട്ടി അവിടെ ഇരുന്നു. മദ്ധ്യവയസ്കനായ പുരുഷന്റേയും സുനന്ദയുടെ അത്ര തന്നെ പ്രായം വരുന്ന ഒരു സ്ത്രീയുടേയും ഇടയിലാണ് അവൾ ഇരിക്കുന്നത്. എല്ലാപേരും ഉറക്കത്തിലായതിനാൽ സംസാരങ്ങൾ ഇല്ല. ആരൊക്കെയോ ഏതൊക്കെയോ മനുഷ്യർ. മനുഷ്യർ എന്നു പറയുന്നതിൽ പൊതിഞ്ഞു വച്ച മനുഷ്യ ജീവിതങ്ങൾ.... ഓരോരുത്തരും പേറുന്ന അവനവന്റെ അവളവളുടെ ജീവിതം.. ദൈന്യത, പ്രസാദം ഇങ്ങനെ ചില ഭാവങ്ങളും ഏകദേശം പ്രായവും ഓരോ സ്ത്രീയിലും മുദ്രിതം.. അത്രമാത്രം..അതിനകത്തെ ഏടുകൾക്ക് എവിടേയ്ക്കൊക്കെയോ ലിങ്കുകൾ...

ജീവിതം ഒരു കഷ്ടപ്പാടാണ് എന്ന് സുനന്ദ കുട്ടിക്കാലത്തേ അറിഞ്ഞിട്ടുണ്ട്. അത് അവളുടെ ജീവിത ചുറ്റുപാട് കൊണ്ട് അവൾക്ക് മാത്രം കിട്ടിയതാണെന്നേ അവൾ കരുതിയുള്ളൂ...

എല്ലാ ജീവിതങ്ങളും കഷ്ടപ്പാടിൽ ആണ്... ജീവിതത്തിന്റെ കഥകൾ ചുമന്ന് നടക്കുമ്പോൾ തന്റെ വ്യഥയ്ക്ക് കുറ്റം ചാർത്തുന്നത് അന്യരായ കുറേപ്പേരിലായിരിക്കും.. അങ്ങനെ താനും അന്യരും ചേർന്ന കഥയുണ്ടാവുന്നു. മനുഷ്യന്മാർ തമ്മിലുള്ള പ്രശ്നങ്ങൾ ഇല്ലെങ്കിൽ ജീവിതവുമില്ല. കഥയുമില്ല. വ്യത്യസ്തമായ കാരണങ്ങളിൽ അവലംബമാകുമ്പോൾ പരസ്പരം മനസിലാവുന്നു എന്ന് തോന്നുകയും പരസ്പരം സ്നേഹിക്കുന്നു എന്നു തോന്നുകയും ചെയ്യുന്നു. ആ തോന്നൽ മനുഷ്യബന്ധങ്ങളെ ഉറപ്പിക്കുന്ന പശയാണ്.. തോന്നൽ തോന്നൽ മാത്രം..

സുനന്ദയും മധുവും തമ്മിലെ ബന്ധവും ഈ തോന്നലിൽ നിലനിന്നതല്ലേ...

സ്നേഹിക്കുന്നു എന്നുതോന്നിപ്പിക്കുന്ന രണ്ടു വ്യക്തികൾക്കിടയിലെ ഇരുട്ട് അറിയാതെ പോകുന്നതാണ് സ്നേഹത്തിന്റെ നിലനിൽപ്പിന് കാരണം..

ഇപ്പോൾ സുനന്ദ ആ ഇരുളിനെ അറിയുന്നു... മധുവിനെ അവിശ്വസിക്കുകയല്ല, മധു തന്നെ വഞ്ചിച്ചു എന്ന് തോന്നുകയല്ല.. മധു താൻ അറിഞ്ഞത് മാത്രമല്ല... മറ്റെന്തൊക്കെയോ ആണ് എന്ന് സുനന്ദ അറിയുന്നു. അതുപോലെ താനും മധു അറിഞ്ഞ ഒന്നല്ല. പലതാണ് എല്ലാരും പലതാണ്. സാഹചര്യങ്ങളിൽ വിരിയുന്നതാണ് ഈ പലത്.

ഇന്ന് ഇപ്പോൾ പെട്ടുപോയ കുരുക്കിൽനിന്ന് വേർപെട്ട് ഒറ്റയ്ക്കായ

പ്പോൾ തിരിച്ചറിയുന്നത് ഒരു പുതിയ വ്യക്തിയെ ആണ്. പുതിയ ആത്മാവും പുതിയ ശരീരവും. ആകാശവും ഭൂമിയുംപോലെ ശരീരത്തിലൂടെ ആത്മാവിനെയും ആത്മാവിലൂടെ ശരീരത്തിനേയും അറിയുന്നതിന്റെ അവ്യക്തമായ അരണ്ട വെട്ടത്തിലായിരുന്നു ഇപ്പോൾ.

കണ്ണടച്ചിരിക്കുമ്പോൾ സുനന്ദയുടെ ഉണർന്ന മനസ്സിലൂടെ ചിന്താധാരയും പാളമില്ലാതെ പ്രവഹിക്കുന്നുണ്ടായിരുന്നു. ചിന്തിക്കുന്നതായിട്ടല്ല അവൾക്ക് തോന്നുന്നത്. പ്രവഹിക്കുന്ന ചിന്തകളെ നോക്കിക്കാണുന്നപോലെ അല്ലെങ്കിൽ വായിച്ചെടുക്കുന്നപോലെ. എന്തൊക്കെയാണ് തന്നിലൂടെ പ്രവഹിക്കുന്നത് എന്ന് അവൾ ആ ധാരയിലേക്ക് ബോധപ്പെട്ടപ്പോൾ ധാര പൊടുന്നനെ നിന്നു. ശൂന്യതയുടെ സ്റ്റേഷനിൽ ആ പ്രവാഹം നിന്നതുപോലെ. അവൾ ഒരുവേള ശൂന്യതയായി നിലകൊണ്ടു. പിന്നെ ഒരു ഓർമ മനസിനെ ഉൾക്കൊണ്ടു. അമരാവതിയിൽനിന്ന് രക്ഷപ്പെടുന്നതിനുമുൻപ് ചിന്തിച്ചിരുന്നതാണ് ഇപ്പോൾ ഓർമയായി വന്നത്. ആത്മഹത്യയെക്കുറിച്ചായിരുന്നു ആ ചിന്ത..... മക്കൾ അവർക്കാരാണുള്ളത് എന്ന ഒരു ചിന്ത ഒപ്പം കടന്നുവരും. അമ്മയും അച്ഛനുമില്ലാതെ..... മക്കൾ വളരുന്നത്...... അതോർക്കുമ്പോൾ സുനന്ദ വിങ്ങിപ്പൊട്ടുന്ന വേദനയിൽ നീറുന്നത്, മക്കളെ സംബന്ധിച്ചിടത്തോളം അവരുടെ അമ്മ മരിച്ചുകഴിഞ്ഞല്ലോ എന്നോർത്താണ്..... ഇനി താൻ ജീവിച്ചിരുന്നിട്ടെന്തു കാര്യം. ആർക്കൊക്കെയോ ഉപയോഗിക്കാൻ. ഈ ശരീരത്തിലൂടെ നിരങ്ങാൻ..... അങ്ങനെ മനസിനെ ആത്മാവിനെ വ്യഭിചാരിണി ആക്കാൻ.. വയ്യ..... വേണ്ട ജീവിതം വേണ്ട. ഒരു ദൈവത്തിനെയും വിളിച്ച് കരയുന്നതിൽ അർഥമില്ല. താൻ ഇനി ഏതുലോകത്തേക്ക് രക്ഷപ്പെട്ടാലും ഈ ഭൂമിയിൽ തനിക്ക് വീടില്ല. ഒരിടവുമില്ല. കളങ്കിതയായ ഒരു സ്ത്രീ. പാഴ്ജന്മം. ആരോഗ്യം ഉള്ളതുവരെ പുരുഷന്മാർക്ക് കാമം അടക്കാനുള്ള ഒരു ശരീര യന്ത്രമായിട്ട് മാത്രം കൊള്ളാം. പിന്നെ?

അങ്ങനെ മനസ്സ് മരവിച്ച് ചത്ത് ജീവിക്കുമ്പോൾ രേണുകയും കൂടെയുള്ളവരും അവരുടെയൊക്കെ കഥകളുമാണ് സുനന്ദയ്ക്ക് ഒരു ലോകമുണ്ടാക്കിയത്. മരിക്കാനുള്ള കഴിവില്ലായ്മയിൽ അവൾ രേണുകയെപ്പോലെ അവിടെയുള്ള മറ്റുള്ളവരെപ്പോലെ ജീവിതം തള്ളിനീക്കാൻ മനസുകൊണ്ട് തീരുമാനിക്കും. പിന്നേയും തകിടം മറിയും. അപ്പോഴാണ് ഒരു മാലാഖ വന്നത്, നിനക്ക് രക്ഷപ്പെടണമോന്ന് ചോദിച്ചുകൊണ്ട്. നിനക്ക് പോകാൻ ഒരിടം ഞാൻ കണ്ടെത്താം എന്ന് പറഞ്ഞുകൊണ്ട്. വിശ്വസിക്കാൻ തോന്നുന്ന എന്തോ ഒന്ന് ആ വ്യക്തിത്വത്തിൽ ഉണ്ടായിരുന്നു. ഒന്നും ചോദിച്ചറിയാതെ എല്ലാം അറിയുന്ന മനസ്സ്. ഒന്നും അങ്ങോട്ട് അപേക്ഷിക്കാതെ ഇങ്ങോട്ട് അറിഞ്ഞ് പറയുക. ആ വ്യക്തി സുനന്ദയക്ക് അത്ഭുതമാണ്. ഈ തൊഴിൽ ചെയ്തുകൊണ്ട് ഇങ്ങനെ ഒരു വ്യക്തി.... ലോകത്തെക്കുറിച്ച് ഒന്നുമറിയാത്ത ഒരുവളാണ് താൻ എന്ന് സുനന്ദയ്ക്ക് തോന്നി. അന്ധമായ ഈ വിശ്വാസം ആപത്താണോ എന്നും. നിലയില്ലാത്ത കടലിൽ, അതിന്റെ ആഴത്തിൽ ജീവിതം മുങ്ങിത്താഴു

മ്പോൾ ഒരു കച്ചിത്തുരുമ്പിലും രക്ഷയ്ക്കായി പിടിച്ചുപോകും എന്ന് പറയാറില്ലേ? അതുപോലെയാണ്. പിശാചാണോ ദേവതയാണോ എന്നതൊന്നും അപ്പോൾ ചിന്തിക്കാനാവില്ല. അവൾ ആലോചിച്ചുപോയി. മറ്റൊരു ആപത്തിലേക്കാണോ താൻ പോകുന്നത്. വത്സലയുടെ കെണിയിൽനിന്ന് മറ്റൊരു കെണിയിലേക്ക്. വേണ്ട അങ്ങനെ ചിന്തിക്കണ്ട. വണ്ടി ശബ്ദം പൊടുന്നനെ മറ്റൊരു താളത്തിലായി. ട്രെയിൻ ഒരു നീണ്ട പാലത്തിലൂടെ കടന്നുപോകുകയാണ്. ആ പ്രവിശ്യയിലെ ഏറ്റവും വലിയ നദിയാണ്. നാലുവർഷം മുൻപ് ഇവിടെയാണ് ഒരു അപകടമുണ്ടായത്. ട്രെയിൻ മറിഞ്ഞ് പുഴയിലേക്ക് വീണ് ഒരുപാട് പേർ മരിച്ചു. മധുവിന്റെയും സുനന്ദയുടെയും ക്വാർട്ടേഴ്സിനടുത്ത് താമസിച്ചിരുന്ന ഒരു പെൺകുട്ടിയും ആ അപകടത്തിൽ മരിച്ചു. യൂണിവേഴ്സിറ്റിയിൽ റിസർച്ച് ചെയ്യുകയായിരുന്നു അവൾ. ഇപ്പോൾ ഈ ട്രെയിൻ അതുപോലെ പുഴയിലേക്ക് വീണാൽ ഇതാ കുറേ ജീവിതങ്ങൾ പരസ്പരം അറിയാത്ത, ഈ ജീവിതങ്ങളുടെ ലിങ്കുകൾ മറ്റെവിടെയോ ഒക്കെ ഉണ്ട്. എല്ലാം ഈ പുഴയിൽ വീണ് പൊലിയും. വലിയൊരു വാർത്ത.

മനസിലൂടെ കടന്നു പോകുന്നതിനെയൊക്കെ അങ്ങനെയങ്ങ് ഒഴുകാൻ വിട്ട് അവൾ കണ്ണുകൾ അടച്ച് ഇരുന്നു. പതുക്കെ മയക്കത്തിലേക്ക് വീണു. അടുത്ത ഒരു സ്റ്റേഷനിൽ നിർത്തിയപ്പോഴാണ് ഉണർന്നത്. തനിക്ക് അടുത്തിരുന്ന മധ്യവയസ്കൻ അവിടെ ഇറങ്ങി. അടുത്ത സ്റ്റേഷനിലാണ് തനിക്കിറങ്ങേണ്ടത്. നേരം വെളുത്തുവരുന്നു. പുറത്ത് റോഡുകളിൽ ആ ദിവസത്തെ ജീവിതം ഉണരുന്നതിന്റെ ചലനങ്ങൾ കാണാം. പിന്നെ ഒരു മണിക്കൂർ എടുത്തില്ല. ട്രെയിൻ സുനന്ദയ്ക്ക് ഇറങ്ങേണ്ട സ്റ്റേഷനിൽ എത്തി.

പതിനഞ്ച്

ട്രെയിനിൽ വന്നിറങ്ങിയിട്ട് സുനന്ദ റെയിൽവേസ്റ്റേഷനിലെ പബ്ലിക് ബൂത്തിൽ നിന്ന് നികുഞ്ജത്തിലേക്ക് വിളിച്ചു. അങ്ങേതലയ്ക്കൽ കുട്ടികളുടേതുപോലെ ഒരു ശബ്ദം. ഒരു സ്ത്രീ തന്നെ ആയിരുന്നിരിക്കണം. റെയിൽവേസ്റ്റേഷന് പുറത്തുകടന്ന് റൊഡ് മുറിച്ചുകടന്നാൽ എതിർവശത്ത് ഒരു ക്ഷേത്രമുണ്ട്. ക്ഷേത്രനടയിൽ കാത്തുനിൽക്കാൻ അവർ പറഞ്ഞു. ആട്ടോറിക്ഷ അയയ്ക്കുന്നുണ്ടെന്ന് പറഞ്ഞ് ആട്ടോയുടെ നമ്പരും പറഞ്ഞുകൊടുത്തു. സുനന്ദ അവിടെ കാത്തുനിൽക്കുമ്പോൾ നേരം വെളുത്തു വരുന്നതേ ഉള്ളൂ. നടയിൽ ഭക്തിഗാനം കേൾക്കുന്നുണ്ട്. ക്ഷേത്രങ്ങളിൽ പുലരിയിൽ പതിവായി കേൾക്കുന്നത്. നടയുടെ ഗോപുരത്തിൽനിന്ന് പ്രാവുകളുടെ കുറുകൽ. നടയ്ക്കകത്തുനിന്ന് പുറത്തേക്ക് പന്തലിച്ച ആൽമരത്തിൽ കാക്കകളുടെ ഒരു യാത്ര പുറപ്പെടുന്നതിന്റെ പ്രഭാതവിനിമയങ്ങൾ.

പതിനഞ്ച് മിനിട്ടിനുള്ളിൽ ഒരു ആട്ടോറിക്ഷ സുനന്ദയുടെ മുന്നിൽ

വന്നുനിന്നു.

"അമ്മവീട്ടിൽ പോവാനല്ലേ.." ആട്ടോ ഡ്രൈവർ നരച്ച കപ്പടാ മീശയുള്ള മദ്ധ്യവയസ്സ് കഴിഞ്ഞ ആൾ സുനന്ദയോട് ചോദിച്ചു.

അവൾ ഒന്നമ്പരന്നു.

"അല്ല." അവൾ പറഞ്ഞു. എന്നിട്ട് ആട്ടോയുടെ നമ്പർ നോക്കി. അവർ പറഞ്ഞ നമ്പർ തന്നെ. സംശയിക്കുന്നത് കണ്ട് "നികുഞ്ജത്തിലേക്കാ" അയാൾ വീണ്ടും ചോദിച്ചു.

അതേ എന്ന് അവൾ തലയാട്ടി.

ഒന്നും പറയാൻ അവൾക്ക് ശബ്ദം വരുന്നുണ്ടായിരുന്നില്ല..

"എന്നാ കേറിയാട്ടെ കുഞ്ഞേ.." അയാളുടെ ശബ്ദത്തിൽ ബന്ധുത്വം ഉണ്ടായിരുന്നു.

"ഇവിടെയൊക്കെ അമ്മവീടെന്നോ അമ്മച്ചിവീടെന്നോ ഒക്കെ പറഞ്ഞാലേ അറിയൂ." അയാൾ പറഞ്ഞു.

ക്ഷേത്രമതിൽക്കെട്ടിനരികിലെ കുത്തനേ ഇറക്കമുള്ള റോഡിലൂടെ സുനന്ദയേയും കയറ്റി ആട്ടോ പോയി.... സ്റ്റേഷൻ പരിസരത്ത് കണ്ട പട്ടണത്തിന്റെ പ്രതീതി ക്ഷേത്രത്തിന്റെ മതിൽക്കെട്ടു കഴിഞ്ഞപ്പോൾ മാറി. ശാന്തമായ ഒരു ഗ്രാമം. പച്ചപിടിച്ച വയലേലയ്ക്ക് കുറുകേ കടന്നുപോയ ടാറിട്ടറോഡ്. വീടും പറമ്പും ചേർന്ന ഗ്രാമീണത. പതിനഞ്ച് മിനിട്ടുകൊണ്ട് ആട്ടോ നികുഞ്ജത്തിലെത്തി...

കരിങ്കൽകൊണ്ട് കെട്ടിയ വലിയ മതിലും പഴയ രീതിയിലുള്ള പടിപ്പുരയുമാണ് റോഡിൽനിന്നു നോക്കിയാൽ കാണുന്ന നികുഞ്ജം. ടാറിട്ട മെയിൻറോഡിൽനിന്ന് മൂന്നു ഫർലാങ് വെളുത്ത പഞ്ചാരമണലുള്ള റോഡാണ്. പുറത്ത് സ്ഥാപനത്തിന്റെ പേര് എഴുതി വച്ചിട്ടില്ല. ഗേറ്റ് കടന്നാൽ വലിയ മരങ്ങൾ നിറഞ്ഞ വിശാലതയ്ക്കപ്പുറം കൊട്ടാരം പോലത്തെ പഴയ കെട്ടിടമാണ്.... പണ്ടെന്നോ കവിയും സംഗീതജ്ഞനുമായ ഒരു നാട്ടുരാജാവ് നർത്തകിയായ തന്റെ വെപ്പാട്ടിക്കുവേണ്ടി പണികഴിപ്പിച്ചതാണ് ഈ കെട്ടിടമെന്നാണ് ചരിത്രം. അതുകൊണ്ടാണത്രേ അത് അമ്മച്ചിവീടായത്. കെട്ടിടത്തിനുമുന്നിലെ വലിയ മരങ്ങൾക്ക് ചോട്ടിലും പറമ്പിലും മൾബെറിച്ചെടികൾ നട്ടുപിടിപ്പിച്ചിരുന്നു. അവിടത്തെ കുടിൽ വ്യവസായങ്ങളിൽ ഒന്ന് പട്ടുനൂൽപ്പുഴുവിനെ വളർത്തൽ ആയിരുന്നു. വിവിധയിനം വൃക്ഷങ്ങൾ. താഴെ തണൽ പടർന്നുകിടക്കുന്ന പറമ്പിൽ പഞ്ചാരമണലിന്റെ നടപ്പാതകൾ. കൊട്ടാര തുല്യമായ വലിയ കെട്ടിടത്തിനു പുറമേ ചെറിയ വീടുകൾ. കെട്ടിടത്തിന്റെ പുറകുവശത്ത് നീന്തിക്കുളിക്കാൻ കുളവും കുളിമുറികളും. അതിനുമപ്പുറം ഏക്കറുകൾ പരന്നു കിടക്കുന്ന കൃഷിയിടങ്ങൾ.

സുനന്ദ അമ്പരപ്പോടും ഭീതിയോടുമാണ് ആട്ടോയിൽ നിന്നിറങ്ങിയത്. കൈയിൽ ഒന്നുമില്ലാതെ വെറുകൈയോടെ ഒരഭയാർഥി. ആട്ടോയിൽനിന്ന് ഇറങ്ങിനിന്നപ്പോൾ അവലംബമില്ലാതെ വീണുപോകുമോ എന്ന് അവൾക്ക് തോന്നി. ഉടൻ ഒരു ശബ്ദം. നേരത്തെ ഫോണിൽകേട്ട

അതേ ശബ്ദം: "ആ ചേച്ചി എത്തിയാ.... ഞങ്ങൾ കാത്തിരിക്കുകയായിരുന്നു." മെലിഞ്ഞ ഒരു പെൺകുട്ടി ഒരുപാട് സ്നേഹവും ഒരുപാട് പരിചയവും ഉള്ളപോലെ.....

ആ കുട്ടി സുനന്ദയെ പിടിച്ച് ഉള്ളിലേക്ക് കൊണ്ടുപോയി. അവിടെ ഒരു മുറിയിൽനിന്ന് കുളിക്കാൻ തോർത്ത്, സോപ്പ്, കുളിച്ച ശേഷം അവൾക്കിടാനുള്ള വസ്ത്രങ്ങൾ അവളുടെ ശരീരത്തിന് പാകമാകുന്നത് കണക്കാക്കി എടുത്തുകൊടുത്തു.... എപ്പോഴും ആ കുട്ടി, സുപർണ്ണ, കിലുകിലെ സംസാരിച്ചുകൊണ്ടേ ഇരുന്നു.

സുപർണ്ണ വസ്ത്രങ്ങൾ തിരയുമ്പോൾ ചുമരിലെ എഴുത്തുകൾ സുനന്ദ വായിച്ചു.

ജീവിതം വെട്ടും തിരുത്തുമാണ്.

ഇന്നലെ വരെയുള്ള ജീവിതം മാഞ്ഞുപോയാലും ജീവിതം പൂജ്യത്തിൽ നിന്ന് തുടങ്ങാം...

നിന്റെ ഉണ്മ (self, being) ജീവിച്ച ജീവിതത്തിൽ നിന്ന് സ്വതന്ത്രമാണ്. ജീവിക്കാൻ പോകുന്ന ജീവിതത്തിൽ നിന്നും..

നീ ജീവശാസ്ത്രപരമായി സ്ത്രീയാണ് എന്നതുകൊണ്ട് സമൂഹം ഉണ്ടാക്കിയെടുത്ത സ്ത്രീ എന്ന തടവറയിൽ ചുറ്റിക്കറങ്ങേണ്ടതല്ല ആ ഉണ്മ.

ലിംഗഭേദങ്ങളുടെ തടവറയിൽ നിന്ന് മോചിതയാകൂ.

സ്വത്വചിഹ്നമല്ല ശരീരം.... ആത്മാവിന്റെ ആവിഷ്കാരമാകണം.

ജീവിത സംഭവങ്ങൾ എന്തു തന്നെ ആയാലും അതിൽ നിന്ന് സ്വതന്ത്രമായ സെൽഫ് ഇന്നലേയും ഇന്നും നാളേയുമുണ്ടാകും.

ഇത് നിങ്ങളുടെ സ്വന്തം വീടാണ്.

ഈ ലോകം മുഴുവൻ നിങ്ങളുടെ വീടാണ്. നമ്മുടെ വീടാണ്.

OUR OWN HOME

വേറെ രണ്ടു കുട്ടികൾക്കൊപ്പം സുനന്ദയെ കുളിക്കാൻ വിട്ടു. നീന്തൽക്കുളത്തിലേക്ക് നടക്കുമ്പോൾ കുട്ടികൾ പറഞ്ഞുകൊണ്ടേ ഇരുന്നത് നികുഞ്ജത്തിലെ വിശേഷങ്ങളാണ്.... അവരുടെ വിശേഷങ്ങളാണ്.... കഴിഞ്ഞദിവസം നടന്ന ഒരു തമാശ.... പറമ്പിൽ തുള്ളിച്ചാടുന്ന ആട്ടിൻകുട്ടികളെ കുറിച്ച്..... അതിന്റെ അമ്മയെ കുറിച്ച്, അതിനെ പ്രസവിച്ച രാത്രി അവർ ഉറക്കമിളച്ചതിനെ പറ്റി. മുയലിനെ പറ്റി.... പൂച്ചയെ പറ്റി..... തത്തയെ പറ്റി. എല്ലാ വർഷവും പിടിക്കുന്ന മാതിരി ഈ വർഷം നാട്ടുമാവിൽ മാങ്ങ പിടിക്കാത്തതിനെ പറ്റി. പുതുതായി കണ്ട സിനിമയെ പറ്റി. പാട്ടിനെ പറ്റി അവരുടെ ഇഷ്ടങ്ങൾ, പഠിത്തം ഇങ്ങനെ പറഞ്ഞുകൊണ്ടേ ഇരുന്നു, നിമിഷയും രുഗ്മിണിയും. ഓർമയിൽ മറഞ്ഞ് ഇപ്പോൾ തെളിയുന്ന ഒരു പ്രപഞ്ചത്തിലേക്ക് പിറന്നു വീണതുപോലെ തോന്നി സുനന്ദയ്ക്ക്..

ഇങ്ങോട്ട് ഒരു ചോദ്യവുമില്ല..

ആ ഒരുദിവസം അവസാനിച്ചപ്പോൾ ഒരുപാട് അംഗങ്ങളുള്ള ഒരു

കൂട്ടുകുടുംബത്തിലാണ് താനെന്ന് അവൾക്ക് തോന്നി... അപരിചിതത്വത്തിന്റെ പ്രതിസന്ധി അവളറിയാതെ മാഞ്ഞുപോയി. താൻ ആര് എന്ത് എന്ന ഭൂതകാലം ഒരു ചോദ്യമാകുന്നതിന്റെ ഉൽക്കണ്ഠയും മാഞ്ഞുപോയി. പൂജ്യത്തിൽനിന്ന് ഒരു മുകുളമായി മുളയ്ക്കുകയാണെന്നു താനെന്നുതോന്നി. ആദ്യദിവസം തന്നെ ആ ലോകത്തിലെ പ്രധാനപ്പെട്ടതെല്ലാം അവൾക്ക് പരിചിതമായി.

രാത്രിയിൽ ഭക്ഷണം കഴിക്കാനിരുന്നത് ഫിലോമിനടീച്ചറിനൊപ്പം ആണ്. ഫിലോമിനടീച്ചർ ആണ് ഈ സ്ഥാപനത്തിന്റെ എല്ലാമെല്ലാം.. എല്ലാവരുടേയും അമ്മ. സ്ഥാപനം തുടങ്ങിയതും ടീച്ചറാണ്. സ്ഥാപനം നടക്കുന്നത് എല്ലാവരുടേതും എന്ന പോലെയാണ്. ഓരോ കുടുംബാംഗത്തിനും ഒരേപോലെ ഉത്തരവാദിത്വം.

ടീച്ചർ കണ്ട പാടെ സുനന്ദയെ ചേർത്തുനിർത്തി ആശ്ലേഷിച്ചു. ഒരു ഔപചാരിക കുശലമില്ലാതെ ഭക്ഷണത്തിനിരുന്നു.

ഓരോരോ തമാശകൾ പൊട്ടിച്ചിരികൾ. സുനന്ദയുടെ മനസ്സ് അൽപ്പവും മ്ലാനമാകാൻ, അതിന്റെ പ്രതിഫലനം മുഖത്തുവരാൻ പറ്റാതെ നിമിഷങ്ങൾ ഒന്നൊന്നായി കണ്ണിചേർന്ന് പോകുകയായിരുന്നു...

താൻ രക്ഷപ്പെട്ടുവന്ന ഇടത്തിൽനിന്ന് ഇങ്ങനെ ഒരിടം.. ഒരിക്കലും തനിക്കീ ലോകത്തിൽ ഒരിടമില്ല എന്ന് വിചാരിച്ചിരുന്നിടത്ത് ഇങ്ങനെ ഒന്ന്.. പക്ഷേ താനാരെന്ന്, തന്റെ ജീവിതമെന്തെന്ന് ആരും ചോദിക്കുന്നില്ലല്ലോ.. ചോദിച്ചാൽ?

ഇത്രയൊക്കെ ആയിട്ടും അവളുടെ മനസിൽ വന്നുകൊണ്ടിരുന്നു...

ഭക്ഷണം കഴിഞ്ഞശേഷം ഫിലോമിന ടീച്ചർ സുനന്ദയെ തന്റെ സ്റ്റഡി റൂമിലേക്ക് കൊണ്ടുപോയി. സുനന്ദയെ അടുത്തിരുത്തി അവർ പറഞ്ഞു:

"ഇന്നുമുതൽ ഒരു പുതിയ ജീവിതമാണ്. ഇന്നലെ വരെയുള്ളത് ആരോടും പറയണമെന്നില്ല.. കഴിയുന്നതും പറയാതിരിക്കലാണ് നല്ലത്. പഴയ കഥകൾ ഓർക്കാനും പറയാനുമല്ല. പുതിയ ജീവിതവും ലോകവും ഉണ്ടാക്കാനാണ് നമ്മൾ ജീവിക്കുന്നത്. പഴയതിനെക്കുറിച്ച് നിന്ദയും വേണ്ട. ഇതൊക്കെ പറയുന്നതുപോലെ ചെയ്യാൻ പ്രയാസമായിരിക്കും. പക്ഷേ ശ്രമിക്കാം. മറ്റുള്ളവരുടെ മുന്നിൽ നാം എന്താണെന്നത് നമ്മുടെ ശക്തിയെയും ദൗർബല്യത്തെയും നിശ്ചയിക്കുന്നു. ജീവിതം മുഴുവൻ നമ്മുടെ സെൽഫിന്റെ നിയന്ത്രണത്തിൽ അല്ല. പക്ഷേ, കുറേയൊക്കെ നമ്മുടെ കഥ, മറ്റുള്ളവരിൽ പ്രകാശിതമാക്കുന്ന നമ്മുടെ കഥ നമ്മുടെ നിയന്ത്രണത്തിൽ രചിക്കാനാവും... ജീവിതം ഒരു ഫിക്ഷൻ ആണ്. ഫിക്ഷൻ.... കുറേ സത്യങ്ങൾ, കുറേ നുണകൾ....." അത് പറഞ്ഞ് സ്നേഹവും അർഥവും വിതറി ടീച്ചർ ചിരിച്ചു.

അരികിൽ ഇരിക്കുന്ന സുനന്ദയുടെ താടിയിൽ പിടിച്ച് അവർ പിന്നേയും പറഞ്ഞു:

"സിറ്റ്വേഷൻസ് അനുസരിച്ച് മാറുന്നതല്ല സെൽഫ്. അതിനെയാണ്

നമ്മൾ ഞാൻ... ഐ എന്നൊക്കെ പറയുന്നത്. അതിനെക്കുറിച്ചുള്ള അവയർനെസ്സ്.... അതാണ് പ്രധാനം. നമ്മുടെ സെൽഫ്, അല്ലെങ്കിൽ ആത്മാവെന്നും പറഞ്ഞോളു. അതിനെ ആർക്കും കളങ്കിതമാക്കാൻ പറ്റില്ല എന്നപോലെ ശരീരത്തെയും ആർക്കും കളങ്കിതമാക്കാൻ പറ്റില്ല. ശരീരം നമ്മുടേതാണ്. അതും കൂടിച്ചേർന്നതാണ് സെൽഫ് അല്ലെങ്കിൽ ഞാൻ എന്ന് നമ്മൾ പറയുന്നത്.... എന്റെ ശരീരം എന്നല്ല ഞാൻ എന്നുതന്നെ നാമതിനെ സ്നേഹിക്കണം. ശരീരത്തെ വെറുക്കുക സ്വയം വെറുക്കലാണ്..... സ്വയം വെറുത്താൽ ലോകത്തെയാകെ വെറുക്കേണ്ടിവരും. അതുകൊണ്ട് അങ്ങനെ ആരെങ്കിലും നമ്മെ പഠിപ്പിച്ചു എങ്കിൽ നാമതിനെ അംഗീകരിക്കുന്നില്ല.... അല്ലേ....." വീണ്ടും അവർ ചിരിച്ചു. സുനന്ദയുടെ മുഖം പ്രകാശിക്കാൻ തുടങ്ങി.

ഒരു തുണ, പ്രതീക്ഷിക്കാത്ത തുണ കിട്ടിയപോലെ..... ഒരമ്മയുടെ തുണ.

സുനന്ദ ഫിലോമിനടീച്ചറുടെ നരച്ച മുടിയിലും വെളുത്ത് തുടുത്ത കവിളിലും നോക്കി ഇരുന്നു.

സുനന്ദ വിടർന്ന കണ്ണുകളോടെ ടീച്ചറിന്റെ കണ്ണിലേക്ക് നോക്കി. അവളുടെ കണ്ണുകൾ നിറഞ്ഞു..... ചിരിച്ചുകൊണ്ട് എഴുന്നേറ്റ് അവർ സുനന്ദയെ പിടിച്ചണച്ചുകൊണ്ട് പറഞ്ഞു:

"ഈ വീടുപോലെ ലോകം വളരുന്നതുവരെ ഇങ്ങനെയുള്ള ഇടങ്ങൾ ഉണ്ടായേ പറ്റൂ.. ഇത് സ്വന്തം വീടാണ് എന്നുവച്ച് ഇവിടെ വരുന്നവർ എന്നും ഇവിടെ തന്നെ താമസിക്കുന്നില്ല. ഇവിടെ ചെയ്യാൻ തൊഴിലുകളുണ്ട്. അറിയാവുന്ന തൊഴിലിന് ഇവിടെ അവസരമുണ്ടെങ്കിൽ ഇവിടെ ജോലി ചെയ്യാം. പുറത്തു പോയി ജോലി ചെയ്യാം..... എപ്പോൾ വേണമെങ്കിലും സ്വന്തം വീടുപോലെ വരാം..... സ്വന്തം വീടിനെ ഓർമയായി സൂക്ഷിച്ച് വരാതിരിക്കാം."

വീണ്ടും അവർ സ്നേഹത്തിന്റെ ചിരി പ്രസരിപ്പിച്ചു...

"അതൊക്കെ പിന്നത്തെ കാര്യങ്ങൾ.. ഇവിടെ എല്ലാം കണ്ടല്ലോ.. എന്തു ജോലി ചെയ്യാനാണ് താൽപ്പര്യം." ഫിലോമിന ടീച്ചർ.. ചോദിച്ചു.. കുറച്ചുനേരം സുനന്ദ ഒന്നും പറഞ്ഞില്ല. എന്തോ പറയാനുള്ളതുപോലെ നിന്നു..

"ആലോചിച്ച് പറഞ്ഞാൽ മതി."

"ഞാൻ ചെറിയ കുട്ടികളെ പഠിപ്പിക്കുന്ന ജോലി ചെയ്തിട്ടുണ്ട്." സുനന്ദ പറഞ്ഞു.

"എന്നാൽ നാളെത്തന്നെ ഇവിടത്തെ സ്കൂളിൽ ചേർന്നോളു..."

വല്ലാത്ത ഒരാനന്ദം സുനന്ദയ്ക്ക് തോന്നി.. എല്ലാം ഒരു സ്വപ്നം പോലെ കഴിഞ്ഞതും ഇപ്പോൾ നടക്കുന്നതും..

ഫിലോമിന ടീച്ചർ പറഞ്ഞു:

"താൽപ്പര്യമുള്ളതൊക്കെ ചെയ്തോളു... നമ്മുടെ വീട്ടിൽ നമുക്ക് എന്തു പണിയും ചെയ്യാമല്ലോ.. കൃഷിയും തുന്നൽപ്പണികളുമൊക്കെ.

ബാ.... നമുക്ക് അപ്പുറത്തേക്ക് പോവാം."

ഫിലോമിനടീച്ചർ സുനന്ദയേയും കൂട്ടി പ്രധാന കെട്ടിടത്തിലേക്ക് പോയി. ഉറങ്ങാൻ പോകുന്നതിനുമുമ്പുള്ള വർത്തമാനങ്ങളും തമാശകളും പൊട്ടിച്ചിരികളുമായിരുന്നു അവിടെ. ടീച്ചറും അതിൽ പങ്കുചേർന്നു.... എന്നത്തെയും പോലെ.

ഇന്ന് സുനന്ദയും..

സുനന്ദയുടെ അമ്മവീട്ടിലെ ആദ്യദിവസം.

പതിനാറ്

മൂന്നു വലിയ മുറികൾ, ഹാൾ പോലെയുള്ളതാണ് അന്തേവാസികൾ കിടക്കാൻ ഉപയോഗിച്ചിരുന്നത്. സുപർണ്ണയും പ്രഭയും സ്ഥിരമായി നികുഞ്ജത്തിൽ ടീച്ചറിനൊപ്പം ഉള്ളവരാണ്. സുപർണ്ണ വന്നിട്ട് അഞ്ചു കൊല്ലമായി. പ്രഭ വന്നിട്ട് ഒന്നര കൊല്ലവും. ടീച്ചറിന്റെ മനോഗതിയനുസരിച്ച് നികുഞ്ജം നടത്തിക്കൊണ്ടു പോകുന്നത് സുപർണ്ണയും പ്രഭയുമാണ്. അവർ അവിടത്തെ ജീവനക്കാരോ ഉദ്യോഗസ്ഥകളോ ആണെന്നരീതിയിൽ പെരുമാറുകയില്ല. ഇന്നലെ വന്ന ഒരാളും സ്ഥിരമായി അവിടെ ഉള്ള സുപർണ്ണയും ഒരേപോലെ കുടുംബാംഗം. ഒരേ പോലെ ഉത്തരവാദിത്വം. ആ രീതിയിൽ ഈ വീടിനെ സ്ഥാപനമാകാതെ കൊണ്ടുപോകുക എന്നതാണ് ടീച്ചറിന്റെ താൽപ്പര്യം. മനോനില ആകെ തകർന്ന് എത്തുന്നവരാണ് അധികവും. നേരിട്ട് കൗൺസലിങ് നടത്തുന്നതിനുപകരം പ്രശ്നങ്ങൾ നിരീക്ഷിച്ച് മനസിലാക്കി അതിനനുസരിച്ചുള്ള പെരുമാറ്റങ്ങളിലൂടെ മാനസിക സംഘർഷങ്ങളിൽനിന്ന് മോചനം നേടുന്നതിനാണ് ശ്രമിക്കുന്നത്.

ആരും നികുഞ്ജത്തിൽ ആറുമാസത്തിൽ കൂടുതൽ നിൽക്കാറില്ല. സ്വന്തം വീട്ടിലേക്ക്, മാതാപിതാക്കളുടെ അടുത്തേക്ക്, ഭർത്താവിന്റെ അടുത്തേക്ക്, സ്വന്തക്കാരും പരിചയക്കാരുമുള്ള നാട്ടിലേക്ക് പോകുന്നത് ഭീതിയോടെ കാണുന്നവർക്ക് അഭയങ്ങൾ ഇല്ലാതെ ഈ ലോകത്തിൽ ജീവിക്കാനുള്ള പരിശീലനമാണ് നികുഞ്ജത്തിൽനിന്ന് കിട്ടുന്നത്. കുറ്റബോധങ്ങളില്ലാത്ത ആത്മാഭിമാനത്തോടെ ജീവിക്കാൻ കഴിയുന്നവരാക്കുക. നികുഞ്ജം ഒരു അഭയാർഥികേന്ദ്രമായിട്ടല്ല, ഇവിടന്ന് പോയാലും വരാനുള്ള വീടായിട്ടാണ് കാണേണ്ടത്. ഇവിടെ ജീവിതം ജീവിച്ചു തീർക്കാതെ പുറത്തെ ലോകത്തിൽ പുതിയ ആളായി പുതിയ പരിചയങ്ങൾ, ബന്ധങ്ങൾ ജീവിതങ്ങൾ ഒക്കെ ഉണ്ടാകണം. നികുഞ്ജത്തിന് പുറത്തേക്ക് ചിലർ പോകുമ്പോൾ ചിലർ പുതുതായി വന്നുചേരുന്നു കഴിഞ്ഞവർഷം ഉണ്ടായിരുന്ന ആളുകളായിരിക്കില്ല. ഈ വർഷം.... അതിങ്ങനെ നദിയിലെ ജലംപോലെ ഒഴുകിക്കൊണ്ടിരിക്കും...

ഡയറി ഫാം, പട്ടുനൂൽ പുഴു, കൃഷി, തുന്നൽ, ഭക്ഷ്യ സംസ്ക

രണം ഇങ്ങനെയുള്ള തൊഴിലിടങ്ങളിൽ പണിയെടുക്കുന്ന കുറേപ്പേരുണ്ട്. അതിൽ ചിലർക്ക് താമസിക്കാൻ മറ്റൊരു കെട്ടിടമുണ്ട്. ചിലർ വന്നു പോകുന്നവരുമുണ്ട്. കൂടാതെ ഈ കാമ്പൗണ്ടിനോട് ചേർന്നുതന്നെ മറ്റൊന്നിൽ സ്കൂളും. കുട്ടികളെ നൃത്തവും സംഗീതവും പഠിപ്പിച്ചിരുന്നതും ലൈബ്രറി പ്രവർത്തിപ്പിച്ചിരുന്നതും പഴമയുടെ രൂപത്തിൽ പണിചെയ്ത പുതിയ കെട്ടിടത്തിലാണ്.

അപ്പോഴപ്പോൾ ഇവിടെ താമസിക്കുന്നവർ തങ്ങൾക്കിഷ്ടമുള്ള ഒരു തൊഴിൽ ചെയ്യുന്നതോടൊപ്പം പ്രഭയ്ക്കും സുപർണ്ണയ്ക്കുമൊപ്പം എല്ലാത്തിന്റെയും നടത്തിപ്പിൽ ശ്രദ്ധിക്കുകയും ചെയ്യുന്നു. ഏതൊരാളും വന്നു താമസിയാതെ തന്നെ നികുഞ്ജത്തിന്റെ ഭാഗമാകുന്നു. ഫിലോമിന ടീച്ചർ പറഞ്ഞ വാക്കുകൾ മനസിൽ നിർത്തി മനസിന്റെ ധൈര്യത്തിനും ഒരു പുതുജീവിതത്തിനും സുനന്ദ ശ്രമിച്ചു. പക്ഷെ അവൾ തകർന്നു പോകുകയായിരുന്നു പലപ്പോഴും.... സ്വന്തം ശരീരത്തെ അതിന്റെ ഓരോ ഭാഗത്തും അനുഭവപ്പെട്ട അനേക സ്പർശങ്ങളെ എങ്ങനെ കഴുകിമാറ്റാൻ. മനസിന് ഏറ്റ ആഘാതം. അത് മറ്റൊരാൾക്കും പറഞ്ഞാൽ മനസിലാകുന്നതല്ല. ആഘാതമേറ്റ് അടിപതറിയ മനസിന് എങ്ങനെയാണ് അതിനെതന്നെ താങ്ങി നിർത്താനാകുന്നത്.

ഫിലോമിന ടീച്ചർ പറഞ്ഞതുപോലെ ശരീരം കളങ്കിതമായില്ല എന്ന് തനിക്ക് തോന്നാത്തതെന്ത്... ഈ കാലത്തിൽ എപ്പോഴോ ഈ ശരീരം മധുവിന്റേതാണ് എന്ന വിചാരം കൊഴിഞ്ഞുപോയി എന്നവൾ തിരിച്ചറിഞ്ഞു. ഇപ്പോൾ അതല്ല. തന്റേതായി ഈ ശരീരം കൊണ്ടുനടക്കുന്നതാണ് പ്രശ്നം. മറ്റോർമകളിൽ അവൾ കീറിമുറിക്കപ്പെടുന്നതുപോലെ ആവും. ഇതു ഞാൻ അതിജീവിക്കണം. അവൾ അവളോട് തന്നെ പറയാറുണ്ട്. പക്ഷേ, മനസ്സ് പറയുന്നതുപോലെ ആയിത്തീരുന്നില്ല. ഒരാൾക്ക് എത്ര മനസ്സ് ഉണ്ട്. ഒരു മനസ്സ് പറയുന്നു. നീ അതു കേൾക്കൂ. നീ ഇത് അതിജീവിക്കൂ. മറ്റൊരു മനസ്സ് അത് ശരിവയ്ക്കുന്നു. എന്നാലും അതിനൊന്നും വഴങ്ങാത്ത ഉൾമനസ്സ് സ്വയം വിചാരിക്കുന്നു. എന്നിട്ടും കഴിയുന്നില്ല. ഇതൊന്നും എന്റെ നിയന്ത്രണത്തിലല്ല.... എന്നപോലെ. നികുഞ്ജത്തിലെ അന്തരീക്ഷത്തിൽ സമയം അങ്ങനെ ഓരോ പ്രവൃത്തികളിലും ഉല്ലാസങ്ങളിലും കൂട്ടമായി അങ്ങുപോകും. അപ്പോഴും ഉള്ളിൽ വിങ്ങുന്ന ഏകാന്തത. അത് കൃത്യമത്വത്തിന്റെ അടപ്പുകൊണ്ട് മൂടിവയ്ക്കാനാവുമോ? ഉള്ളുതുറന്ന് ആരോടെങ്കിലും ഒന്നും പറയാനാവില്ല. ആർക്കും ഒന്നും സംഭവിച്ചിട്ടില്ല എന്ന മട്ടിലാണ് നികുഞ്ജത്തിലെ കാര്യങ്ങൾ. പക്ഷേ അതാണോ യാഥാർത്ഥ്യം അഹിതമായ ഓർമകൾ മറ്റുള്ളവരുടെ മുന്നിൽ തുറക്കരുത് എന്നാണ് ഫിലോമിനടീച്ചറിന്റെ പ്രമാണം. അങ്ങനെ അതിന് ഒരു ഉണ്മ, ഉണ്ടാക്കരുത്. അത് ശരിയാണ് എന്ന് ബോധ്യപ്പെടുത്താൻ ടീച്ചറിന് കഴിവുണ്ട്. അത്ര ആശ്വാസവുമായാണ് ആദ്യ ദിവസം തന്നെ സുനന്ദ പുതുജീവിതം തുടങ്ങിയത്. പക്ഷേ ഈ ഉണ്മ സെൽഫ് എന്നൊക്കെ തത്ത്വശാസ്ത്രങ്ങൾ കൊണ്ട് പൊറുക്കുന്നതാണോ മന

സിലെ മുറിവ്. അനുഭവിച്ചവർക്കല്ലേ അത് മനസിലാവൂ.

ദഹിക്കാതെ ഉള്ളിൽ കിടന്ന് പുളിച്ച് തികട്ടുന്നു. ഉറക്കത്തിലെ പേടിപ്പിക്കുന്ന സ്വപ്നങ്ങൾ കിടക്കയിൽ എഴുന്നേറ്റിരുന്ന് അവൾ കിതച്ചു, പല ദിവസവും. അലറിവിളിച്ച് മനസിനെ കീറിമുറിച്ച് ചില ഓർമകൾ ഒരു മിന്നായംപോലെ കടന്നുപോകുമ്പോൾ ശരീരം ആകെ വെട്ടലുണ്ടാക്കുന്നു സ്വന്തം നിയന്ത്രണത്തിലല്ലാതെ. അതുകണ്ട് ഒരിക്കൽ പ്രഭ സുനന്ദയുടെ കണ്ണുകളിലേക്ക് നോക്കിച്ചോദിച്ചു:

"എന്ത് എന്ത് പറ്റി" സുനന്ദ പറഞ്ഞു. "ഇല്ല. ഒന്നുമില്ല."

ഇപ്പോൾ അടുക്കും ചിട്ടയുമായ ഒരോർമയുമില്ല.. ഭീതിയുടെ ദുഃസ്വപ്നവഴികളിലൂടെയുള്ള സഞ്ചാരത്തിന്റെ ഇരുണ്ട ഓർമകൾ. ആ ഓർമ ഒരു യാഥാർഥ്യമായി ഈ നിമിഷങ്ങളെ മൂടുന്ന പോലെ . സ്വന്തം ജീവിതം എന്നു കരുതി ജീവിച്ച ഒന്ന് കളഞ്ഞുപോയതു മാതിരി. ശ്വാസം ഉണ്ട് എന്നതും ശരീരത്ത് നുള്ളിനോക്കിയാൽ നോവും എന്നതും ആണോ ജീവിക്കുന്നു എന്നതിന് സ്വയം ബോധ്യമാകുന്ന തെളിവ്.

ജയന്തി ഇവിടെ വന്ന് കുറച്ചുനാൾ കഴിഞ്ഞ് ഒരുദിവസം അവർ ഒരുമിച്ച് കുളിക്കാനായി പോയപ്പോൾ മനസിലെ ഭാരം കുറെ അവൾ ഇറക്കിവച്ചു. ജയന്തിയെ ആദ്യമായി കാണുമ്പോൾ യാന്ത്രികമായ ഒരു മാറ്റത്തിന്, ഒന്നും സംഭവിച്ചിട്ടില്ല എന്ന് വിശ്വസിപ്പിക്കുന്നതിന് ഫിലോമിനടീച്ചറിന്റെ ഉപദേശം അനുസരിച്ച് പെരുമാറ്റം പരിശീലിക്കയായിരുന്നു മനപ്പൂർവം സുനന്ദ. ശരിക്കും ബോധപൂർവം. സ്റ്റേജിൽ കയറി അഭിനയിക്കുന്നതുപോലെ. ജീവിതത്തിൽ ഒരു രക്ഷപ്പെടൽ, പിന്നെ പിടിച്ചു നിൽക്കാനുള്ള വെപ്രാളം അതായിരിക്കും അങ്ങനെ അവൾക്ക് കഴിഞ്ഞത്.

അപ്പോഴൊക്കെ അറിയുന്നുണ്ടായിരുന്നു അവൾ പരാജയപ്പെടുന്നുവെന്ന്. അവിടെ എല്ലാവരും സ്വന്തം ജീവിതം മൂടിവച്ച്, മറ്റൊരു ജീവിതം തളിർത്ത് ജീവിതം വീണ്ടും സ്വന്തമായി ഉണ്ടാക്കുമ്പോൾ, സ്വന്തം ജീവിതം വിളിച്ചു പറഞ്ഞ് നടക്കുകയും അതിനുമപ്പുറം ലോകത്തിന്റെ മറ്റു ജീവിതങ്ങൾ കാണുകയും അങ്ങനെ എല്ലാം ചേർന്ന സ്വന്തം ജീവിതം ജീവിക്കുമ്പോഴും അതൊന്നുമല്ലാത്ത ഒന്നുമായിരുന്നു ജയന്തി...

ജയന്തിയോട് എന്തോ ഒരടുപ്പം സുനന്ദയ്ക്ക് പരിചയപ്പെട്ടപ്പോഴേ തോന്നി. എന്നാലും അവൾ കൂടുതൽ അടുക്കാതെ മാറിനിന്നു. കൂടുതൽ അടുക്കാൻ ഒരു ഭയം. ജയന്തി അടുക്കുമ്പോഴും അവൾ മാറി നിന്നു. മാനസിക രോഗി ആയതുകൊണ്ടാണോ? അതല്ല. താൻ ഇവിടെ ഇപ്പോൾ പരിശീലിക്കുന്ന ജീവിതവുമായി ഒത്തുപോകുന്നതല്ല, ജയന്തിയുടെ എല്ലാം തുറന്ന ലാഘവമായ സമീപനം. അതായിരിക്കും അധികം അടുക്കാൻ തോന്നാത്തത്. എന്നാലും തനിക്കിവിടെ ആരോ ഉണ്ട് എന്ന് തോന്നിപോകുന്നത് ജയന്തിയെ ആണ്. തന്നെ ഇന്ന് താങ്ങി നിർത്തിയിരിക്കുന്ന രണ്ടു വിപരീതങ്ങളാണ് ജയന്തിയും നികുഞ്ജവും. അന്ന് മാവിന്റെ ചോട്ടിലിരുന്ന് അവൾ നളന്റെയും ദമയന്തിയുടെയും കഥപറഞ്ഞ ദിവസം, ആ കഥകേട്ട് സുനന്ദ ബോധമറ്റ് കുഴഞ്ഞുവീണ ദിവസം.... അതിനുശേഷം

ജയന്തിക്ക് സുനന്ദയോട് വലിയ അടുപ്പമായി. പിന്നെ ഓരോ കഥകൾ, കണ്ട ജീവിതങ്ങൾ ഒക്കെ ജയന്തി സുനന്ദയോട് പറഞ്ഞു.

ഭ്രാന്താശുപത്രിയിൽ കണ്ട അനേകം ജീവിതങ്ങൾ..... ലോകദുരിതങ്ങൾ, മനുഷ്യ ചരിത്രത്തിലെ ഹിംസകൾ, പീഢനങ്ങൾ..

രോഗാവസ്ഥയുടെ വിഭ്രാന്തിയുടെ ലക്ഷണം അവളുടെ സംസാരത്തിനുണ്ടായിരുന്നെങ്കിലും..... സാഹിത്യവും കഥകളും കവിതകളുമൊക്കെ വായിച്ച അറിവുകൾ അവളുടെ സ്വന്തം വ്യാഖ്യാനങ്ങളോടെ സുനന്ദയോട് പറഞ്ഞുകൊണ്ടിരിക്കുമായിരുന്നു....

അന്ന് പടർന്നു കിടക്കുന്ന മാവിനുമപ്പുറത്തെ മൺതിട്ടയിൽ ഇരിക്കയായിരുന്നു സുനന്ദ. താഴെതട്ടിൽ ചാടിക്കളിക്കുന്ന ആട്ടിൻ കുട്ടികളെയും നോക്കി. കുറച്ചകലെ നിറഞ്ഞൊഴുകുന്ന തോട്ടിൽ എരുമകളെ കുളിപ്പിക്കുന്നുണ്ട് ഒരുത്തൻ. അപ്പോഴാണ് ജയന്തി പെട്ടെന്ന് എവിടെന്നോ ഓടി വന്ന് ഒരു ചോദ്യം.

"കലികാലം എന്നുവച്ചാൽ എന്തെന്നറിയാമോ."

സുനന്ദ മിഴിച്ചിരുന്നു പോയി. എന്നാലും അവൾ ജയന്തിയെ നോക്കി ചിരിച്ചു. അറിയില്ല എന്ന് തലയാട്ടി.

"എന്തും അറിയില്ല എന്ന് പറയാൻ എളുപ്പമാണ്. ഒന്ന് ശരിക്കാലോചിച്ച് നോക്ക്. എവിടെ എങ്കിലുമൊക്കെ കേട്ടിട്ടുണ്ടല്ലോ."

"കേട്ടിട്ടൊണ്ട്... ചീത്തക്കാലം..... എന്നാണെന്ന് തോന്നുന്നു.."

"എന്തുകൊണ്ട് ചീത്ത എന്ന് ചിന്തിച്ചിട്ടൊണ്ടോ.."

സുനന്ദ ഇല്ല എന്ന് തലയാട്ടി..

"ചിന്തിക്കണം... ചിന്തയില്ലാത്തോണ്ട് തന്നെ ഈ ഗതിവന്നത്."

മനസ്സ് കരകേറാൻ പാടുപെട്ട് ശ്രമിക്കുന്ന കാലമാണത് സുനന്ദയ്ക്ക്. സുനന്ദ സങ്കടത്തോടെ ജയന്തിയെ നോക്കി. മാനസിക രോഗി വിളിച്ചുപറയുന്ന സത്യങ്ങൾ നേരിടാനുള്ള കെൽപ്പ് അവൾക്കില്ലായിരുന്നു. സുനന്ദയുടെ മനസിൽ പടരുന്ന വേദന ജയന്തി ആ മുഖത്തു കണ്ടു. "സങ്കടപ്പെടേണ്ട.. നമ്മടെയൊക്കെ അനുഭവങ്ങൾ പുതിയതൊന്നുമല്ല. എല്ലാ കഥകളും സ്ത്രീയെ പുരുഷൻ വലിച്ചെറിഞ്ഞ കഥകളാണ്. എന്നിട്ടും കഥകൾ പറഞ്ഞ് പറഞ്ഞ് തീരുമ്പം പുരുഷൻ കേമനായി. ധീരോദാത്തൻ.... അതിപ്രതാപഗുണവാൻ." അംഗചേഷ്ടകളോടെ ജയന്തി പറഞ്ഞു. പുരുഷൻ സ്ത്രീയെ ഉപേക്ഷിച്ചതിന്.... പണയം വച്ചതിന് എല്ലാത്തിനും കാണും ന്യായങ്ങൾ. നീ കേട്ടിട്ടുണ്ടോ നളന്റേം ദമയന്തീടേം കഥ. നളചരിതം ആട്ടക്കഥ. ഉണ്ണായിവാര്യർ എഴുതിയ സുന്ദരകാവ്യശില്പം. കാളിദാസ കവിതകളെ തോൽപ്പിക്കുന്ന സൗന്ദര്യം. മഹാഭാരതത്തിൽ നിന്നെടുത്തതാണ് ആ കഥ."

ഒരു ക്ലാസ് എടുക്കുന്നതുപോലെ ജയന്തി പറഞ്ഞു.

"വാ നമുക്ക് മാവിന്റെ കൊമ്പിലിരിക്കാം. എന്താണ് കലിബാധ എന്ന് പറഞ്ഞുതരാം."

ജയന്തി സുനന്ദയെയും പിടിച്ച് മാവിൻചോട്ടിൽ പോയി താഴെ

പടർന്നുകിടന്ന കൊമ്പിൽ ഇരുന്നു. നിറയെ പൂത്തു നിൽക്കുന്ന മാവ്. അവിടവിടെ കണ്ണിമാങ്ങകളും. ജയന്തി പറഞ്ഞു തുടങ്ങി,

"ആ കഥയിൽ നളന് കലിബാധവരും. കലിബാധാന്നു വച്ചാൽ ആണുങ്ങൾക്ക് വരുന്ന ഒരസുഖമാണ്. രാജാക്കന്മാർക്കായിരുന്നു പണ്ടു കാലത്ത് വന്നിരുന്നത്..... ഇപ്പോൾ കലികാലമായതുകൊണ്ട് ഏതു പുരുഷനും വരാം..... അതായത് ഉയർന്ന നിലയിൽ ജീവിക്കുന്ന പുതിയ രാജാക്കന്മാർക്കും രാജാക്കന്മാരാകാൻ ശ്രമിക്കുന്ന മധ്യവർഗം എന്നു പറയുന്നവർക്കും. കേട്ടിട്ടുണ്ടോ മധ്യവർഗമെന്ന്. സുനന്ദ കേട്ടിട്ടുണ്ടാവില്ല.... എന്നാൽ സുനന്ദ ഒരു മധ്യവർഗമാണ്.... അവർക്കൊക്കെ സുന്ദരിയും സുശീലയും ആയ ഭാര്യ വേണം. കുട്ടികൾ വേണം..... കുടുംബവും ദാമ്പത്യവും വേണം. ഒരു ജന്മത്തിൽ ഒരുപാട് വേഷമാടുന്ന പുരുഷന് ഇതെല്ലാം താൽക്കാലിക സുഖങ്ങൾ. ഭാര്യയും മക്കളും കുടുംബവും രാജ്യവും എല്ലാം അവന്റെ സ്വന്തം വക..... പ്രോപ്പർട്ടി..... അങ്ങനെ ഈ ആർത്തികളും സുഖങ്ങളും കൂടിവരുമ്പോൾ ആ പഴുതിലൂടെ അവനെ ബാധിക്കുന്നതാണ് കലി. പിന്നെ കുടുംബം അവന് ഭാരമാണ്..... തലവേദനയാണ്..... സ്വയം രക്ഷിച്ചെടുക്കാൻ അവൻ എന്തും ചെയ്യും..... ഭാര്യയെ ഉപേക്ഷിക്കും..... കൊല്ലും. അപകടകരമാകുന്ന സ്വന്തം നിലനിൽപ്പാണ് അവന് പ്രശ്നം."

സുനന്ദ ജയന്തിയെ തുറിച്ചുനോക്കി കേട്ടിരുന്നു. അവൾക്ക് തല ചുറ്റുന്നതുപോലെ തോന്നി. അവൾ പതിയെ മരത്തിന്റെ ശാഖയിൽ മുറുകെ പിടിച്ചു. ജയന്തി ആവേശത്തോടെ പറയുമ്പോൾ ഇതു ശ്രദ്ധിക്കുന്നുണ്ടായില്ല.

നളൻ കൊടുങ്കാട്ടിൽ ദമയന്തിയെ ഉപേക്ഷിച്ചു.... കാട്ടിൽ വസ്ത്രം നഷ്ടപ്പെട്ട നളൻ അവളുടെ വസ്ത്രത്തിന്റെ ഭാഗം മുറിച്ചെടുത്ത് ഉറങ്ങുന്ന ദമയന്തിയെ പാതി വസ്ത്രത്തിൽ കൊടുങ്കാട്ടിൽ ഉപേക്ഷിച്ച് തന്റെ തടി രക്ഷിക്കാൻ നോക്കി. ആപത്തുകാലത്ത് പെണ്ണ് അവന് ഭാരമാണ്.... അറിയോ. ഏതെങ്കിലും ഒരു പെണ്ണിന് പുരുഷനോട് ഇതു ചെയ്യാൻ കഴിയോ.....

ജയന്തിയുടെ കണ്ണുകൾ തള്ളിവരുന്നുണ്ടായിരുന്നു

ഒറ്റയ്ക്കായ ദമയന്തി കൊടുങ്കാട്ടിൽ അലറിവിളിച്ചു കരഞ്ഞു. ഒരു പെരുമ്പാമ്പ് അവളെ വിഴുങ്ങാൻ തുടങ്ങിയപ്പോൾ നിലവിളിച്ചു കരഞ്ഞ അവളെ അതിൽ നിന്നു രക്ഷിച്ച കാട്ടാളനാണ് പിന്നെ അവളെ വിഴുങ്ങിയത്. ദമയന്തിയോട് തന്റെ ഭാര്യയായികഴിയണമെന്ന് കാട്ടാളൻ ആവശ്യപ്പെട്ടു. മലമ്പാമ്പിൽനിന്ന് രക്ഷിച്ചെടുത്ത ആ സ്ത്രീശരീരത്തിൽ അവൻ അവകാശം ഉന്നയിച്ചു. എതിർത്ത ദമയന്തിയെ ആ കൊടുങ്കാട്ടിൽ വച്ച് ആ കാട്ടാളൻ അവളുടെ ബാക്കി വന്ന വസ്ത്രങ്ങൾ വലിച്ചുകീറി വിവസ്ത്രയാക്കി.... ചെറുത്തുനിന്ന ദമയന്തിയെ അവൻ തന്റെ കരുത്തിൽ കീഴടക്കി. ഭോഗിച്ചു..... ബലാൽസംഗം ചെയ്തു..... ആ കാട്ടിൽ തന്നെ

ദമയന്തിയെ ഉപേക്ഷിച്ച് അവൻ പോയി. പിന്നെയെന്തു കഥ. നമുക്ക് വേണമെങ്കിൽ കഥ ഇങ്ങനെ നീട്ടാം. ദമയന്തി കാട്ടിലൂടെ വേദനയെടുക്കുന്ന ശരീരം താങ്ങി നിരങ്ങിയും ഇഴഞ്ഞും കുറേ ദൂരം പോയി. അവളുടെ തൊണ്ട വരളുന്നുണ്ടായിരുന്നു. തളർന്ന് അവശയായി അവൾ ഒരു നദിക്കരയിൽ എത്തി. നദിയിൽനിന്നും വെള്ളം കുടിച്ച് അവശയായി ആശയറ്റ മനസുമായി അവിടെ കിടന്നു..... നദിയിലൂടെ പോകുകയായിരുന്ന കച്ചവടക്കാർ നദിക്കരയിൽ ഒരു പെണ്ണ് നഗ്നയായി കിടക്കുന്നത് കണ്ടു. ഓളങ്ങൾ അവളുടെ ശരീരത്തിൽ കയറിയിറങ്ങുന്നു. സുന്ദരിയാണ്. മത്സ്യഗന്ധിയാകുമോ? അവർക്ക് കൗതുകമായി. ആ പുരുഷന്മാർക്കും ഒരാവേശം ഉണ്ടാകാതെ വരുമോ.. ഇന്നത്തെ കാലം വച്ചു നോക്കുമ്പോൾ ഒരു കൂട്ടബലാൽസംഗത്തിന് പിന്നെയും സാധ്യതയുണ്ട്... പക്ഷേ നമുക്ക് കഥ അങ്ങനെ കൊണ്ടുപോകണ്ട. ബോധമറ്റുകിടന്നതുകൊണ്ടോ അവളുടെ ശരീരത്തിലാകെ കണ്ട മുറിപാടുകൾ കൊണ്ടോ അത് രാജകുമാരി എന്ന് തിരിച്ചറിഞ്ഞതിനാലോ അല്ലെങ്കിൽ മനുഷ്യത്വം കൊണ്ടോ അവർ അവളെ രക്ഷിച്ചു. അവർ അവൾക്ക് ഉടുതുണി നൽകി. സാർഥവാഹക സംഘം അവളെ പുഴ കടത്തി. ചേദിരാജ്യത്ത് ദമയന്തിയുടെ പിതൃസഹോദരിയുടെ അടുത്ത് എത്തിച്ചു. അവസാനം കലിബാധ മാറിയ നളൻ എന്ന പുരുഷനുമായി പുനഃസമാഗമവും ശുഭമായ സമാപ്തിയും. ഉണ്ണായീന്ന് പറയുന്ന മലയാളത്തിന്റെ ഏറ്റവും നല്ല കവി എന്താ എഴുതി വച്ചത്. കാട്ടാളൻ ദമയന്തിയിൽ ആഗ്രഹം പ്രകടിപ്പിച്ചപ്പോൾ അവൻ ഭസ്മമായി പോകട്ടെ എന്ന് ദമയന്തി ശപിക്കുകയും അത് പകുതിപറഞ്ഞപ്പോൾ തന്നെ അവൻ ഭസ്മമാകുകയും ചെയ്തെന്നാണ്. എന്താണെന്നാ. ദമയന്തിയുടെ പാതിവ്രത്യം.

ഇങ്ങനെയാണ് ആണുങ്ങൾ എഴുതിവച്ച കഥകൾ. ഭർത്താവിനാൽ കൊടുങ്കാട്ടിൽ ഉപേക്ഷിക്കപ്പെടുമ്പോഴും ഉപേക്ഷിച്ച ഭർത്താവിൽത്തന്നെ മനസിൽ അർപ്പിച്ച് പതിവ്രതയായാൽ ഏതു ദുരന്തത്തിൽനിന്നും രക്ഷപ്പെടാം.. തന്നെ കൊടുങ്കാട്ടിൽ ഉപേക്ഷിച്ചുപോയ ഭർത്താവിൽ തന്നെ മനസും ശരീരവും അർപ്പിച്ചു നടക്കുന്നവൾ.., പതിവ്രത. ഇതു മനസിലാക്കാൻ എന്താണ് പെണ്ണിനു കഴിയാത്തത് ജയന്തി രോഷത്തോടെ ചോദിച്ചു.... സുനന്ദ മരിച്ച നോട്ടത്തിൽ ഇരിക്കുകയായിരുന്നു. നിന്റെ ഭർത്താവും കലിബാധിച്ച് നിന്നെ കളഞ്ഞതാണ്" അല്ലേ. നീ പതിവ്രതയല്ലാത്തോണ്ടാണോ ഈ ഗതി വന്നത് എന്ന ചോദ്യം പകുതിയാവുമ്പോൾ അവൾ ചാരിയിരുന്ന മരത്തിന്റെ ശാഖയിൽ നിന്ന് താഴെ വീണു.

അല്പസമയം മാത്രം. കണ്ണുതുറക്കുമ്പോൾ എല്ലാവരുമുണ്ട്. സുപർണ്ണയും പ്രഭയും മറ്റും. ലജ്ജയും വേദനയും ഒറ്റപ്പെടലും നിസ്സഹായതയും എല്ലാംകൂടി ചേർന്ന ഒരു ഭാവമായിരുന്നു ചുറ്റും നിൽക്കുന്നവരിലേക്ക് കണ്ണുതുറന്നപ്പോൾ സുനന്ദയ്ക്ക്..... ആരും ഒന്നും ചോദിച്ചില്ല. അന്തഃകരണത്തിന്റെ ക്ഷോഭം ആരും പുറത്തേക്കെടുത്തില്ല. "സാര

മില്ല. പറമ്പിൽ പയർ വിത്ത് ഇടാൻ നിന്ന് ഇത്രേം വെയിൽ കൊണ്ടിട്ടാ. എന്ന സമാധാനത്തിൽ അത് അവസാനിച്ചു. പക്ഷേ, ജയന്തിയുടെ പെന്റുലം പോലെ ആടുന്ന മനസ്സ് അതിന്റെ തരംഗദൈർഘ്യത്തെ ക്രമപ്പെടുത്തി, സുനന്ദയുടെ മനസിനെ തൊടുന്ന മൗനത്തിലേക്ക്.

പിന്നെ ജയന്തി സുനന്ദയുടെ സാമീപ്യം കൈവിടാതെ നിന്നു, നികുഞ്ജത്തിൽനിന്ന് പോകുന്നതുവരേയും.....

സുനന്ദ ജയന്തിയുമായി ഏറെ അടുത്തു. "ലോകത്തിൽ പിറന്നു വീഴുന്ന നമ്മളെ കാത്ത് ആരൊക്കെയോ ഉണ്ട്. ഓരോ ഇടത്തിലും കണ്ടുമുട്ടാൻ കാത്തിരിക്കുന്നവർ. രണ്ടു കൈകളും നീട്ടി, നീ ഈ ലോകം ഉപേക്ഷിച്ച് പോകരുതേ ഞാനുണ്ട് എന്ന് പറഞ്ഞുകൊണ്ട്. നീയില്ലെങ്കിൽ ഞാനും എങ്ങനെ ജീവിക്കും എന്നു പറഞ്ഞുകൊണ്ട്....."

ജയന്തി പറഞ്ഞുകൊണ്ടിരുന്നു.

ഭ്രാന്താശുപത്രി ലോകത്തിലെ നല്ലൊരിടമാണ്. അല്ലെങ്കിൽ ഈ ലോകം മുഴുവനായും ഒരു ചെപ്പിലടച്ചതുപോലെയാണവിടം. ഭ്രാന്തു വന്നവനെ കൃഷിയിടമാക്കുന്ന ചികിത്സകർ. ഡാക്ടർമാർ, നെഴ്സുമാർ അറ്റന്റർമാർ. നന്മയുള്ളവന് അവിടെ ഒരു വിലയുമില്ല. നന്മയുടെ നാവ് ന്യൂനപക്ഷമാണ്.... അതിന്റെ വായ് മൂടിക്കെട്ടും ഭൂരിപക്ഷം.... അധിനിവേശം. ഇതൊക്കെ സാഹിത്യത്തിന് കൊള്ളാത്ത കവിതയ്ക്ക് പറ്റാത്ത പദങ്ങളാണ്. പാറക്കല്ലിൽനിന്ന് ശിൽപ്പമുണ്ടാക്കി വേണം സാഹിത്യകാരൻ ഭാഷയെ ഉപയോഗിക്കേണ്ടത്. പക്ഷേ എനിക്ക് ചിലപ്പോ ഉരുളൻ പരുപരുത്ത പാറക്കല്ലിന്റെ ഭാഷയെടുത്ത് എറിയാൻ തോന്നും. അറുവാണീന്ന് കേട്ടിട്ടോണ്ടാ നീ. അതാണ് ചിലപ്പോ എന്റെ ഭാഷ. എന്റെ ഭാഷയ്ക്ക് മനോരോഗിയുടെ മനസിനോട് സംസാരിക്കാനുമറിയാം. മൗനവും ശബ്ദവും ചേർന്നതാണ് ഭാഷ. മനസിന്റെ മൗനഭാഷയെ കോർക്കാനാണ് വാക്കുകളുടെ ശബ്ദം. ഒരുപാട് ആകാശവും അല്പം ഭൂമിയുമല്ലേ. പ്രപഞ്ചത്തിലെ മഹാശൂന്യതയ്ക്കിടയിൽ അവിടെയും ഇവിടെയുമല്ലേ ഉള്ളു ഗ്രഹങ്ങൾ.... ഒരു ആറ്റത്തിൽ കൂടുതൽ ഭാഗവും ശൂന്യമാണ് എന്ന് പഠിച്ചിട്ടില്ലേ. അതുപോലെയാണ്. മനസും മനസും വിനിമയത്തിന്റെ താളമെത്തിയാൽ ഒരുപാട് മൗനങ്ങൾ. പറയാൻ അൽപ്പം വാക്കുകളും.

സുനന്ദ ജയന്തിയെ തന്നെ നോക്കി കേട്ടിരിക്കും. അങ്ങനെ ഇരിക്കുമ്പോൾ അവളുടെ കണ്ണ് നിറഞ്ഞൊഴുകും..... അവളറിയാതെ. പിന്നെ രണ്ടുപേരും പൊട്ടിച്ചിരിക്കും. ക്രൂരമൃഗങ്ങളുടെ ഈ കാട്ടിൽ അവിശ്വസനീയമായി ഇങ്ങനെയും ചിലർ. അത് പ്രത്യക്ഷമാകുമ്പോഴാണ് അവൾ കരഞ്ഞുപോകുന്നത്.

പിന്നെയും ജയന്തി പറയുന്നു.

"രണ്ടു മനസാണ്. ഉന്മാദത്തിന്റെ ഒരു മനസും.... അതിന്റെ കടിഞ്ഞാൺ കൈയിലുള്ള മറ്റൊരു മനസും. നല്ല രസമാണ് അങ്ങനെ പോവാൻ. പടക്കുതിരയെ തെളിച്ച് പോകുന്നമാതിരി." ടക്ക് ടക്ക് ടക്ക് പടക്കുതിരേന്നും പറഞ്ഞ് പാടി ജയന്തി ഭാവത്തോടെ രസിച്ചു പറഞ്ഞു.

"പക്ഷെ ചിലപ്പോൾ കടിഞ്ഞാൺ കൈയിൽനിന്ന് വിട്ടുപോകും. പിന്നെ കുതിര അതിന്റെ തോന്ന്യവാസങ്ങൾ കാണിക്കും. അത് മറ്റൊരാളാണ്. ഭാഷ, ഭാവം, ശരീരം എല്ലാം വേറെ. ചിലപ്പോൾ അറിഞ്ഞുകൊണ്ട് കടിഞ്ഞാൺ വിടാനും തോന്നും. കടിഞ്ഞാൺ കൈയിൽ ഉള്ള കാലത്തിൽ മൗനത്തിന്റെ ഭാഷയിൽ കടിഞ്ഞാൺ നഷ്ടപ്പെട്ടവരോട് സംസാരിക്കും. അവർ അവരുടെ കഥകൾ പറയും. ഉന്മാദത്തിലെ അയഥാർഥ്യങ്ങളെ യാഥാർഥ്യമായി വിശ്വസിച്ച് പറയുന്ന കഥകൾ, ക്രമേണ ഞാനവരുടെ കടിഞ്ഞാൺ അവരുടെ കൈയിൽ കൊടുക്കും അവർ നോർമൽ ആകും. ഡാക്ടർമാർ വിചാരിക്കുന്നത് മരുന്നുകൊണ്ടാണെന്നാണ്.... മരുന്നുകൊണ്ടുമാത്രം ഒരു മാനസികരോഗിയെ രക്ഷിക്കാനാകില്ല. അൽപ്പം താളംതെറ്റുന്നവരെ മുഴുഭ്രാന്താക്കുന്നത് ഈ സമൂഹമാണ്....."

അങ്ങനെ അങ്ങനെ ജയന്തിയിൽനിന്ന് ഓരോന്നും കേട്ട് സ്വന്തം ജീവിതത്തിന്റെ കഷ്ടതകൾ എത്ര നിസ്സാരം എന്ന് സുനന്ദയ്ക്ക് തോന്നി. പക്ഷേ ആ തോന്നലുകൾ ബോധത്തിലാണ്. ബോധത്തിനുമപ്പുറം മറ്റെന്തോ നമ്മെ നിയന്ത്രിക്കുന്നു. ജീവിതത്തിന്റെ മാലിന്യം, അതിന്റെ ദുർഗന്ധം അതിൽനിന്ന് അവൾക്ക് രക്ഷപ്പെടാനേ കഴിയുന്നില്ല. ശരീരത്തെ കീഴ്പ്പെടുത്തുക, ലൈംഗികമായി കീഴ്പ്പെടുത്തുക. അത് മനസിനെ ജീവിതകാലം മുഴുവനും കീഴ്പ്പെടുത്തലാണോ. അങ്ങനെ ആകരുത്. ആകരുതെന്നാണ് നികുഞ്ജവും പഠിപ്പിക്കുന്നത്. പക്ഷേ എന്തു ചെയ്യാൻ. ഞാൻ പരാജയപ്പെടുന്നുവല്ലോ. അവൾ കുളിമുറിയിൽ വിങ്ങി വിങ്ങി കരഞ്ഞു, ഒറ്റയ്ക്കിരുന്ന്. ജയന്തിയുടെ മൗനഭാഷയുടെ ദിനങ്ങൾക്കൊടുവിൽ ഒരുദിവസം കുളിക്കുന്ന കുളക്കടവിനടുത്ത് കുളിമുറിയിൽ ഓവ് വഴി വീഴുന്ന ഊറ്റുവെള്ളത്തിൽ കുളിക്കാൻ വന്നപ്പോൾ ജയന്തി പറഞ്ഞു:

"നീ അതൊക്കെ അങ്ങ് ഛർദ്ദിച്ച് കള. ശരീരത്തിൽനിന്ന് പോകുന്ന അഴുക്കുകൾക്കൊപ്പം അതും അങ്ങു പോകും. പിന്നെ എന്റെ കേൾവി. ഞാൻ കേൾക്കുമല്ലോ എന്ന് നീ വിഷമിക്കണ്ട. അത് ഒരു വെർച്ച്യുവൽ കേൾവിയാണ്. കളയേണ്ടത് കളയാൻ വേണ്ടി. ആ നിമിഷം മാത്രമേ ആ കേൾവി നിലനിൽക്കുന്നുള്ളൂ."

അവൾ ഓർമയിൽ വന്ന ജീവിതമത്രയും പറഞ്ഞു. അമരാവതി വരെ. അമരാവതിയിലെ ഓരോന്നും അവൾക്ക് പറയാനാവുമായിരുന്നില്ല. പിന്നെ അവൾ അവിടന്ന് രക്ഷപ്പെട്ടത്. എവിടെ നിന്നോ വന്ന ഒരു അവധൂത.

എല്ലാം പറഞ്ഞ് അവൾ നനഞ്ഞ തറയിൽ കിടന്ന് ശ്വാസം കിട്ടാതെ ഏങ്ങലടിച്ച് കരഞ്ഞു. ജയന്തി സുനന്ദയെ തടവി ഇരുന്നു.

"നീ കരയണം..... കരച്ചിൽ ഇപ്പോൾ ആശ്വാസമാണ്.... മനസിനെ ശുദ്ധീകരിക്കലാണ്." ജയന്തി പറഞ്ഞു.

അമരാവതിയിലെ ഓർമ്മയിലേക്ക് കടന്നപ്പോൾ സുനന്ദ ഇങ്ങനെയും പറഞ്ഞു.

"ജീവിയെ കൊന്നുകൊണ്ടിരിക്കുമ്പോൾ വേദനിച്ച് പിടയും. തീവ്ര

വേദനയിൽ പിടഞ്ഞ് പിടഞ്ഞ് അവസാനം ചലനമറ്റ് മരിക്കും. വേദന യിൽ പിടഞ്ഞിട്ടും പിടഞ്ഞിട്ടും മരിക്കാത്ത അവസ്ഥ. വേദന നീളുമ്പോൾ ഒന്ന് മരിച്ചു കിട്ടിയിരുന്നെങ്കിൽ എന്ന് നിലവിളിച്ചുപോകില്ലേ അതുപോ ലായിരുന്നു." സുനന്ദ ഏങ്ങിക്കരഞ്ഞുകൊണ്ട് പറഞ്ഞു.

പിന്നെ മനസ്സ് അൽപ്പം ശാന്തമായപ്പോൾ അവൾ പറഞ്ഞു.

"മുപ്പതും നാൽപ്പതും പേർ ഒരു പെൺകുട്ടിയെ ബലാൽസംഗം ചെയ്ത വാർത്തകൾ, ബലാൽസംഗം ചെയ്തു കൊന്ന വാർത്തകൾ ഇതൊക്കെ, ഈ വാക്കുപോലും എത്ര നിസ്സാരമായാണ് നാം കേട്ടുപോ യത്. ഈ വാർത്തകൾ എന്നെ വേദനിപ്പിച്ചിട്ടുണ്ട്..... ഒരുപാട്. പക്ഷേ അപ്പോഴും ആ നിമിഷത്തിൽ ആ പെൺകുട്ടിയുടെ മനസ്സ് അത് മരി ക്കാതെ പിടഞ്ഞത്, മരണത്തിലേക്ക് പിടഞ്ഞത് ഞാൻ ഉൾക്കൊണ്ടിരു ന്നില്ല ജയന്തീ."

പറച്ചിലിനിടയിൽ പറയാത്ത ഏതോ ഓർമയിൽ കുരുങ്ങിയാണ് അവൾ ശ്വാസം കിട്ടാതെ നിലത്തുരുണ്ട് കരഞ്ഞത്. കരച്ചിലിനൊടുവിൽ ശരീരം തളർന്നുപോകുന്ന നിലയിൽ അവൾ ഛർദ്ദിച്ചു. വയർ കാലിയാ യിട്ടും കുടൽ പുറത്തേക്ക് വരുമോ എന്ന നിലയിൽ ഛർദ്ദിച്ച് അവൾ തളർന്ന് വീണു.

ഓവുവെള്ളത്തിന്റെ നീരൊഴുക്കിൽ അവർ കെട്ടിപ്പിടിച്ച് ഏറെനേരം കിടന്നു..... അന്ന് കുളിച്ചു മടങ്ങുമ്പോൾ അവൾ പുതിയ ഒരാളായിരു ന്നു. യഥാർഥത്തിൽ സംഭവിച്ചതും അതു പിന്നെ പറയുന്നതിനും ഇടയ്ക്ക് എവിടെയോ അതൊക്കെ നിലനിൽക്കുന്നു. എല്ലാ നിൽപ്പിനുമപ്പുറം സുനന്ദ അവളെ അനുഭവിച്ചു. അതിനുമുൻപ് ഒരിക്കലും ഉണ്ടാകാത്ത മാതിരി. പിറ്റേദിവസം കുളത്തിൽ നീന്തിക്കുളിച്ചശേഷം അവൾ നീന്തൽ ക്കുളത്തിനോട് ചേർന്നുള്ള കുളിമുറിയിൽ കണ്ണാടിയിൽ നഗ്നമായ തന്റെ ശരീരം നോക്കി നിന്നു. ശരീരത്തിൽ പുതിയ പുഷ്ടികൾ വളർന്നുവന്ന കാലത്ത് കണ്ണാടിയിൽ നോക്കി ഏറെ നേരം നിൽക്കുമായിരുന്നു. അവൾ അവളുടെ ശരീരത്തിനെ ഇഷ്ടപ്പെടുകയോ പ്രണയിക്കുകയോ ഒക്കെ ചെയ്തു. സ്വന്തം ശരീരത്തിന്റെ സൗന്ദര്യം അവൾ ആസ്വദിച്ചു. അണി ഞ്ഞൊരുങ്ങാൻ ആഗ്രഹിച്ചിരുന്നുവെങ്കിൽ അത് മറ്റുള്ളവരുടെ കാഴ്ച യ്ക്കല്ല, സ്വന്തം ആസ്വാദനത്തിനായിരുന്നു. അണിഞ്ഞൊരുങ്ങുന്ന പെണ്ണ് അവൾക്കിഷ്ടമായ കാഴ്ചയുമായിരുന്നു.

സ്കൂളിൽ ടീച്ചറായി ചേർന്നശേഷം ജോലിയും അതിന്റെ ഉത്തര വാദിത്വവും പുതിയ ജീവിതമായി..... ഏറ്റവും ചെറിയ കുട്ടികളായിരുന്നു അവളുടെ ക്ലാസിൽ. അതുകൊണ്ടുതന്നെ എപ്പോഴും ജോലിയായിരുന്നു. സ്കൂളിൽ പുതുജീവിതം തുടങ്ങാനെത്തിയ കുരുന്നുകൾ.... ഏറെ താമ സിയാതെ കുഞ്ഞുങ്ങൾക്ക് അവളെ വളരെ ഇഷ്ടമായി. സ്കൂൾ സമയം കഴിഞ്ഞിട്ട് അവൾ തുന്നൽ പഠിച്ചു. കുറേസമയം പച്ചക്കറിത്തോട്ടങ്ങ ളിൽ വിളഞ്ഞ കായ്കൾ പറിക്കാനും കളകൾ നീക്കാനും പുഴുക്കളുണ്ടോ

എന്ന് നോക്കാനുമൊക്കെ കൂടി. ഭൂതകാലം ഒരു ജന്മത്തിനപ്പുറമായി ഉപേക്ഷിച്ചുകൊണ്ട് കുറേപ്പേർ അങ്ങനെ പുതിയ ജീവിതം രചിക്കുകയാണ്. ഭൂതകാലം ഓർമയിൽ മങ്ങുന്നതിന് വർത്തമാനകാലം അവരെ സഹായിച്ചു. സുനന്ദയിലും ഭൂതകാലപ്പാടുകൾ കൊഴിഞ്ഞുകൊണ്ടിരുന്നു.... പക്ഷേ, രണ്ടു കാര്യം അവൾ അടക്കിപ്പിടിച്ചു കൊണ്ടിരുന്നു. അമ്മ, മറ്റൊന്ന് മക്കൾ. അടക്കിപ്പിടിച്ചത് അവളെ അസ്വസ്ഥപ്പെടുത്തി. ഉറക്കത്തിൽ അവൾ ഞരങ്ങുകയും കരയുകയും ഞെട്ടിപ്പിടഞ്ഞ് എഴുന്നേൽക്കുകയും ചെയ്തു. സ്കൂളിൽ കുട്ടികളുടെ മുന്നിലും ചിലപ്പോൾ പരിസരം മറന്ന് അവൾ ഇരുന്നുപോകും. ഒരു കഠിന തപസ്സ് അനുഷ്ഠിക്കുന്ന പോലെ ഈ വേദന അവൾ കടിച്ചമർത്തി. ഒരു അമ്മയെപ്പോലെ സ്വാതന്ത്ര്യവും അടുപ്പവുമുണ്ടായിട്ടും ഫിലോമിന ടീച്ചറിനോട് പറയാതെ അവൾ കഴിച്ചുകൂട്ടി. പക്ഷേ, ടീച്ചർ ശ്രദ്ധിക്കുന്നുണ്ടായിരുന്നു. ടീച്ചർ ഒരു ദിവസം കൂടെ നടക്കുമ്പോൾ സുനന്ദയോട് ചോദിച്ചു.

"എന്തോ ഒന്ന് മനസിൽ ഇരുന്ന് പുകയുന്നുണ്ടല്ലോ അതും കൂടി അങ്ങ് കളയരുതോ." സുനന്ദ ദയ അഭ്യർഥിക്കുന്നപോലെ നോക്കി.

സുനന്ദ പറഞ്ഞു:

"ഇല്ല ടീച്ചർ പറ്റുന്നില്ല. എന്റെ മക്കൾ, അമ്മ..... ഇവര് ഇവർ സുഖമായിരിക്കുന്നു എന്നറിഞ്ഞാൽ മതി."

അവർ മിണ്ടാതെ നടന്നു. ടീച്ചറിന്റെ പഠനമുറിയിലെത്തി രണ്ടുപേരും സോഫായിൽ ഇരുന്നു. കുറച്ച് കഴിഞ്ഞ് ടീച്ചർ പറഞ്ഞു:

"വളരെ കുറച്ചു ദിവസം കൊണ്ട് തന്നെ ജീവിതത്തിലേക്ക് പ്രവേശിക്കാനുള്ള ആ ശക്തി സുനന്ദയക്കുണ്ടായി. ഇപ്പോൾ മനസിൽ അവശേഷിക്കുന്നത് അങ്ങനെ പിഴുതുകളയാവുന്നതല്ല.. അമ്മയുടേയോ മക്കളുടേയോ അടുത്ത് പോകണമെന്നോ അവരെ കാണണമെന്നോ തോന്നുന്നുണ്ടോ."

"ഇല്ല. എനിക്കവരെക്കുറിച്ചറിഞ്ഞാൽ മതി."

അൽപ്പനേരത്തെ മൗനം. ടീച്ചർ അവളെ തന്നെ നോക്കിയിരുന്നു.

അവൾ പറഞ്ഞു:

"കാണണം എന്നുണ്ട്..... കാണണം എന്ന് ഇല്ലാതിരിക്കോ.. കണ്ടോളാൻ വയ്യ. എന്റെ മക്കൾ.... അവർ എവിടെയാണോ എനിക്കവരെ കാണാൻ പറ്റില്ല. കണ്ടു കൂടാ. എനിക്കെന്റെ മക്കളെ ഒരിക്കലും കാണാൻ പാടില്ല."

അവൾ പൊട്ടിക്കരഞ്ഞു..

അവളെ തന്റെ മാറിലേക്ക് ചായ്ച്ച് തലോടി ടീച്ചർ പറഞ്ഞു.

"സുനന്ദ അവർ പഠിച്ച സ്കൂളിന്റെ വിലാസവും അമ്മയുടെ വീട്ടിന്റെ വിലാസവും തരു. ഞാനൊന്നു നോക്കട്ടെ.."

സുനന്ദ ആ വിലാസങ്ങൾ കൊടുത്തു. നാലു ദിവസം കഴിഞ്ഞു. ടീച്ചർ സുനന്ദയെ തന്റെ മുറിയിലേക്ക് കൊണ്ടുപോയി. അവർ പറഞ്ഞു:

"മക്കൾ ബോർഡിങ് സ്കൂളിൽ പഠിക്കയാണ്. കാണാൻ തോന്നു

മ്പോൾ എന്നെ അറിയിച്ചാൽ മതി. ജോഷ് വിക്ടർ എന്ന ആൾ മക്കളുടെ കാര്യങ്ങൾ നോക്കുന്നുണ്ട്..."

ആശ്വാസത്തിന്റെ ഓളങ്ങൾ സുനന്ദയുടെ മുഖത്ത് ടീച്ചർ കണ്ടു. അവർ സുനന്ദയെ ചേർത്ത് അണച്ച് പറഞ്ഞു:

"ഇനി പറയുന്നത് ദുഃഖവാർത്തയാണ്. അത് കേൾക്കാൻ നിന്റെ മനസിന് ശക്തിയുണ്ടാവണം. സുനന്ദയുടെ അമ്മ ഈ ലോകത്തോട് വിട പറഞ്ഞു. സുനന്ദ അവിടം വിട്ടതിന്റെ നാലാം ദിവസം.."

ശബ്ദം പുറത്തുവരാതെ അവൾ വിങ്ങി. ഏറെ നേരം ടീച്ചർ അവളെ ചേർത്തു പിടിച്ച് തലോടി. കുറേ നേരം അവർ അങ്ങനെ ഇരുന്നു. പിന്നെ അവൾ പറഞ്ഞു. വിങ്ങിപ്പൊട്ടിക്കൊണ്ട് "എന്നെ കുറിച്ചുള്ള വേദനയിൽ നിന്ന് അമ്മ രക്ഷപ്പെട്ടല്ലോ. അമ്മ പോയല്ലോ അതുമതി. ഇനി എനിക്ക് ഒരു ദുഃഖോം ഇല്ല."

പതിനേഴ്

പന്ത്രണ്ട് വർഷങ്ങൾ കഴിഞ്ഞ് ഒരുദിവസം.

ഞായറാഴ്ച ദിവസമായതിനാൽ ഉണർന്ന് അലസമായി കിടക്കുകയായിരുന്നു സുനന്ദ.

ഗിരിനിരകളിലെ ആ സുഖവാസ പട്ടണത്തിലെ പ്രസിദ്ധ വിദ്യാലയത്തിൽ അധ്യാപികയായിരുന്നു അപ്പോൾ അവൾ.

ചങ്കു ചുരുണ്ടുകിടന്ന് ഉറങ്ങുന്നുണ്ട് ആ കിടക്കയിൽ... അവളുടെ പ്രിയപ്പെട്ട പൂച്ചക്കുട്ടിയാണ് ചങ്കു.

ചങ്കുവിനെക്കൂടാതെ ടോണി എന്ന നായയും ചിന്നു എന്ന വളർത്തു മകളുമാണ് ആ അപ്പാർട്ട്മെന്റിൽ അവൾക്കൊപ്പം...

ചാറ്റമഴയുടെ നനഞ്ഞ ഭംഗി ജനാലക്കണ്ണാടിയിലൂടെ കാണുന്നുണ്ട്. അടഞ്ഞ വാതിലുകളും കടന്നുവരുന്ന മഴശബ്ദത്തിന്റെ മന്ദമായ കേൾവിയും..... അലസമായ ആ കിടപ്പിന്റെ വിശാലമായ ശയ്യയായിരുന്നു ഈ കാഴ്ചയും കേൾവിയും. തണുപ്പിന്റെ സ്പർശം ശയ്യയെ ഒരു നിർവൃതിയാക്കി. ഉണർന്ന ഇന്ദ്രിയങ്ങൾ ബോധത്തെ ശൂന്യമാക്കിയ അതീന്ദ്രിയ വേളയിലാണ് സംഗീതാത്മകമായി അവളുടെ മൊബൈൽ ഫോൺ ശബ്ദിച്ചത്. ആദ്യത്തെ ആവൃത്തി അവൾ അങ്ങനെതന്നെ കിടന്നു. രണ്ടാമത്തേതിന് ശ്രദ്ധയും. പിന്നെ അവളുടെ കൈ ആഞ്ഞ് ഫോൺ കൈയിലെടുക്കുകയും ചെയ്തു.

"ഹലോ സുനന്ദയല്ലെ."

"അതെ സുനന്ദയാണ്."

"ഞാൻ മെഴ്സി...ആൻ മെഴ്സി ലാറാ."

സുനന്ദയ്ക്ക് ആരെന്ന് മനസിലായില്ല. പക്ഷെ എവിടെയോ ഒരു പരിചയം. ഉള്ള് അറിയുന്നത് അത്രയ്ക്കും അവ്യക്തം.

മനസിലായില്ല എന്നു തന്നെ സുനന്ദ പറഞ്ഞു.

"എനിക്ക് സുനന്ദയെ കാണണമെന്നുണ്ട്. ഇവിടെ വരൂ. ല മെറഡിയൻ ഹോട്ടലിൽ. ഇന്റർ നാഷണൽ പെയിന്റിങ് എക്സിബിഷൻ നടക്കുന്നിടത്ത്. ചിത്രകാരി ആൻ മെഴ്സി ലാറ എന്ന് പറഞ്ഞാൽ മതി. ഇവിടെ എത്തുമ്പോൾ ഒരുപക്ഷേ സുനന്ദയ്ക്ക് എന്നെ മനസിലാകും. വരുമോ"

"വരാം."

സുനന്ദയ്ക്ക് അങ്ങനെ ഒരു ചിത്രകാരിയെ ഓർമ വന്നില്ല. ഷംസ് പറഞ്ഞ്, അങ്ങനെ ഉണ്ടാകുന്ന പുതിയ ഒരു ബന്ധം ആകുമോ.... ഈ ഇന്റർ നാഷണൽ പെയിന്റിങ് എക്സിബിഷന് ഷംസും ഉണ്ട്. അത് സുനന്ദയ്ക്കറിയാം. കഴിഞ്ഞ സായാഹ്നത്തിൽ സുനന്ദ ഷംസിനൊപ്പമായിരുന്നു.....

തലേ ദിവസം ചിത്രങ്ങൾ നോക്കി നടക്കുമ്പോഴാണ് ഒരു ചിത്രത്തിലെ സ്ത്രീരൂപത്തിൽ മെഴ്സിയുടെ മനസ്സ് ഉടക്കി നിന്നുപോയത്. ചിത്രകലയുടെ ആഴങ്ങളിലേക്കൊന്നുമല്ല മനസ്സ് ഉടക്കിയത്. അവൾ..... അവൾ ആരാണത്... ആ മുഖം. വ്യക്തമാകാത്ത ഒരു ഓർമ്മയുടെ മേലാണ്. ഈ മുഖം ഒരു ഉണർത്തലിന് ശ്രമിക്കുന്നത്. ദൈന്യമായ ആ മുഖം. കുറച്ച് നേരം ആ ചിത്രത്തിൽ നോക്കി നിന്ന് മെഴ്സി അടുത്ത ചിത്രത്തിലേക്ക് നടന്നു. അപ്പോഴും ചിത്രത്തിലെ ആ മുഖം മായുന്നില്ല. ഓർമയിലെ രൂപം ഉണരുന്നുമില്ല.

ഒറ്റയ്ക്ക് വിജനതയിൽ നടക്കുമ്പോഴും ഒരുപാട് പേരോടൊത്ത് നടക്കുന്നപോലെ ഒരു വിചിത്രാനുഭവം മെഴ്സിക്ക് തോന്നാറുണ്ട്. ഒറ്റയ്ക്ക് ഒരിടത്തിരിക്കുമ്പോൾ തനിക്കൊപ്പം ആരൊക്കെയോ ഇരിക്കുന്നപോലെ. വേണ്ടപ്പെട്ടവർ ആരൊക്കെയോ..... ഏതോ ജന്മങ്ങളിൽ ഏതോ കാലങ്ങളിൽ ഏതോ സ്ഥലങ്ങളിൽ കൂടെക്കൂടി പിരിഞ്ഞവർ.

ഒരുപാതി പ്രജ്ഞ അടുത്ത പെയിന്റിങ് ശ്രദ്ധിക്കുമ്പോൾ മറുപാതി ചിന്തിച്ചു..... ഇതും അങ്ങനെയാകുമോ.

മറുപാതിയിലെ അത് അങ്ങനെ കൂടെക്കൂടി.

പിറ്റേന്ന് രാവിലെ ഹോട്ടൽ റിസ്പഷനിൽ മെഴ്സിയെത്തുമ്പോൾ ഷംസ് അവിടെയുണ്ട്. ഷംസിനെ വിഷ് ചെയ്ത് കടന്നുപോയിട്ടാണ് അവൾ തിരിഞ്ഞുനിന്നത്.

മെഴ്സി ഓർമയുടെ ഒരു തള്ളലിൽ തിരിഞ്ഞ് നടന്നുവന്ന് ഷംസിനോട് ചോദിച്ചു:

"ഷംസുദ്ദീൻ, നിങ്ങളുടെ ആ ചിത്രത്തിലെ മോഡൽ ആരായിരുന്നു. ഞാൻ വളരെക്കാലമായി കാണാത്ത എന്റെ ഒരു സുഹൃത്ത് ആണോ എന്ന് സംശയം....."

"ഓ. അതോ. അത് സുനന്ദ. സുനന്ദയെ അറിയുമോ സുനന്ദ ഈ നഗരത്തിൽ തന്നെ താമസം."

ഒന്ന് ആലോചിച്ച് അവൾ പറഞ്ഞു:

"എനിക്കൊന്നു കാണണം."

"അതിനെന്താ.. ഫോൺ നമ്പർതരാം വിളിച്ചോളൂ.. ഇന്ന് ഞായറാഴ്ച സ്കൂൾ ഇല്ലല്ലോ.. അവൾ ഫ്രീയായിരിക്കും."

ഷംസിൽ നിന്ന് ഫോൺ നമ്പർ വാങ്ങി നടക്കുമ്പോഴും മെഴ്സിക്ക് കൃത്യമായി ഓർമയിൽ വന്നില്ല ഈ സുനന്ദ ആരെന്ന്....

പെയിന്റിങ് പ്രദർശിപ്പിച്ചിരിക്കുന്ന ഹാളിൽ ആളുകൾ പ്രദർശനം കാണുമ്പോൾ തന്നെ മറ്റു ഹാളുകളിൽ ഓപ്പൺ ഫോറവും കലാകാരന്മാർ തമ്മിലുള്ള ചർച്ചകളും ഒക്കെ നടക്കുന്നുണ്ട്. ആൻ മെഴ്സി ലാറ എന്ന പേര് മറന്നുപോകാതെ ഒരു പേപ്പറിൽ എഴുതി വച്ച് ഹോട്ടലിൽ മെഴ്സിയെ തെരഞ്ഞ് കണ്ടെത്തുമ്പോൾ ഒരു കൂട്ടത്തിന് നടുവിൽ നിന്ന് പുറത്തേക്ക് വരികയാണ് മെഴ്സി. ചോദ്യങ്ങളും സംശയങ്ങളുമായി അവരുടെ പിന്നാലെ കൂടിയിട്ടുള്ള ചിത്രകലാ വിദ്യാർഥികളോട് സംസാരിച്ചുകൊണ്ട് മുന്നോട്ട് നീങ്ങുമ്പോൾ അവൾ മെഴ്സിയെ കണ്ടു. അപരിചിതത്വത്തിന്റെ പരുങ്ങൽ പരിചിതത്വത്തിലേക്ക് ഉദിക്കുന്നപോലെ. എന്നാൽ വിസ്മയം.

സുനന്ദയുടെ മുന്നിൽ സംശയിച്ച് നിന്നപ്പോൾ സുനന്ദ തന്നെ പറഞ്ഞു:

"ഇത് ഞാൻ സുനന്ദ."

മെഴ്സി ഒരുനിമിഷം നോക്കി നിന്നു.. "സുനന്ദ"

മെഴ്സി ഓർക്കുകയായിരുന്നു.

"സുനന്ദയ്ക്ക് ....എന്നെ ഓർമയുണ്ടോ..?

സുനന്ദയുടെ മുഖം ആ നോട്ടത്തിൽ ഒരു ദൈന്യതയിലേക്ക് വീഴുകയായിരുന്നു..

"വരൂ..."

ഹോട്ടലിലെ റൂഫ് റെസ്റ്റോറന്റിൽ കോർണറിലെ കസേരയിൽ ഇരിക്കുവോളം അവർ സംസാരിച്ചില്ല..

ഇരുന്നപ്പോൾ തന്നെ മെഴ്സി സുനന്ദയുടെ കരം ഗ്രഹിച്ചു.

ആ സ്പർശനത്തിൽ അവർ നോക്കിയിരിക്കുമ്പോൾ സുനന്ദയുടെ കണ്ണിൽനിന്ന് കണ്ണീർ ഒഴുകിയിറങ്ങി.

സുനന്ദ പറഞ്ഞു:

"എനിക്കറിയില്ല പേര്... എന്നെ അവിടന്ന് രക്ഷിച്ചത് നിങ്ങളാണ്. ഒരു മാലാഖയായിരിക്കുമോ എന്ന് ഞാൻ വിചാരിച്ചു..... ഇപ്പോൾ തോന്നുന്നു മാലാഖ തന്നെന്ന്. കാരണം, നിങ്ങൾ ഇപ്പോൾ ഇവിടെ.. പ്രശസ്ത ചിത്രകാരി ആൻ മെഴ്സി ലാറ എന്നെ രക്ഷിക്കാൻ..."

"ആ ആൾ തന്നെ ഈ ആൾ. സുനന്ദ സന്തോഷത്തോടെ കഴിയയല്ലേ."

സുനന്ദ കണ്ണീരിനുള്ളിൽ പ്രസാദാത്മകമായി പുഞ്ചിരിച്ചു.

"സുനന്ദ അവിടെനിന്നും പോയി അധികനാൾക്കകം എന്റെ ജീവിതം അവസാനിച്ചു. ഒളിപ്പിച്ച് വച്ച ആ പേര് ആൻ മെഴ്സി ലാറ, അതിനെ

പുറത്തെടുത്തു. അങ്ങനെ കളഞ്ഞുപോയ എന്നെ എനിക്ക് തിരിച്ച് കിട്ടി. ഒപ്പം സുനന്ദ അന്നു കണ്ട എന്നെ ആ ഭൂതകാലത്തിൽ തന്നെ മൂടി വച്ചു."

സുനന്ദ കേട്ടിരുന്നു.

കുറച്ച് നേരം സുനന്ദയെ നോക്കിയിരുന്ന് മെഴ്സി പറഞ്ഞു:

"അത്ഭുതമാണ് നാം കണ്ടുമുട്ടിയത്..... സുനന്ദയെപ്പോലെ പലരേയും ഞാൻ രക്ഷപ്പെടുത്തിയിട്ടുണ്ട്..... ആരേയും പിന്നെ കണ്ടുമുട്ടിയിട്ടില്ല. ഇപ്പോൾ സുനന്ദയുടെ ഒറ്റ സാന്നിധ്യത്തിൽ ഞാൻ എന്നെ അനുഭവിക്കുകയാണ്. ഞാൻ എന്ന ടോട്ടാലിറ്റി. വൈകുന്നേരം വീണ്ടും കാണാം. കാണണം..... സ്വസ്ഥമായി എവിടെ എങ്കിലും.. ഞാൻ വിളിക്കാം" ലിഫ്റ്റിൽ താഴേയ്ക്ക് പോകുമ്പോൾ മെഴ്സി പറഞ്ഞു.

"ഈ ലോകം ഒരു വ്യഭിചാര ശാലയാണ്.. രാഷ്ട്രീയം, സാംസ്കാരികം, ബ്യൂറോക്രസി ഇതൊക്കെ അതിന്റെ ഓരോ മുറികൾ പരസ്പര ബന്ധമുള്ളവയും...... പിന്നെ എവിടെയാണ് വ്യഭിചരിക്കാത്ത ഇടം. നമുക്ക് അങ്ങനെ മാനസികമായ ഒരു ലോകമുണ്ടാക്കാമെങ്കിൽ അത്...... പക്ഷേ കൂട്ട ബലാൽസംഗങ്ങളിൽനിന്ന് മാനസികമായ ആ ഇടം എങ്ങനെയാണ് രക്ഷപ്പെടുക..."

സുനന്ദ അപ്പോഴും ഒന്നും പറയാതെ മെഴ്സിയെ തന്നെ നോക്കി നിന്നു. അവർ അപ്പോഴേക്കും ഹോട്ടൽ റിസപ്ഷനിലൂടെ പുറത്ത് എത്തി യാത്ര പറയാനുള്ള നിമിഷത്തിലായിരുന്നു.

മെഴ്സി സുനന്ദയെ ചേർത്തു നിർത്തി ഉമ്മവച്ചു. എന്നിട്ട് പറഞ്ഞു:

"വൈകിട്ട് കാണാം. സമാധാനമായി പോകൂ."

സുനന്ദ ആട്ടോയിൽ കയറി കൈവീശി കാണിച്ചു. മെഴ്സി ആട്ടോ മറയുന്നതുവരെയും നോക്കി നിന്നു. ശൂന്യതയുടെ ഒരു ആകാശം കടന്നുപോയി ഒരു ഓർമയെ തൊട്ടു വന്നെന്നപോലെ...

ഓർമകൾ മെഴ്സിയെ ശല്യപ്പെടുത്താറില്ല.

ചിലപ്പോൾ മുന്നിലും പിന്നിലും അല്പം അകന്നു മാറിയും ഒക്കെ അവ വന്നു നിന്നിട്ടങ്ങുപോകും. മെഴ്സി അത് കാണുന്നുണ്ടാവും.

ഓർമയല്ല അവൾ.... അവൾ ഓർമകൾ വന്നു നിൽക്കുമ്പോൾ അതിന്റെ കാഴ്ചക്കാരി മാത്രം. അക്ഷരം എഴുതാൻ ബുക്കും പെൻസിലും കിട്ടുന്നതിനു മുൻപേ കരിക്കട്ട വച്ച് അവൾ പടം വരയ്ക്കാൻ തുടങ്ങി. ഉറക്കത്തിൽ ഞെട്ടി ഉണർന്ന് ഭയന്ന് വിറച്ച് കരയുന്ന ഒരു കുട്ടിയുണ്ട് ഇരുളിലെ ഓർമയിൽ. ഉടുപുടവയില്ലാതെ പേടിച്ചോടുന്ന ഒരു അഞ്ചുവയസുകാരി. അറ്റം കാണാത്ത വെട്ടു വഴിയിലൂടെയുള്ള ഓട്ടം. നഗ്നമായ മേനിയിലും മുഖത്താകെയും കരിതേച്ച് പിടിപ്പിച്ചിട്ടുണ്ട്..... വെള്ള തേച്ച ചുവരിൽ കരിക്കട്ട കൊണ്ട് അവൾ കോറിയിട്ട ചിത്രങ്ങൾക്ക് കിട്ടിയ ശിക്ഷയാണ് ആ പേടി സ്വപ്നം. അവളുടെ പപ്പ ജോസഫ് അവൾക്ക് എന്ത് ശിക്ഷയാണ് നൽകിയതെന്ന് അവൾ ഓർക്കുന്നില്ല. പപ്പയെ ഭയന്നാണ് ഓടുന്നതെന്ന് അവൾക്കറിയാം. ആൻ മെഴ്സി ജോസഫ്. അതാ

യിരുന്നു സ്കൂളിൽ ചേർത്തപ്പോൾ അവളുടെ പേര്. പിന്നെ പേരിന്റെ കൂടെയുള്ള ജോസഫ് അവൾ ചീന്തി എറിഞ്ഞു.

അമ്മാമ്മ ലാറ അവൾക്ക് രഹസ്യമായി ഡ്രോയിങ് ബുക്കും കളർ പെൻസിലും വാങ്ങി കൊടുത്തപ്പോൾ വരഞ്ഞ രൂപങ്ങളിൽ അവൾ നിറം പിടിപ്പിച്ചു.

അവൾ വരച്ച പടങ്ങൾക്ക് താഴെ അവൾ എഴുതിവച്ചു, ആൻ മെഴ്സി ലാറ. ബാല്യത്തിന്റെ ഓർമകളിൽ ആ അമ്മാമ്മയുടെ മരണവും.

ഒരു പെൺകുട്ടിയായിക്കൊണ്ടിരുന്നപ്പോൾ പപ്പ അവൾക്ക് പുതിയൊരു ഭയമായി. അവൾ എന്ന പെണ്ണിനെ രക്ഷിക്കേണ്ടുന്ന ഭയം.... ഇടയ്ക്ക് വന്ന് വീണ് പപ്പയുടെ മർദനം ഏറ്റുവാങ്ങി അമ്മ അവളെ പപ്പയിൽനിന്നും രക്ഷിച്ചു. പതിനാറു വയസിൽ അമ്മ മരിച്ചു. അധിക ദിവസങ്ങൾ കഴിഞ്ഞില്ല. പപ്പയോടൊപ്പം കുടിച്ചുവന്നവൻ മെഴ്സിയുടെ മുറിയിലേക്ക് കയറി. അവളെ പിടിക്കാനാഞ്ഞു. എപ്പോഴും തന്റെ കരുതലിൽ ഉണ്ടായിരുന്ന വെട്ടുകത്തി കൊണ്ട് ഒറ്റവെട്ട്. അയാൾ വീണു.

അവൾ വീട്ടിൽ നിന്നിറങ്ങി ഓടി. എവിടെ പോകണം. എങ്ങോട്ടാണ് ഓടേണ്ടത്. അവൾക്കറിയില്ല.

ലോകം മുഴുവൻ തന്നെ വേട്ടയാടുന്നതുപോലെയുള്ള ആ ഓട്ടങ്ങളുടെ പേടിസ്വപ്നമായിരുന്നു അവളുടെ മുന്നിൽ വന്നു നിൽക്കുന്ന മറ്റൊരു ഓർമ. ലോകമാകെ വ്യഭിചാരശാലയെന്ന് അവൾ കണ്ടു. മനസും ശരീരവും വിറ്റ് ജീവിക്കുന്നവർ.

ഓട്ടങ്ങളിൽ അവൾ എത്തിച്ചേർന്നു, അവസാനം.....

അങ്ങനെ മെഴ്സി ലൈംഗിക തൊഴിലാളിയായി.

മഹാനഗരങ്ങളിൽ എത്തപ്പെട്ട് എന്തെങ്കിലും തൊഴിൽ ചെയ്ത് ജീവിക്കാനോ അല്ലെങ്കിൽ അധോലോകത്തിൽപ്പെടാനോ മെഴ്സി ഒരാൺകുട്ടിയല്ലല്ലോ...

ലൈംഗിക വേഴ്ചകളും അതുമായുള്ള ബന്ധങ്ങളും അവളുടെ ജീവിതമായി. ജീവിതം എന്ന ഓർമയിൽ നിറയാൻ മറ്റെന്താണ് ഉള്ളത്. തന്റെ ശരീരം വിറ്റു കഴിയുമ്പോൾ പിന്നെ മനസിന് മാറിനിന്ന് ഒരു ജീവിതമുണ്ടോ? ആത്മാവ്? അതെവിടെയാണ്?

"ഞാൻ ഇതൊന്നുമല്ല" അവൾ പറഞ്ഞുകൊണ്ടിരുന്നു. ഓരോരുത്തരും ഓരോരോ ജോലികൾ യന്ത്രംപോലെ ചെയ്തുകൊണ്ടിരിക്കുന്നു. അവർ ചെയ്യുന്ന തൊഴിലിനപ്പുറം മറ്റൊരു സ്വത്വം അവർ അറിയുന്നതു തന്നെയില്ല. തൊഴിൽ ഒരാനന്ദമാകുന്നില്ലെങ്കിൽ ഏതൊരു തൊഴിലും വ്യഭിചാരം തന്നെ..... ആത്മാവിനെ അന്വേഷിച്ചുള്ള യാത്രയിൽ അവൾ ഇങ്ങനെ അറിഞ്ഞു.

ലൈംഗിക തൊഴിലിൽ എത്തിപ്പെട്ട ശേഷം ഒരു നാൾ.

അതൊരു പരസ്യക്കമ്പനിയുടെ അപ്പീസോ പാർട്ടി ആപ്പീസോ എന്ന് നല്ല നിശ്ചയമില്ല. അങ്ങനെയൊക്കെ തോന്നിക്കുന്ന ഒരിടത്തേക്കാണ് അവളെ ഒരാൾ കൊണ്ടെത്തിച്ചത്. ഓർമയിൽ കുറെ പരസ്യപ്പലകകളോ

പാർട്ടി പരസ്യമോ ചിഹ്നങ്ങളോ ഒക്കെയുണ്ട്. ചായങ്ങളും ബ്രഷും ഒക്കെയായി അലങ്കോലമായ ഒരു ഹാളിലൂടെയാണ് ആ മുറിയിൽ എത്തിയത്. സ്വർണമാലയും കുടവയറുമുള്ള ഒരു ആൺശരീരം സ്വന്തം ശരീരത്തിനെ അന്യമാക്കി ഓർമയുടെ നേർത്ത പാളിയിൽ ഒരു കറുത്ത വൃത്തികെട്ട കീടം കണക്കെ പറ്റിക്കിടന്നു..... അന്ന് എല്ലാം കഴിഞ്ഞ് അവൻ കൂർക്കം വലിച്ച് ഉറങ്ങുമ്പോൾ അന്യമാക്കപ്പെട്ട ശരീരത്തിൽ അവൾക്ക് ശ്വാസം മുട്ടി വിതുമ്പി. ഒരു ആത്മാവ് ഇതിനുള്ളിലെവിടെയോ എന്ന് അവൾ അറിയുന്നു. തടവിലാക്കപ്പെട്ട ആത്മാവ്. അത് മോചനത്തിനായി ഉൾത്തടത്തിലെ വാതിലുകളിൽ മുട്ടുന്നുണ്ട്. വല്ലാതെ വിമ്മിട്ടപ്പെട്ട് അവൾ ഹാളിൽ പാതി വരഞ്ഞ പരസ്യങ്ങൾക്ക് നടുവിൽ ഇരുന്നു. ആത്മാവിന്റെ വല്ലാത്ത തള്ളലിൽ അവൾ ബ്രഷ് കൈയിലെടുത്തു.... തറയിൽ ഒരു കാൻവാസിൽ ചായം മുക്കിയ ആ ബ്രഷ് അവൾ ചലിപ്പിച്ചു. വിങ്ങിയ ആത്മാവ് പുറത്തേക്ക് മോചിതയാകുന്നത് അവൾ അനുഭവിച്ചു. ഈ ലോകത്ത് ഒളിപാർക്കാൻ സുന്ദരമായ ലോകങ്ങൾ ഉണ്ടെന്ന് അവൾ കണ്ടു..... അവിടെ അവൾ അവളുടെ ആത്മാവിന് കൂട് തീർത്ത് സുരക്ഷിതയാക്കി.... മെഴ്സിയെന്ന ചിത്രകാരിയും അതേ രാവിൽ ജനിച്ചു. പിന്നെയുള്ള കാലം ഇരട്ടജീവിതം ജീവിക്കുമ്പോൾ അങ്ങനെ ജീവിക്കുന്ന ഒരുപാട് സ്ത്രീകളെയും പുരുഷന്മാരെയും അവൾ കണ്ടു. പക്ഷേ വ്യഭിചരിക്കുകയാണെങ്കിലും ആത്മാവിനെ തിരിച്ചറിയാത്തതിനാൽ യന്ത്രജീവിതം ജീവിക്കുന്നവരാണേറെയും എന്നാണ് അവൾക്ക് തോന്നിയത്. അവളിലെ അവളെ കൂടുതൽ കൂടുതൽ തിരിച്ചറിയുന്തോറും ആത്മപ്രകാശനത്തിലൂടെയുള്ള സ്വത്വത്തിന്റെ ത്വര അവളിൽ ഉണർന്നുകൊണ്ടിരുന്നു.

ലേക്ക് വ്യൂവിലെ ഔട്ട് ഡോർ കഫേയിലാണ് വൈകുന്നേരം അവർ ഒത്തുകൂടിയത്. പഴയ കൊട്ടാരത്തിനു മുന്നിൽ സന്ധിച്ച് പുൽപ്പരപ്പിലൂടെ നടന്ന് ഇവിടെ വന്നിരുന്ന് ഓരോ കോഫി ഓർഡർ ചെയ്ത് അത് സാവകാശം കുടിച്ചുകൊണ്ടിരിക്കുമ്പോഴും അവർ ഒന്നും സംസാരിച്ചില്ല.

മാഞ്ഞുപോയ കാലം. അത് മാഞ്ഞിരിക്കുമ്പോൾ തന്നെ അതിന്റെ ഒരു ഗ്രഹണ ഛായ ഇന്നിലേക്ക് വീഴുന്നു..

യഥാർഥത്തിൽ ഇപ്പോൾ സുനന്ദയെ സന്ധിക്കുന്നത്, മറ്റൊരു കാലത്തിന്റെ, ഇടത്തിന്റെ പിൻകർട്ടനു മുന്നിലാണ്.....

രാവിലെ അറിയാതെ വന്നുപോയ ഭാഷണങ്ങളുടെ തുടർച്ചയായിരുന്നു ഈ മിണ്ടായ്മയും... സുനന്ദയ്ക്ക് ആദ്യമുണ്ടായ വിസ്മയം അപ്പാടേ മാറുവാൻ അധികനേരമെടുത്തില്ല.... ഇതാണ് ആ വ്യക്തി, എന്നും ഇതായിരുന്നു... മിന്നി മാഞ്ഞ് തന്റെ അരികിൽ വന്നു രക്ഷിച്ചത് ഈ വ്യക്തിത്വം തന്നെ.... ഇങ്ങനെ ഒരു ഉള്ളനുഭവത്തിലായിരുന്നു സുനന്ദ.

“ഇപ്പോൾ എവിടെയാണ് താമസം...” കോഫി കുടിച്ചുകൊണ്ടിരിക്കുമ്പോൾ സുനന്ദ ചോദിച്ചു. അൽപ്പം ആലോചിച്ച് മെഴ്സി പറഞ്ഞു.

"അങ്ങനെയില്ല, ഒരിടം എന്ന് പറയാൻ. യാത്രകൾ തന്നെ."

മെഴ്സി വെറുതേ ചിരിച്ചു. പറയുന്നതൊന്നും പൂർണമാകുന്നില്ല എന്ന തോന്നൽ. അതിനോട് ചേർന്ന് മറ്റെന്തൊക്കെയോ പിന്നെ പറഞ്ഞു.

"എനിക്ക് ഒരുപാട് ഇടങ്ങളുണ്ട്. അവിടെയൊക്കെ ഞാൻ ഓരോന്നാണ്. സ്നേഹവും സ്നേഹിക്കപ്പെടലും ഒരുപാട് മക്കൾ. ഒരുപാട് അമ്മ.. അമ്മൂമ്മ, പിതാക്കന്മാർ, മാമന്മാർ, പേരുപറയാനാകാത്ത ബന്ധങ്ങൾ. എനിക്കൊരുപാട് പേരുണ്ട്. ഞാൻ അവരുടെയൊക്കെ സംരക്ഷണയിലാണ്. സ്നേഹമാണ് സംരക്ഷണം.." ഓർമയിലെ നയന നിശ്ചലതയിൽ മെഴ്സി പറഞ്ഞു.

"മായദീദിയെ ചേർന്ന് ആ നെഞ്ചിൽ തല ചായ്ച്ച് കിടക്കുമ്പോൾ ആ വൃദ്ധകരങ്ങൾ എന്നെ തലോടുമ്പോൾ ഞാൻ അനുഭവിക്കുന്നത്... ആനന്ദമാണതെല്ലാം. എല്ലാം ഞാനാണ്. പക്ഷേ, ഒന്നും ഞാൻ തന്നെ എന്ന് എനിക്കനുഭവിക്കാനാകുന്നില്ല. വേഷം കെട്ടുന്ന മാതിരി.... ഈ ലോകത്തിന്റെ കുഴപ്പമാണ്. എത്ര താഴ്മയിലെ വിശുദ്ധിയിൽ പോയാലും അത് ഒരു വേഷമായി അനുഭവിച്ച് പോകുക. പരസ്യമാകുന്ന ജീവിതമൊക്കെ നമ്മുടേതല്ലാതായി മാറുക.... രഹസ്യമായ ജീവിതം ഒളിവിനായുള്ള വേഷം കൂടിയാകുന്നതിന്റെ അനുഭവം. ഇങ്ങനെയൊക്കെയാകുമ്പോഴാണ് മരണം തന്നെ മുക്തിയെന്ന് തോന്നിപ്പോകുന്നത്."

സുനന്ദ കേട്ടുകൊണ്ടിരിക്കുമ്പോൾ അവളുടെ ജീവിതത്തിന്റെ സമാന്തരങ്ങളിലുമായിരുന്നു. മെഴ്സി പറഞ്ഞു.

"നോക്കൂ.. എനിക്ക് ഒരുപാട് അവാർഡുകൾ കിട്ടിയിട്ടുണ്ട്. രാഷ്ട്രത്തലവന്മാർ തന്നത്. പക്ഷേ, ഓരോ അവാർഡ് വാങ്ങുമ്പോഴും വ്യഭിചരിക്കുന്നതായി തോന്നിപ്പോകുന്നു.... എന്നാലും വാങ്ങുന്നു. അത് ഒളിച്ചുകളിയാണോ.. കള്ളക്കളിയാണോ, അറിയില്ല.. സത്യസന്ധമാകുക തന്നെ പ്രയാസം..." മെഴ്സി ഇങ്ങനെ പറഞ്ഞ് ചിരിച്ചു. പിന്നെ ഓർത്ത് എന്നപോലെ പിന്നെയും ചിരിച്ചു. അവർ എഴുന്നേറ്റു നടന്നു. ലേക്കിനരികിലെ പുൽത്തകിടിയിലൂടെ.

"കൊല്ലണം എന്ന് തോന്നിയിട്ടുണ്ട് പലരേയും...രാഷ്ട്രീയക്കാർ, വ്യവസായികൾ, ന്യായാധിപന്മാർ... നാടിനെ കൊള്ളയടിക്കുന്നതിന്, ഭൂമിയുടെ യഥാർഥ മക്കളെ തുരത്തി തട്ടിയെടുക്കുന്നതിന് അഴിമതിയുടെ രംഗങ്ങൾക്ക് ഞാൻ സാക്ഷിയായിട്ടുണ്ട്.. ഞാൻ വേദനിച്ചു. പക്ഷേ, ഞാൻ നിസ്സഹായ എന്നു തന്നെയാണ് അന്ന് കരുതിയത്. എനിക്ക് ഒന്നും ചെയ്യാനാകില്ല. വിവസ്ത്രയായി പുരുഷനു മുന്നിൽ കിടക്കാൻ ഞാൻ പരുവപ്പെട്ടിരുന്നു. പക്ഷേ, ഇവന്മാർ എന്നെ നഗ്നയാക്കി കിടത്തി നാടു കൊള്ളയടിക്കുന്ന കരാറുകൾ ഉണ്ടാക്കുമ്പോൾ എന്റെ നഗ്നതയിൽ ഞാൻ വിമ്മിട്ടപ്പെട്ടു. അവൻ പിന്നെ എന്നെ തൊടുമ്പോൾ എനിക്കറച്ചു. സഹിച്ചു.. കൊല്ലാനുള്ള രോഷം ഉള്ളാലെ അടക്കി."

മെഴ്സിയുടെ കണ്ണുകൾ തള്ളിവരുമ്പോൾ അതിൽ ജലം നിറഞ്ഞു.

“ഇല്ല. നിന്നെ കണ്ടതുകൊണ്ടാണ് അസാധാരണമായി ഇങ്ങനെ എന്നെ ഭൂതം ആവേശിക്കുന്നത്.”

അവൾ ശരീരം ഒന്നു കുടഞ്ഞു. അകലേക്ക് നോക്കി അല്പനേരം... പിന്നെ സുനന്ദയുടെ കണ്ണുകളിലേക്ക് നോക്കി....

“എന്റെ ചിന്തകൾ ഇങ്ങനെയാണ്. ഏകാഗ്രവും കുശാഗ്രവുമൊന്നുമല്ല.... ശിഥിലം... നാനാഗ്രം...എന്റെ പല പെയിന്റിങ്ങുകളും അങ്ങനെയാണ് ഉണ്ടാവുന്നത്.” മെഴ്‌സി ആലോചിച്ചു. ഇത്തരം വചനങ്ങൾ ചിന്തിയുടെ തലത്തിൽ മാത്രം വന്നുപോകുന്നതാണ്. ഒറ്റയ്ക്കുള്ള വർത്തമാനം മാത്രം. ചിലപ്പോൾ ഡയറിയിൽ..

പ്രകാശം ജലത്തിൽ വീണ് പ്രതിഫലിക്കുന്നുണ്ട്. ഓളങ്ങൾ ഇളകാത്ത ഇടവേളകളിൽ പൂർണചന്ദ്രനും ആകാശവും ലേക്കിന്റെ വിസ്തൃതിയിൽ തെളിഞ്ഞ് കാണാം..

മെഴ്‌സി സുനന്ദയെക്കുറിച്ച് ചോദിച്ചു.... അവൾ പറഞ്ഞു, എല്ലാം.

ജയന്തിയെക്കുറിച്ചാണ് സുനന്ദ കൂടുതലും സംസാരിച്ചത്...

പിറ്റേ ദിവസം പെയിന്റിങ് എക്സിബിഷൻ അവസാനിക്കുകയാണ്.. പിറ്റേ ദിവസം വൈകുന്നേരം വീണ്ടും കാണാമെന്ന് പറഞ്ഞ് അവർ പിരിഞ്ഞു.

പതിനെട്ട്

വസ്ത്ര വ്യാപാരക്കടയിൽനിന്ന് മെഴ്‌സിയും സുനന്ദയും പടികൾ ഇറങ്ങി. തിരക്കുപിടിച്ച റോഡിലേക്കാണ് അവർ ഇറങ്ങിയത്.... വസ്ത്ര വ്യാപാരക്കടകളും സൗന്ദര്യവർദ്ധക വസ്തുക്കൾ ചെരിപ്പ്, കളിപ്പാട്ടങ്ങൾ എന്നിവ വിൽക്കുന്ന കടകളുമൊക്കയാണ് ആ തെരുവിൽ അധികവും. അൽപ്പം അകലെ കാർ പാർക്കു ചെയ്തിരിക്കുന്നിടത്തേക്ക് അവർ നടന്നു. നഗരം പതിവില്ലാതെ ശബ്ദരഹിതവും ചലനരഹിതവുമായി തോന്നി സുനന്ദയ്ക്ക്. നൂറ്റാണ്ടിന്റെ പഴക്കത്തിൽ ഓർമകളെ ഒളിപ്പിച്ചിരിക്കുന്ന പഴയ ലൈബ്രറിയുടെ കാവി നിറത്തിലെ കെട്ടിടം കടന്നുപോകുമ്പോൾ സുനന്ദ കെട്ടിടത്തോളം പഴക്കമുള്ള വൃക്ഷത്തിന്റെ ശിഖരങ്ങളിലേക്ക് മലർന്നു നോക്കി.... പക്ഷികളുടെ ഒരു കൂട്ടം തന്നെ നിശ്ശബ്ദം അവിടെ ഇരിപ്പുണ്ട്. ഉറക്കം തുടങ്ങിയ അവയ്ക്ക് ഉണർന്ന് കാവൽ നിൽക്കുന്ന പോലെ നിശ്ശബ്ദം വൃക്ഷമുത്തശ്ശിയും... കുട്ടികളുടെ കളിസ്ഥലത്തിനും അപ്പുറത്തെ കാർ പാർക്കിലേക്ക് അവർ നടന്നു.... വൈദ്യുത ദീപത്തിന്റെ വെട്ടത്തിൽ വാകയുടെ ചുവന്ന പൂക്കളുടെ പ്രതിബിംബം അതിനു താഴെ തളം കെട്ടിയ വെള്ളത്തിലും കാണാം.

കടൽത്തീരത്തിനടുത്തുള്ള മെഴ്‌സി താമസിക്കുന്ന ഹോട്ടലിലേക്ക് അകാരണമായ വ്യസനം കാറിൽ പോകുമ്പോൾ സുനന്ദയുടെ മനസിലെ മെഴ്‌സി ശ്രദ്ധിച്ചു. മെഴ്‌സിയായിരുന്നു കാർ ഓടിച്ചിരുന്നത്.

“എന്ത് സുനന്ദാ...എന്ത് പറ്റി നിനക്ക്. പെട്ടെന്നൊരു മൂഡ് മാറ്റം.” മെഴ്സി ചോദിച്ചു.

“അറിയില്ല..” അവൾ പറഞ്ഞു. പിന്നെ കുറച്ചു നേരത്തെ മൗനത്തിനുശേഷം സുനന്ദ തന്റെ മനസിലൂടെ കടന്നുപോകുന്നതിനെ പറഞ്ഞു:

“ജയന്തിയില്ലേ.. അവളെ അകാരണമായി ഞാൻ ഓർക്കുന്നു.... മനസിൽ അവൾ കയറിവരുന്നു... അവളുടെ ഭാവങ്ങൾ, ചലനങ്ങൾ. മനസറിയാത്ത ഒരു വിഷമവും.... ഇവ തമ്മിൽ ബന്ധമുണ്ടോ എന്നറിയില്ല. ഞാനവളെ ഓർക്കാറേ ഇല്ലായിരുന്നു. ചിലപ്പോൾ കുറ്റബോധം തോന്നാറുണ്ട്. നമ്മുടെ ജീവിതസമാധാനത്തിനല്ലേ നാം ഇതൊക്കെ ഓർക്കാതെ പോകുന്നതെന്ന്.”

സുനന്ദ വിചാരിക്കാറുണ്ട്.

ഈ ലോകത്തിന്റെ ദുഃഖങ്ങളിൽനിന്ന് ഒഴിഞ്ഞ് ഒരു സുരക്ഷിതപാതയിലാണ് ജീവിത യാത്ര. നിത്യവും കേൾക്കുന്ന വാർത്തകൾ.... വാർത്തകളിൽ വരാത്തവർ.... അവയൊക്കെ അധികം ശ്രദ്ധിക്കുക കൂടി ചെയ്യാത്തതാണ് ഇപ്പോഴത്തെ ജീവിതം. അന്യ ലോകത്തിന്റെ അല്ലെങ്കിൽ പരലോകത്തിന്റെ ഒരു ചെറിയതുരുത്ത് അവിടെ അഭയം പ്രാപിച്ചു കഴിയുകയാണ് ഇപ്പോൾ....

മെഴ്സിയുടെ മനസും സുനന്ദയക്കൊപ്പം സഞ്ചരിക്കാൻ തുടങ്ങി.

ജയന്തിയുടെ മകൾ നീലിമയെ കാണാതായ വിവരവും ഇളയവൾ മഞ്ജിമ നികുഞ്ജത്തിലാണെന്ന വിവരവും മെഴ്സിക്കറിയാമായിരുന്നു സുനന്ദ പറഞ്ഞ്.

നീലിമ ജീവനോടെ ഉണ്ടെങ്കിൽ എവിടെയോ സെക്സ്റാക്കറ്റിന്റെ പിടിയിൽ, വേശ്യ എന്നു വിളിക്കപ്പെടുന്നവരുടെ ജീവിതത്തിൽ. നീലിമയെ കാണാതായതിൽ പിന്നെ ജയന്തിയേയും കാണാനില്ല. ഏതോ തെരുവുജീവിതത്തിൽ ഭ്രാന്തിയും പിച്ചക്കാരിയുമായി അവൾ ജീവിക്കുന്നുണ്ടാകും. ഇന്ന് അകാരണമായി സുനന്ദ അവളെ ഓർക്കുകയും മനസ്സ് വിങ്ങി നീറുകയും ചെയ്യുന്നു.

അവർ മെഴ്സി താമസിക്കുന്ന അപ്പാർട്ട്മെന്റിൽ എത്തി. കാറിൽ നിന്നിറങ്ങി പർദ ധരിച്ചു പോകുന്ന രണ്ടു പെണ്ണുങ്ങൾ അവിടെ നിന്ന പുരുഷസമൂഹത്തിന്റെ നോട്ടത്തിനകത്തായിരുന്നു.. പക്ഷേ പെണ്ണുങ്ങളുടെ ശ്രദ്ധയിൽ പുരുഷ കാഴ്ചയില്ലായിരുന്നു. ഇന്നത്തെ പുറത്ത് പോക്കിന് മെഴ്സി തെരഞ്ഞെടുത്തത് പർദയായിരുന്നു.... എന്താ സുനന്ദയ്ക്കും ഈ വേഷമായാലോ എന്നു ചോദിച്ചപ്പോൾ സുനന്ദയ്ക്കും അങ്ങനെയാകാമെന്ന് തോന്നി. അങ്ങനെ അവൾ മെഴ്സിയുടെ പർദ ധരിച്ചാണ് പുറത്തുപോയത്. മുറിയിൽ വന്ന് രണ്ടുപേരും കുളിച്ച് രാത്രി വസ്ത്രങ്ങളും ധരിച്ച് സോഫയിലിരുന്നു. അപ്പോഴും സുനന്ദ മൂഡിയായി കാണപ്പെട്ടു. ഇന്നലെ ഉത്സാഹത്തോടെ അവർ ചിലവിട്ട നിമിഷങ്ങൾ മെഴ്സി ഓർത്തു.

ഒരു വിഷയവും സംസാരിക്കാൻ തോന്നാതെ ഇരിക്കുമ്പോൾ ശബ്ദ മില്ലാതെ ഓൺ ചെയ്ത് വച്ചിരുന്ന ടി വി യിലെ വാർത്താദൃശ്യത്തിലേക്ക് മെഴ്സിയുടെ ശ്രദ്ധപെട്ടു. വാർത്തയാണ്.... ആളുകൾ ഓടിക്കൂടുന്ന ഒരു ദൃശ്യം. മൊബൈൽ ക്യാമറയിൽ പകർത്തിയതാകണം. ക്യാമറയുടെ ചലനത്തിൽ ദൃശ്യങ്ങൾ ചാഞ്ചാടുന്നു. അവൾ ടി വിയുടെ വോളിയം കൂട്ടി.

നാട്ടുകാരുടെ മർദനത്തിനിരയായി മാനസികരോഗി മരിച്ചു എന്നാണ് വാർത്ത. വീടുകളിൽ കയറിയിറങ്ങി കുട്ടികളെയും മറ്റും ഭയപ്പെടുത്തു കയും വിവസ്ത്രയായി നടക്കുകയും അസഭ്യങ്ങൾ വിളിച്ചുപറയുകയും ചെയ്ത് ശല്യം സഹിക്കവയ്യാതെ നാട്ടുകാർ ഈ സ്ത്രീയെ കെട്ടിയിട്ടു മർദിക്കുകയും മർദനമേറ്റ് അവൾ മരിക്കുകയും ചെയ്തു.... നാട്ടുകാർ ഭ്രാന്തിയെ തല്ലിക്കൊല്ലുന്ന വീഡിയോ ദൃശ്യം. സുനന്ദയ്ക്കും മെഴ്സിക്കും കണ്ടുനിൽക്കാനായില്ല. അവർ ആരായാലും. പക്ഷേ, അത് ജയന്തി തന്നെ ആയിരുന്നു. സുനന്ദ ഏങ്ങിയേങ്ങി കരഞ്ഞു. മെഴ്സി സുനന്ദയെ തലോടി ആ വേദനയുടെ ലയത്തിൽ മനസർപ്പിച്ച്....

പത്തൊൻപത്

മനോഹരവും ശാന്തവുമായിരുന്നു കടൽത്തീരത്തിലെ ആ ഗ്രാമം. തീർഥാടനസീസണിൽ ആൾ കൂടുമെന്നതൊഴിച്ചാൽ പട്ടണമെന്നുപറ യാൻ ഒന്നും തന്നെ ഇല്ലായിരുന്നു ജയന്തിയുടെ കുട്ടിക്കാലത്ത് ആ സ്ഥലത്ത്. അധികകാലമായില്ല കടൽത്തീരം കേന്ദ്രീകരിച്ച് ഒരു ടൂറിസ്റ്റ് കേന്ദ്രമായി അവിടം വികസിക്കാൻ തുടങ്ങിയിട്ട്. ഇപ്പോൾ പട്ടണമായി അവിടം വളർന്നുകൊണ്ടിരിക്കുന്നത് സെക്സ് ടൂറിസത്തിലാണ്.

ഭ്രാന്തിന്റെ ധൈര്യത്തിൽ എത്രനാൾ പിടിച്ചുനിൽക്കാനാകുമെന്ന റിയില്ല എന്ന് അവസാനം കാണുമ്പോൾ ജയന്തി സുനന്ദയോട് പറഞ്ഞു. അവളുടെ മുന്നിൽ വന്ന് നിന്റെ മോളേ ഞങ്ങൾ പിടിച്ചുകൊണ്ടുപോകും എന്തുചെയ്യുമെടീ ഭ്രാന്തി എന്നൊക്കെ അവളുടെ കൺമുന്നിൽ വളർന്നു വലുതായ ചെറുപ്പക്കാർ പിള്ളേർ ചോദിക്കുമ്പോൾ അവൾ ഉറഞ്ഞു തുള്ളുന്നത് അവന്മാരെ രസം പിടിപ്പിക്കും. ഭ്രാന്തിയുടെ ചേഷ്ടകൾ....

അയൽവീട്ടുകാരുടെ കണ്ണ് മുൻപൊക്കെ ഇത്തരക്കാർക്ക് ഒരു അറപ്പ് ഉണ്ടാക്കിയിരുന്നു. ഇപ്പോൾ ഒരു വീട്ടിൽ ഒരു പ്രശ്നമുണ്ടായാലും ആരും തിരിഞ്ഞുനോക്കില്ല.. ടൂറിസം വളർന്നപ്പോൾ മനുഷ്യനും അങ്ങനെയൊ ക്കെയങ്ങ് മാറി... ആൾക്കാർക്ക് ടൂറിസം നല്ല കാശുണ്ടാക്കി കൊടുക്കു ന്നുണ്ട്. ചിലപ്പോൾ ഇവന്മാർ വന്നു പറയുന്നതിങ്ങനെയാണ്.

"എടീ പ്രാന്തീ... നീ ഇവള ജീവിതത്തേം കൂടിനശിപ്പിക്കാതെ. പ്രാന്തിയായ നെനക്ക് അവളെ നോക്കാനൊക്കോ. കല്യാണം കഴിക്കാൻ ആരെങ്കിലും വരോടീ.. പട്ടിണികിടന്നിട്ടും മേനിക്കൊഴുപ്പിന് അവക്കൊരു

കൊറവുംല്ല.. നീ അവളെയങ്ങ് വിട്ടേര്... അവള് പത്തു കാശൊണ്ടാക്കട്ട്..."

പണ്ട് ജയന്തിയുടെ ഭർത്താവുണ്ടായിരുന്നപ്പോൾ വളരെ ബഹുമാനത്തോടെ ചേച്ചിയെന്നു വിളിച്ചു സംസാരിച്ചിരുന്ന പയ്യന്മാരാണ് ഇപ്പോൾ ഈമാതിരി സംസാരിക്കുന്നത്.

"ചത്തുകളയുകയേ വഴിയൊള്ള് സുനന്ദേ... വേറേ ഒരു വഴീം ഞാൻ കാണുന്നില്ല, അനാഥത്വം എന്ന വാക്ക് കുട്ടികൾക്ക് ചേരും. സ്ത്രീയോടും ആ വാക്ക് ചേർത്തുവച്ചിരിക്കുന്നത് ലോകത്തിന്റെ ക്രൂരതയാണ്. സനാഥയാകുകയല്ല സ്ത്രീയുടെ രക്ഷ, അവളുടെ നാഥൻ അവൾ തന്നെയാകുകയാണ്. അത് എന്നെങ്കിലുമുണ്ടാകുമോ എന്നെനിക്കറിയില്ല. എന്റെ ജീവിതകാലത്ത് അതുണ്ടായില്ലെങ്കിലും അതിനായി പൊരുതണമെന്ന് ഞാൻ നിനച്ചു. പക്ഷേ, എന്റെ മനസുകൂടിയും എനിക്ക് നഷ്ടമായി പോകുമ്പോൾ ഞാൻ എന്തുചെയ്യും സുനന്ദേ..."

ജയന്തി സുനന്ദയുടെ ശരീരത്തിൽ ചുറ്റിപ്പിടിച്ച് അവളുടെ തോളിൽ തല ചായ്ച്ചു.

റെയിൽവേ സ്റ്റേഷൻ പ്ലാറ്റ് ഫോമിൽ പന്തലിച്ചു നിൽക്കുന്ന മരത്തിന്റെ തണലിൽ സിമെന്റു ബഞ്ചിൽ അവർ ഇരിക്കുകയായിരുന്നു. ഒന്നു കാണണം എന്ന് ജയന്തി അറിയിച്ചതനുസരിച്ചാണ് സുനന്ദ വന്നത്.

ഷംസിനോടൊപ്പം ഒരു യാത്രയിലായിരുന്നപ്പോഴാണ് ജയന്തിയുടെ ഫോൺ.. സുനന്ദയെ അത്യാവശ്യമായി കാണണം.... ഉടൻ വരണം. നോക്കട്ടെ ശ്രമിക്കാം എന്ന് പറഞ്ഞ് ഫോൺ കട്ട് ചെയ്യുമ്പോൾ നിസ്സംഗതയായിരുന്നു.

ഷംസിനോടുള്ള യാത്രയിൽ പറ്റിച്ചേർന്ന വേളയായിരുന്നു സുനന്ദയ്ക്ക്. അതങ്ങനെ തുടരാനുള്ള ഒരു മനസ്സുമായിരുന്നു അപ്പോൾ അവൾ.

ഫോൺ വച്ചശേഷം ജയന്തിയുടെ ശബ്ദം, അവളുടെ ഭീതി, സുനന്ദയെ കാണാനുള്ള ആഗ്രഹം ഇതൊക്കെ സുനന്ദയെ അലട്ടി.... അവൾ ആകെ സ്വസ്ഥത നഷ്ടപ്പെട്ടതുപോലെ ആയി. രണ്ടുമനസുകൾ ഒരേസമയം സമാന്തരമായി ഒഴുകുന്നതാണ് സുനന്ദയുടെ ഒരനുഭവം. ഷംസ് കാര്യം അന്വേഷിച്ചപ്പോൾ അവൾ കാര്യം പറഞ്ഞു.

ഷംസ് നിർബന്ധമായും പറഞ്ഞു, കാണണം ജയന്തിയെ പോയി കാണണം. യഥാർഥത്തിൽ ഷംസ് അങ്ങനെ പറയണമെന്ന് തന്നെയാണ് അവൾ ആഗ്രഹിച്ചത്.

സുനന്ദയുടെ ശരീരത്തിൽ അമർത്തിപ്പിടിച്ച് ജയന്തി പറഞ്ഞു: "സ്വയം മരിക്കാൻ എനിക്ക് പേടിയാണ്." അവൾ കുറേനേരം ഒന്നും പറഞ്ഞില്ല. സുനന്ദയെ അമർത്തിപ്പിടിച്ച് ഇരുന്നു. മരണത്തെ ഭയപ്പെട്ടതുപോലെ. കുറച്ചു കഴിഞ്ഞ് സുനന്ദയുടെ കണ്ണുകളിൽ നോക്കി അവൾ പറഞ്ഞു:

"വലിച്ചെറിയപ്പെട്ടവരുടെ, പെണ്ണുങ്ങളുടെ കഥകളാണ് എനിക്ക് ജീവിക്കാൻ ശക്തി തന്നത്. സീത, ദമയന്തി, താത്രിക്കുട്ടി. കഥ നോക്കൂ. എത്ര എത്ര പേർ, കഥയിലും ചരിത്രത്തിലും വരാത്ത എത്രയോ, താത്രി

ക്കുട്ടിമാർ. മാതാപിതാക്കളും ബന്ധുക്കളുമെല്ലാം ചേർന്ന് ഒരു അനാവശ്യവസ്തുപോലെ പടിക്ക് പുറത്തേക്ക്, ചെന്നായ്ക്കൾക്ക് മുന്നിലേക്ക് വലിച്ചെറിയുന്നത്.... അത് ഞാനാണ് എന്നപോലെ ഞാൻ അനുഭവിച്ചു പോകും. സഹിക്കാൻ വയ്യാത്ത വേദനയിൽ അവരൊക്കെ എനിക്ക് ശക്തി തന്നു.... പക്ഷേ, ഇനി എനിക്കു വയ്യ. മക്കൾക്കും വിഷംകൊടുത്ത് ഞാൻ ചാവും.'' അവൾ സുനന്ദയെ കെട്ടിപ്പിടിച്ച് കരഞ്ഞു. സുനന്ദ ഒന്നും പറഞ്ഞില്ല. ജയന്തിയോട് പറയാൻ അവൾക്ക് വാക്കുകൾ ഇല്ലായിരുന്നു... മൗനത്തിന്റെ ഭാഷയും സ്പർശവും. അത്രയേ അവൾക്ക് ചെയ്യാനാകുമായിരുന്നുള്ളൂ. തൽക്കാലം ജയന്തി ശാന്തയായി. അങ്ങനെ അവർ ഒരുമിച്ച് യാത്ര ചെയ്തു.

ഷംസും സുനന്ദയും ജയന്തിയേയും മക്കളേയും കൂട്ടി യാത്രയ്ക്ക്.

ആഴത്തിലെവിടെയോ ആത്മാവ് പിടയുന്നത് വ്യക്തമെങ്കിലും പതുക്കെ പതുക്കെ ജയന്തിയുടെ സന്തോഷിക്കുന്ന മുഖം സുനന്ദ കണ്ടു. സുനന്ദ നികുഞ്ജത്തിൽ ദുഃഖഭാരത്തിൽ ഇരിക്കുമ്പോൾ ചിരിച്ചുല്ലസിച്ച് ആശ്വസിപ്പിച്ച ജയന്തിയുടെ ഈ അവസ്ഥ, അതിനൊരു പരിഹാരവും ചെയ്യാൻ കഴിയുന്നില്ലെന്നത് സുനന്ദയെ വല്ലാതെ വേദനിപ്പിച്ചു.

ഷംസു പറഞ്ഞു: "ജയന്തി എം എ വരെ പഠിച്ചതല്ലേ.. അധ്യാപികയായിരുന്നില്ലേ. ഭാഷയിലും സാഹിത്യത്തിലും നല്ല അറിവുള്ളതുമല്ലേ. നമുക്ക് എന്തെങ്കിലും ചെയ്യാം.... ഇപ്പം താമസിക്കുന്നിടത്തിന്ന് താമസം മാറണം.''

പക്ഷേ, സുനന്ദയക്ക് അത് അത്ര എളുപ്പമായി തോന്നിയില്ല. ജയന്തിയുടെ മനസ്സ് എപ്പോഴാണ് അവളെ കൈവിടുന്നതെന്നറിയില്ല. സ്വന്തം മനസ്സ് നഷ്ടപ്പെട്ടുപോകുന്ന ആളിന് മറ്റൊരു മനസ്സ് പകരം നിന്നില്ലെങ്കിൽ ഉണ്ടാകുന്ന അവസ്ഥ ജയന്തിയിലൂടെയാണ് സുനന്ദ മനസിലാക്കിയത്. കണ്ണുപൊട്ടനും ചെവികേൾക്കാത്തവനും മനസ്സ് ഉണ്ടെങ്കിൽ പരസഹായമില്ലാതെയും കുറെയൊക്കെ ജീവിക്കാം. മനസിന്റെ താളം തെറ്റിയ ഒരാളിനെ മറ്റൊരാൾക്ക് മനസിലാക്കാൻ തന്നെ പ്രയാസം. മനസിലൂടെയാണല്ലോ നാമൊരാളിലനെ മനസിലാക്കുന്നത്. സുനന്ദ വിചാരിച്ചു.

മറ്റുള്ളവരെ സന്തോഷിപ്പിക്കാൻ ഷംസിന് പ്രത്യേക ഒരു കഴിവ് തന്നെയുണ്ടായിരുന്നു.... ഇപ്പോൾ ആദ്യമായാണ് സുനന്ദ ഷംസിനെ ആ രീതിയിൽ കാണുന്നത്... നീലിമയോടും മഞ്ജിമയോടും കൊച്ചുകുട്ടികളെപ്പോലെ കളിയും ചിരിയുമായിരുന്നു.... അവരുടെ പടങ്ങൾ നിമിഷം കൊണ്ട് വരച്ചുകൊടുത്തപ്പോൾ അവർക്ക് അത്ഭുതമായി. സുനന്ദ ഇതൊക്കെ നോക്കി രസിച്ചിരുന്നു പോയി. ഷംസിന്റെ ഓരോ അവതാരങ്ങൾ. ഒരാഴ്ച ഇങ്ങനെ കഴിഞ്ഞു. പിരിയുമ്പോൾ ഷംസ് ജയന്തിയോട് പറഞ്ഞു.

"എല്ലാത്തിനും വഴിയുണ്ടാക്കാം. ഞങ്ങളൊക്കെ ഉണ്ട്. വെറുതെ ഭംഗിവാക്കല്ല. ഞങ്ങളൊക്കെ ഉണ്ടെന്നുതന്നെ എപ്പോഴും വിചാരിക്കണം.

എനിക്കും സുനന്ദയ്ക്കും നമ്മളെപ്പോലുള്ളവർക്കും ആരാ ഉള്ളത്. ഈ ദുഷ്ടലോകത്തിൽ നമ്മൾക്ക് നമ്മളെങ്കിലും.. പരസ്പരമെങ്കിലും... അതു കൊണ്ട് ഒന്നുകൊണ്ടും പേടിക്കണ്ട. ഒരു മാസം.. അതിനകം ഒരു വഴി യുണ്ടാക്കാം. ആ നശിച്ചനാട്ടിൽ നിന്ന് നമുക്ക് മാറാം."

ജയന്തി അതു വിശ്വസിക്ക തന്നെ ചെയ്തു. അവളുടെ മുഖത്ത് വിശ്വാസത്തിന്റെ ലാഞ്ഛനയുണ്ടായിരുന്നു. പോകാൻ നേരത്ത് ജയന്തി സുനന്ദയുടെ കൈയിൽ ഒരു കവർ കൊടുത്തു.

"അവസാനമായി യാത്ര ചോദിക്കുകയാണെന്നു തന്നെ കരുതി നിനക്ക് തരാൻ കൊണ്ടുവന്നതാണ്. ഇനി ഏതായാലും നീ കൊണ്ടു പോ. ഒരു കഥ. ഞാനെഴുതിയത്. നോവലെന്ന് വേണേൽ പറയാം. ഭ്രാന്തിന്റേം കൂടെ വഴിയിൽ പിറന്നത് തന്നെ."

കവർ സുനന്ദ വാങ്ങി. കവറിൽ ഒരു ഫയലും ഒരു ഡയറിയും. കവ റിൽ നിന്ന് ആ ഫയൽ പുറത്തെടുത്തു. ആദ്യപുറം മറിച്ചു. "ഭൂമിയുടെ മകൾ". നോവലിന്റെ പേര് മനസിൽ വായിച്ച് സുനന്ദ ജയന്തിയെ നോക്കി. ജയന്തിക്ക് നാണവും തൃപ്തിയും കലർന്ന ഭാവം. മൗനത്തിൽ അർഥ ങ്ങൾ പടർന്ന നിമിഷം.

ഒരാഴ്ച കഴിഞ്ഞില്ല. നീലിമയെ ഒരു കാറിൽ വന്ന് ആളുകൾ വീട്ടിൽ നിന്ന് പിടിച്ച് കാറിൽ കയറ്റിപ്പോയി. പട്ടാപ്പകൽ. ജയന്തി അതിനുപിറകെ നിലവിളിച്ചോടി. ഭ്രാന്തിയുടെ നിലവിളിയും ഓട്ടവുമായി ജനം അതു കണ്ടു. ചെല്ലപ്പന്റെ കടയിൽ രാഷ്ട്രീയം പറഞ്ഞിരുന്നവർ കാറിന്റെ പാഞ്ഞുപോകലും പെൺകുട്ടിയുടെ നിലവിളിയും കേട്ടു. റോഡിലേക്കി റങ്ങി. പിറകേ ജയന്തിയും നിലവിളിച്ചോടുന്നതുകണ്ട് ആൾക്കാർക്ക് കാര്യം പിടികിട്ടി.

പ്രാന്തി ജയന്തീടെ മോളെ ആരാണ്ടൊക്കെയോ പിടിച്ച് കാറില് കേറ്റിക്കൊണ്ടുപോയത് ആ നാട്ടിലെ ഹരം പിടിച്ച സംസാരമായി. വാർത്ത യായി.... ഓരോരുത്തരും അഭിപ്രായങ്ങൾ പറഞ്ഞു. കാലക്കേടിനെ ഓർത്ത് വിഷമിച്ചവരും കൂട്ടത്തിലുണ്ടായിരുന്നു..

നിലവിളിച്ചും ലോകത്തെയാകെ ശപിച്ചും ഓടിയ ജയന്തി തിരിച്ചു വന്നില്ല. ഓടിയോടി അവൾ ഏങ്ങോട്ടോ പോയി.... അവൾ ആത്മഹത്യ ചെയ്തില്ല. അവൾ വിഷമങ്ങൾ അറ്റവളായി. ഭ്രാന്ത് ദുഃഖങ്ങളിൽനിന്ന് പിന്നെയും അവളെ രക്ഷിച്ചു. അവൾക്ക് മഞ്ജിമ ഓർമയിലോ ബോധ ത്തിലോ ഇല്ലായിരുന്നു. നീലിമയും. അവൾക്ക് ഒരു സുന്ദര ലോകം ഉണ്ടാ യിരുന്നു.

ചിലപ്പോൾ കുഴയ്ക്കുന്ന ഒരു പ്രശ്നോത്തരിപോലെ അവർ ഓർമ യിൽ തെളിയും. വിട്ടുപോകുന്ന കണ്ണികൾ തലച്ചോറിലുണ്ടാക്കുന്ന ശൂന്യ തയിൽ സഹിക്കവയ്യാതെ അവൾ അലറി വിളിക്കും.

ആരോഗ്യമുള്ള മനസിന്റെ ഉടമകൾ പൊതു സമൂഹം അന്ന് ശല്യ ക്കാരിയായ ഭ്രാന്തിയെ അടിച്ച് കൊന്നു. ദാ ആ ഭ്രാന്തി പിന്നേം എറങ്ങീ

ട്ടൊണ്ട്. പെണ്ണുങ്ങൾ വിളിച്ചു പറയുന്നത് കേട്ടവർ കേട്ടവർ പിന്നേം വിളിച്ചു മറ്റുള്ളവരോട് പറഞ്ഞു. ആണുങ്ങൾ വടിയും തടിയുമായി കൂടി. ഓരോരുത്തർക്കും കൈവയ്ക്കാൻ അവസരമുണ്ടായില്ല. അതിനു മുന്നേ അവൾ മരിച്ചു കഴിഞ്ഞു. ആളുകളുടെ ഓടിക്കൂടലും ഭ്രാന്തിയുടെ ഓട്ടവും അടിച്ചു വീഴ്ത്തുന്നതും വീണിട്ടും അടിക്കുന്നതും ചോര വാർന്നൊഴുകുന്നതും ഒക്കെ ഒരുകൂട്ടം ചെറുപ്പക്കാർ കൃത്യമായി മൊബൈൽ ക്യാമറയിൽ പകർത്തി.

ഇരുപത്

കടൽക്കരയിലെ വലിയ ഒരു പാറയുടെ മേൽ അവർ ഇരുന്നു. മെഴ്സിയും സുനന്ദയും ഷംസും. സൂര്യൻ അസ്തമിക്കുകയാണ്. തിരമാലകൾ ഉയർന്നു താഴ്ന്ന് പാറമേൽ വന്നടിച്ച് ചിതറുന്നു. സുനന്ദ ഷംസിനെ നോക്കി. എന്നിട്ട് അവന്റെ മടിയിലേക്ക് ചാഞ്ഞുകിടന്നു. മനസിന്റെ വേദന അവളുടെ ശരീരത്തിലാകെ പടർന്നത് ഷംസ് അറിഞ്ഞു. ഷംസ് അവളുടെ കൈ സ്വന്തം കൈയിൽ എടുത്ത് അവളുടെ നെഞ്ചോട് അമർത്തി.

അവൻ വിളിച്ചു. "സുനന്ദ..."

സുനന്ദ പറഞ്ഞു:

"എനിക്കറിയില്ല. പേടിയാകുന്നപോലെ. നാം ഏതോ അപരലോകത്തിൽ ഒറ്റപ്പെട്ടപോലെ. ഒരു തുരുത്തിൽ അഭയം കണ്ടെന്ന് വിശ്വസിക്കയാണ്. ഒരു തുരുത്ത് സങ്കൽപ്പിച്ചു ജീവിക്കുന്നു. എപ്പോഴും വേട്ടയാടപ്പെടാം..." അവൾ അൽപ്പം കഴിഞ്ഞ് പറഞ്ഞു.

"ജീവിതം സ്വയം ഒടുക്കാനുള്ളതിന് ഒരുപാട് യുക്തികളുണ്ട്. ഈ ലോകത്തിൽ നമുക്കിടമില്ല." മെഴ്സി അവളുടെ വാക്കുകൾ ശ്രദ്ധിച്ചിരുന്നു.

സുനന്ദ അവന്റെ മടിയിൽ കിടന്ന് അന്തമില്ലാത്ത കാഴ്ചയുടെ കടലിലേക്ക് നോക്കി.

"കടൽ എനിക്ക് നല്ല ഓർമകളാണ്." ജീവിതത്തിന്റെ സംഗീതം. ഇപ്പോൾ തോന്നുന്നു. അത് മരണത്തിന്റെ ഗീതങ്ങളാണെന്ന്. മരണശേഷമുള്ള ജീവിതം. അനന്തതയുടെ ഇല്ലായ്മ." അവൾ മന്ത്രിച്ചു.

സുനന്ദ ഓർത്തു. ജയന്തി പറഞ്ഞ, സുനന്ദയ്ക്ക് ഒരിക്കലും മറക്കാനാവാത്ത ആ വാക്കുകൾ. ഷംസും സുനന്ദയുമൊത്ത് അവസാനം ചെയ്ത യാത്രാവേളയിൽ ജയന്തി പറഞ്ഞത്.

കൗമാരത്തിലേക്ക് കടക്കുമ്പോൾ തന്നെ ജീവിതം ഒളിവ് ജീവിതമായി. ഓർമകൾ ഒളിവിലെ ഓർമകളും.

"സത്യസന്ധമായിരിക്കുക ഭയങ്കര പ്രശ്നമാണ്." ജയന്തി പറഞ്ഞു. "സത്യം ഒരു രഹസ്യമാക്കി ഒളിച്ചുവയ്ക്കാം. ഒളിച്ചുവച്ച സ്വന്തം മനസ്സ്

രഹസ്യ ഡയറി കുറിപ്പുകളിൽ പകർന്നുപോയ കഥകൾ കേട്ടിട്ടില്ലേ. പിന്നെയത് വെളിച്ചത്തായപ്പോൾ സാഹിത്യമായി.... സത്യത്തെ കാത്തു സൂക്ഷിക്കുകയായിരുന്നു എന്റെ ജീവിതം.... കല്യാണത്തിനുശേഷം ഭർത്താവിൽ നിന്നുമാണ് ഞാൻ സത്യത്തെ കാത്തത്.

സത്യം ഞാൻ തന്നെയാണ്. ഭ്രാന്തിയായപ്പോൾ അത് പുറത്ത് ചാടി ചങ്ങലപൊട്ടിച്ച്. അല്ലെങ്കിൽ സത്യം പുറത്തു ചാടുന്നതാണ് ഭ്രാന്ത്. നിന ക്കറിയോ സത്യം രഹസ്യമാക്കിയവരും ഭ്രാന്തുവന്നവരും ചരിത്രത്തിൽ പെടാതെ ഒരുപാടുപേരുണ്ട്."

സുനന്ദ ഓർമയിൽ തേങ്ങി. അവൾ വിങ്ങി വിങ്ങി പറഞ്ഞു:

"ഇല്ല, സത്യത്തെ ആർക്കും അടിച്ചുകൊല്ലാനാവില്ല. സത്യം രഹസ്യം തന്നെ.... അത് ഒരു ഭ്രാന്തിലും പുറത്തുവരില്ല.... അവളുടെ സത്യം അവൾ കൊണ്ടുപോയി. അതുമാത്രമായി അവൾ മരണത്തിന പ്പുറം പോയി."

പറഞ്ഞുകൊണ്ടിരിക്കുമ്പോൾ ജയന്തിയെ ജനം അടിച്ചുകൊല്ലുന്ന ദൃശ്യം സുനന്ദയുടെ മനസിലേക്ക് വലിയൊരു തിരമാലപ്പോലെ ഇരച്ചു വന്നു. അവൾ എല്ലാ നിയന്ത്രണവും വിട്ട് കരഞ്ഞു. ഷംസ് അവളുടെ തണുത്ത കവിൾത്തടങ്ങളിൽ ഇരുകൈകളും വച്ച് കരയാനനുവദിച്ചു. കരഞ്ഞുകരഞ്ഞ് അവൾ ശാന്തമായി.. ശാന്തമായ അവളുടെ മനസിന്റെ ഓളമില്ലാത്ത പരപ്പിൽ ഓർമയുടെ ചലിക്കുന്ന ഒരു ചിത്രം തെളിഞ്ഞു.

അവൾ ആ ഓർമ മാത്രമായി നിശ്ചലമായ നയനത്തോടെ എങ്ങും ദൃഷ്ടിക്കിടമില്ലാതെ കിടന്നു. ആ ഓർമയ്ക്കുമേൽ കടൽ ഇരമ്പുന്നുണ്ടാ യിരുന്നില്ല.

കാലത്തിന്റെ ഇതിഹാസ വിദൂരതയിലെ ഒരു കൊട്ടാരത്തിൽനിന്ന് ഭയന്ന് നിലവിളിച്ച് തെരുവിലേക്കോടുന്ന നഗ്നയായ ഒരു പെണ്ണിന്റെ ഓർമയാണത്.

ജയന്തിയുടെ ബാല്യത്തിൽ അവളുടെ അച്ഛൻ കഥ പറഞ്ഞുകൊ ണ്ടിരിക്കുമ്പോൾ കഥയുടെ ബാക്കി കേൾക്കാനാകാതെ അവളുടെ മനസ്സ് വസ്ത്രങ്ങളില്ലാതെ ദ്രൗപദിയായി തെരുവിലേക്ക് ഓടുകയായിരുന്നു.

തന്നെ പണയം വച്ച ഭർത്താക്കന്മാരേയും തന്നെ വിവസ്ത്രയാക്കിയ ദുശ്ശാസനേയും അതുകണ്ടുരസിച്ച പിതൃതുല്യരായവർ നിരന്നിരിക്കുന്ന രാജ്യസഭയേയും ഭയന്ന് തെരുവിലേക്കോടിയ പാഞ്ചാലി.

ഇപ്പോൾ തെരുവിൽ നഗ്നയായ ഭ്രാന്തിക്ക് പിന്നാലെ ഓടുന്ന ആളു കൾ.

ഓർമയിൽ അവൾ പിന്നേയും തേങ്ങി.

കുറേ നിശ്ശബ്ദതയ്ക്കൊടുവിൽ ഷംസ് പറഞ്ഞു, ആരോടെന്നി ല്ലാതെ,

"യഥാർഥത്തിൽ നാം ജീവിക്കുന്നത് മിഥ്യയായ ഒരു തുരുത്തിലാണ്.

ആരുടെയോ രാജ്യത്തിൽ വിസയും പാസ്പോർട്ടുമില്ലാതെ ജീവിക്കുന്ന നമ്മളുടെ സ്വാതന്ത്ര്യം എപ്പോഴും നഷ്ടപ്പെട്ടേക്കാം.."

മെഴ്സി പറഞ്ഞു: "ഈ ലോകത്തിൽ ജയന്തിക്ക് സംഭവിച്ചത് എന്നെ അത്ഭുതപ്പെടുത്തുന്നില്ല. നിത്യവും കേൾക്കുന്ന വാർത്തകളിൽ ഒന്ന്. നമുക്കറിയാവുന്ന ഒരാളായതുകൊണ്ട് നാം സ്നേഹിച്ച നമ്മെ സ്നേഹിച്ച ഒരാളായതുകൊണ്ട് നമുക്കത് വെറും വാർത്തയല്ല. അത് നമ്മുടെ സ്വന്തം വേദനയാണ്. മറ്റേതെല്ലാം നമുക്കും പലപ്പോഴും വെറും വാർത്തകൾ മാത്രമായി പോകുന്നു." ലോകദുഃഖങ്ങൾ, സ്വന്തം ദുഃഖങ്ങൾ എന്ന അതിരുകൾ മായ്ച്ചുകളയുന്ന ഒരു ജലസ്പർശമായിരുന്നു മെഴ്സിയുടെ വാക്കുകൾ.

മെഴ്സി ഓർക്കുകയായിരുന്നു...

കോടതി വളപ്പിൽ സ്വയം തീ കൊളുത്തി മരിച്ച ഒരു പെൺകുട്ടി. കൂട്ട ബലാൽസംഗത്തിനിരയായ പെൺകുട്ടി. പിന്നെയും പിന്നെയും വിചാരണയുടെ മാനഹാനിയും മാധ്യമങ്ങളുടെ വസ്ത്രാക്ഷേപവും ഒക്കെ കഴിഞ്ഞ് അവളിൽ സ്വഭാവദൂഷ്യം കണ്ടെത്തിയ കോടതിയോട്, ഈ ലോകത്തോട് അവളുടെ പ്രതിഷേധമായിരുന്നു അത്.... അത് ഒരു സമരമാർഗമാണ് അല്ലെങ്കിൽ അവൾക്ക് അവളുടെ വീട്ടിൽ തന്നെ തൂങ്ങിച്ചാകാമായിരുന്നു. മറ്റൊരു കുട്ടി നാലഞ്ചുമാസം മുൻപ് കോടതിയിൽ വസ്ത്രങ്ങൾ ഊരി സ്വന്തം ശരീരംകൊണ്ട് പ്രതിഷേധിച്ചു അവളെ മാനസികരോഗിയാക്കി ചിത്രീകരിക്കാനായിരുന്നു. പിന്നെ ശ്രമം.. സംഘടിതമാകുന്നതിന് മുൻപ് ഉണ്ടാകുന്നു ഒറ്റപ്പെട്ട പ്രതിഷേധങ്ങൾ. കടൽ കുറച്ചു നേരം മൗനിയായി.... മറ്റൊരു ഉണർത്തുപാട്ടിന് തയാറെടുക്കുന്നപോലെ..... ഇരുട്ട് ആകെ പരന്നു. പടിഞ്ഞാറെ മാനത്ത് പ്രത്യക്ഷപ്പെട്ട ചന്ദ്രക്കലയും കടലിൽ താഴാൻ തുടങ്ങി. ഇരുട്ടു പരന്നിട്ടും അവർ അവിടെ ഇരുന്നു.

കടലിന്റെ ധാരമുറിയാത്ത സംഗീതം മാത്രം.

അവർ ആകാശത്തിനു താഴെ കണ്ണുകളടച്ച് ആ പാറമേൽ കിടന്നു. എത്രനേരം എന്നറിയാതെ.

പെയിന്റിങ് എക്സിബിഷനും ജയന്തിയുടെ മരണവാർത്തയും കഴിഞ്ഞ് മെഴ്സി അന്ന് ഉച്ചതിരിഞ്ഞു പുറപ്പെടുകയാണ്. റെയിൽവേസ്റ്റേഷനിൽ യാത്രയയ്ക്കാൻ പോകുന്നതിന് മുന്നേ മെഴ്സിക്ക് പുസ്തകങ്ങൾ വാങ്ങി പുസ്തകക്കടയിൽ നിന്നിറങ്ങുമ്പോൾ റോഡിൽ ഏതോ രാഷ്ട്രീയ പാർട്ടിയുടെ പ്രകടനം നടക്കുകയായിരുന്നു.... മുദ്രാവാക്യങ്ങളും ബഹളവും. പെട്ടെന്ന് എങ്ങോട്ടെങ്കിലും രക്ഷപ്പെട്ടാൽ മതിയെന്ന് അവർക്ക് തോന്നി. ഒരു ഓട്ടോറിക്ഷയിൽ കയറി ഊടുവഴികളിലൂടെ റെയിൽവേസ്റ്റേഷന്റെ അടുത്തെങ്കിലും എത്താൻ ശ്രമിക്കുമ്പോൾ ഓട്ടോയിൽ ഇരുന്ന് സുനന്ദ ചിന്തിച്ചു..

നമുക്ക്.... മെഴ്സിക്കും സുനന്ദയ്ക്കും ഷംസിനും ഒരു ദേശമുണ്ട്.....

ഭരണകൂടമില്ലാത്ത ദേശം..... എല്ലാം എല്ലാവരുടേതുമായ ലോകം..... വായും വെള്ളവും പോലെ. ആ ദേശത്തെ മനുഷ്യർ എവിടെയാണ് ചിതറിക്കിടക്കുന്നത്.... ഏത് ഊടുവഴിയിലൂടെ സഞ്ചരിച്ചാലാണ് അവരെ കണ്ടെത്താനാകുക..... ആ ആട്ടോറിക്ഷ ഡ്രൈവറുടെ മുഖം അവൾ സൈഡ് വ്യൂവിൽ കണ്ടു.... ഏതോ തിന്മകളുടെ ലോകത്തിൽ അതു ചെയ്യാൻ വിധിക്കപ്പെട്ട ഒരു മനുഷ്യ ഇരയായിരിക്കുമോ ഈ പയ്യൻ.. എന്റെ സഹോദരൻ.... അനുജാ.. നമുക്ക് ഒരു ദേശമുണ്ട്. അവൾ മന്ത്രിച്ചു.

അഴുക്കു ചാലുകൾക്കരികിലെ പാതയോരത്തിലൂടെ അവരെ ആ ആട്ടോ ഡ്രൈവർ റെയിൽവേ സ്റ്റേഷന്റെ പിറകിൽ എത്തിച്ചു.....

മെഴ്സി കയറിയ തീവണ്ടി അകന്നുപോയി.... സ്റ്റേഷനിൽ വലിയ തിരക്കിലൂടെ സുനന്ദയും ഷംസും കൈകോർത്ത് പുറത്തേക്ക് വരുമ്പോൾ ആരെയോ തിരയുന്നതുപോലെ ഒരു ഫീലിങ് സുനന്ദ അനുഭവിച്ചു....

അടുത്തദിവസം ഷംസ് വിദേശത്തേക്ക് പോകുകയാണ്.... ഒരു മാസത്തോളം അവൻ വിദേശത്തായിരിക്കും.... പ്രഭാഷണത്തിന്.... പിന്നെ ജെസ്സിയോടും മക്കളോടും കുറച്ചു ദിവസം. അതിനിടെ ഒറ്റയ്ക്കൊരു യാത്ര. പ്ലാനിങ്ങില്ലാത്ത യാത്ര..... ലക്ഷ്യമില്ലാത്ത യാത്രയിലെ ലക്ഷ്യം....

ഷംസിനെ കണ്ടുമുട്ടി പിരിയുമ്പോൾ സാധാരണ ഉണ്ടാകാറുള്ള ഫീലിങ് അല്ല.... ഇന്നെന്തോ ഒറ്റയ്ക്കിരിക്കണമെന്ന് തോന്നുന്നു.... ഇനിയും പുതിയ ഒരാളാകുന്നപോലെ മറ്റൊരു ഘട്ടം..... മെഴ്സിയുടെ ദർശനം പകർന്ന അറിവും ജയന്തിയുടെ അന്ത്യവും. സുനന്ദ വിചാരിച്ചു.

ഷംസ് അവളെ നോക്കി പറഞ്ഞു: "നല്ലതു വരും.."

"ഒറ്റയ്ക്ക്, രണ്ടുപേർ ചേർന്ന്. പിന്നെ ചെറുകൂട്ടം. വലിയ സമൂഹം, ഇതിനെല്ലാം അതിന്റേതായ ഉണ്മയും അസ്തിത്വവും ഉണ്ടെന്ന് ഞാനിപ്പോൾ അറിയുന്നു." പിരിയുമ്പോൾ അവൾ പറഞ്ഞു. ഷംസ് ആ അറിവിൽ അവളെ ചേർത്ത് ഉമ്മ വച്ചു.

വീട്ടിൽ ചെല്ലുമ്പോൾ സുനന്ദയെ കാത്തിരിക്കുകയാണ് അവർ, സുനന്ദയുടെ വളർത്തുമകളായ ചിന്നു എന്ന കറുത്ത സുന്ദരി, ചങ്കു എന്ന പൂച്ച ടോണി എന്ന പട്ടി.

പതിവുപോലെ എല്ലാവരേയും ചേർത്തണയ്ക്കുകയും ഉമ്മ വയ്ക്കുകയും ചെയ്യുമ്പോഴും ഒറ്റക്കൽപ്പം ഇരിക്കാൻ അവളുടെ മനസ്സ് ധൃതികൂട്ടി... കുളിമുറിയിൽ കയറി കുറേ നേരം തണുത്ത വെള്ളത്തിന്റെ ധാരയിൽ അവൾ നിന്നു. കുളികഴിഞ്ഞ് മൂവരുമൊപ്പം ഭക്ഷണം കഴിച്ച് എല്ലാവരേയും അവരവരുടെ ശയനമുറിയിലാക്കി. ഓരോരുത്തരേയും ഉമ്മവച്ച് ശുഭരാത്രി പറഞ്ഞു.

വായനാ മുറിയിൽ പുസ്തകങ്ങൾക്കിടയിൽനിന്ന് അവൾ ആ ഫയൽ എടുത്തു. അവൾ അതിന്റെ പേജ് മറിച്ചു.....

'ഭൂമിയുടെ മകൾ'

ഇരുപത്തി ഒന്ന്

ഈ എഴുത്ത് എന്റെ സഞ്ചാരമാണ്. പേനത്തുമ്പിൽ പിറക്കുന്ന അക്ഷരങ്ങളിലൂടെ.. അക്ഷരങ്ങൾ പിറവിയാണ്.... എന്റെ പിറവി.

ഞാൻ ജയന്തി. ഭ്രാന്ത് ഒരു പ്രദേശമാണ്. ഒരു വലിയ തുറസ്സ്. ഈ ലോകത്തിന്റെ മറുലോകം. ഇത് ഭ്രാന്തിയുടെ അനുഭവക്കുറിപ്പുകൾ.

മറുലോകം സമാന്തരവുമാണ്, ചരിഞ്ഞതും കുഴഞ്ഞു മറിഞ്ഞതു മാണ്. ചിലപ്പോൾ തിരശ്ചീനവും അതേസമയം ലംബവും... നിങ്ങൾക്കി തിൽ ഒന്നേ കാണാനാവൂ.. എല്ലാ മാനങ്ങളും ഒരുമിച്ച് കാണുന്ന മർത്യാ വസ്ഥയില്ല.. ആശുപത്രിയിലെ വെടിപ്പുകൾ.. വെണ്മകൾ... മറു ലോക ത്തിന്റെ സമാന്തരങ്ങൾ. ഭ്രാന്ത് സമനിലയുടെ തീരത്തിൽ വറ്റിയിറങ്ങു മ്പോഴാണ് ആശുപത്രിയുടെ കുഴമറിച്ചിൽ.. വിശദീകരങ്ങൾ എനിക്കു മടുക്കുന്നു.. ഞാനിപ്പോൾ തലപ്പുകൾ വെട്ടി ഭംഗിവരുത്തുകയാണ്. അനു ഭവങ്ങളുടെ... ഒരു നല്ല ഗാർഡനറെപ്പോലെ.... മോചനത്തിനായുള്ള ആ ശബ്ദം അന്നു രാത്രി ഞാൻ കേട്ടു.

സ്ത്രീയുടെ ശബ്ദം, സ്ഥലത്തിനെയും കാലത്തിനെയും ഒരുമിച്ച് അടയാളപ്പെടുത്തുന്ന ഒരു മാനകമാണ് യുഗം എങ്കിൽ, യുഗങ്ങൾക്കപ്പു റത്തു നിന്ന്.....

അതൊരു കരച്ചിലോ വിലാപമോ അല്ല. അഭ്യർഥന കൂടിയുമല്ല.... ഒരറിയിക്കൽ. ശബ്ദമില്ലാതെ ഒരു ഭാഷയാൽ നമ്മെ ഒന്ന് അറിയിക്കാൻ കഴിയുമെങ്കിൽ അത് അങ്ങനെ ഒന്നുപോലെ ആയിരുന്നു.... ഓർക്കുമ്പോ ഴാണ് ആ അറിയലിന്റെ ഭാഷയിലെ വാക്കുകൾക്ക് ശബ്ദമില്ലായിരുന്നല്ലോ എന്ന് ചിത്രപ്പെടുന്നത്.

എല്ലാ അനുഭവങ്ങളിലും മുൻപുള്ള അനുഭവങ്ങളുടെ നിറങ്ങളും നിഴലുകളും വീഴുന്നു. നിറങ്ങളും നിഴലുകളും വകഞ്ഞുമാറ്റി അനുഭവ ങ്ങളെ വീണ്ടും ഓർമയായി കാണാനാകില്ലേ?

അത് സീതയായിരുന്നു.... ഭൂമിയുടെ മകൾ. കഥകളിൽ കുരുങ്ങി പ്പോയ സീത.... കഥകളുടെ വിശാലമായ അതിരിനുള്ളിൽ മാത്രം സ്വത ന്ത്രയായ സീത. കഥയുടെ ഇടം അനന്തമായ കാലമാണ്. സ്വയമറിയാതെ ജീവിച്ചുമരിക്കുന്ന ആത്മാവനുഭവമാകാത്ത മനുഷ്യൻ എന്ന ജീവിയെ പ്പോലെ. കഥാപാത്രം. നിലനിൽപ്പ് കാലങ്ങളിലൂടെ ഒഴുകുന്ന ലോകം എന്ന Other ലൂടെ മാത്രം.... മറ്റൊരു ശരീര വ്യതിയാനത്തിലേക്ക് ഉയിർക്കാനാകത്ത ശിൽപ്പം.

ഒരു വെളിച്ചം ധൂമകേതുപോലെ പോകുന്നു.... അതിന്റെ സഞ്ചാര പഥത്തിൽ എന്റെ കണ്ണുകൾ പിന്തുടർന്നു.... പ്രഭാതത്തിലൂടെയാണ് അപ്പോൾ നടക്കുന്നത്.... വറണ്ട പാടത്തിലൂടെ... അകലെ കുറെ പെണ്ണു ങ്ങൾ.. കറുത്ത പെണ്ണുങ്ങൾ, പിന്നെയാണ് ആണുങ്ങളുമുണ്ടെന്ന് കണ്ടത്. കറുത്ത മനുഷ്യർ.. സുന്ദരന്മാർ.. ചുരുണ്ട മുടി.... ആഫ്രിക്ക യിലെ കറുത്തവർ.. കുറേ പെണ്ണുങ്ങൾ കുറുകേ കെട്ടിവച്ച തടിയിൽ

പിടിച്ച് കറ്റ ചവിട്ടി മെതിക്കുന്നു. കുറേപ്പേർ കറ്റ ചുമന്നുകൊണ്ടിടുന്നു. ആണുങ്ങൾ പൊലി കാറ്റിൽ തൂറ്റുന്നു. ചിലർ കാളകളെ കണ്ടത്തിൽ നുകം വച്ചുകെട്ടുന്നു. ചിലർ നിലം പൂട്ടുന്നു. തപ്പു താളങ്ങളിൽ മുറുകി ഉണരുന്ന സംഘഗാനവും.... ആകാശക്കാഴ്ചയിൽ ഒരു ഗ്രാമീണ ഉത്സവ മാണെന്നേ തോന്നൂ..

ഇപ്പോൾ ഞാൻ നടക്കുകയാണ്. കൊയ്യാത്ത പാടത്തിന്റെ വരമ്പി ലൂടെ... സ്വർണ വർണത്തിൽ കൊയ്യാത്ത പാടം ചാഞ്ഞു കിടക്കുന്നു. വെയിൽ ഒരു സുതാര്യ വസ്ത്രംപോലെ കാറ്റിൽ പാറുന്നു... പെട്ടെന്ന് മറ്റൊരു ദൃശ്യഖണ്ഡം പോലെ എല്ലാം സമീപത്തായി. ആരവങ്ങൾ.. നിറയെ ആളുകൾ... വലിയ ആൾപ്പെരുമയിൽ കാഴ്ചയുടെയും കേൾവി യുടെയും സുഖത്തിൽ ആർത്ത് നിൽക്കുമ്പോഴാണ് പാത്രങ്ങൾ വീണു. ണ്ടാകുന്ന നശിച്ച ഒച്ച.. ഒരു മാനസിക രോഗി അലറി വിളിക്കുന്നുണ്ട്. കണ്ണു തുറന്നപ്പോൾ വൈദ്യുതബൾബുകൾ ഉണ്ട്.. ലൈറ്റുകൾ അണ ച്ചിട്ടില്ല.. രാത്രിയുടെ അകവും പകലിന്റെ പുറവും. ഇരുലോകങ്ങളുടെ അസ്വസ്ഥതയിൽ ഞാൻ എഴുന്നേറ്റിരുന്നു.. കണ്ണുകളടച്ച്... എല്ലാം ശാന്ത മായപ്പോൾ സീത കാണിച്ച കാഴ്ചകളിലേക്ക് പിന്തുടർന്നു.

കാഴ്ചയിൽ വനം... വൻ വൃക്ഷങ്ങളും വള്ളിപ്പടർപ്പുകളും. കുറേ സ്ഥലം കുറ്റിക്കാടാണ്. അവിടെ മുളങ്കാടാണ്. മുളങ്കാടിനുമപ്പുറം ഒഴു കുന്ന പുഴ... മുളങ്കാട്ടിൽ ഒരിടത്ത് മറഞ്ഞിരിക്കയാണ് അവൻ.. നേരത്തെ പാടത്ത് കണ്ട കറുത്തവരിൽ ശ്രദ്ധയിൽ പെട്ട ഒരു കറുത്ത സുന്ദരനു ണ്ട്. ഒരു കറുത്ത സൂര്യൻ.. അവൻ തന്നെയാണോ ഇത്.. ഒരുപാട് കാല ങ്ങൾക്ക് മുൻപ്.. യുഗങ്ങളുടെ കാലവ്യത്യാസത്തിൽ.....

അപ്പോഴാണ് ഒരു ഞരക്കം. വേദനയോടുള്ള വിളി... ഒരു സ്ത്രീ ശബ്ദം... ആദ്യം അവന് ഏതോ മൃഗത്തിന്റെ ശബ്ദമായാണ് തോന്നിയത്. അതുകൊണ്ട് തന്നെ ആ ശബ്ദം വരുന്ന വഴി അവൻ കാതോർത്തു. പേടമാനോ കാട്ടാടോ ഒക്കെ പ്രസവിക്കുമ്പോൾ അവൻ അവയുടെ ശുശ്രൂഷയ്ക്കായി എത്തും. അതൊക്കെ അവന്റെ ആനന്ദങ്ങളാണ് ഇപ്പോൾ ഇത്.... വീണ്ടും ശ്രദ്ധിച്ചപ്പോഴാണ് ഒരു സ്ത്രീ ശബ്ദം. അവന്റെ വർഗത്തെ പോലെ കാട്ടുജാതിയല്ല.. ശബ്ദം കേട്ടാലറിയാം... ഭാഷയും... അവൻ ശബ്ദം കേട്ടിടത്തേക്ക് ഓടി. മുളങ്കാട്ടിനപ്പുറം പാതിശരീരം ഒഴു കുന്ന പുഴയിലും പാതിശരീരം പുഴക്കരയിലുമായി ഒരു പെണ്ണ്. തീരെ അവശയാണ്.. കണ്ണുകൾ അർദ്ധ ബോധത്തിലെന്ന പോലെ...

നാഗരികർ ധരിക്കുന്നതുപോലെ ഒരു വെളുത്ത ഒറ്റച്ചേലയിൽ ശരീ രവും മാറും മറച്ചിട്ടുണ്ട്. അവൻ അവളുടെ അടുത്ത് വന്ന് നോക്കി... അവൾ ഗർഭിണിയാണ് പൂർണ ഗർഭിണി. അവൻ വന്നടുത്തിരുന്നപ്പോൾ അവൾ ആളനക്കം അറിഞ്ഞ് തളർന്ന കണ്ണുകൾ തുറക്കാൻ ശ്രമിച്ചു. ഒരു പുരുഷൻ.. അവളിലെ ഭയം കലർന്ന ഞെട്ടൽ ഒരുനിമിഷം കൂടി നിന്നില്ല.

അവന്റെ കണ്ണുകളിൽ അവൾ കണ്ടു. ഉൽക്കണ്ഠ, സ്നേഹം, കരുണ, ജന്മാന്തരബന്ധം.... "എന്നെ സഹായിക്കൂ..." അവൾ മന്ത്രിച്ചു. അവൾ ഒരു സ്ത്രീ. നഗരസ്ത്രീ...തൊടാൻ പാടുണ്ടോ എന്നതിൽ അവൻ ശങ്കിച്ചു നിന്നു. അവൾ തളർന്ന കൈകൾ അവന്റെ നേരെ നീട്ടി.. അവൻ അവന്റെ ബലിഷ്ഠമായ കൈകളിൽ അവളെ എടുത്ത് നടന്നു...

അവൻ നടന്നു...തന്റെ കുടിലിലേക്ക്.. വഴിയിൽ പേടമാനുകൾ എന്തോ പന്തികേടെന്ന് കണ്ട് നോക്കി നിന്നു. കുരങ്ങുകൾ മരച്ചില്ലയിൽ പ്രത്യേക ശബ്ദം പുറപ്പെടുവിച്ചു...

പാറകളിലൂടെ ഒഴുകുന്ന തെളിഞ്ഞ നീരൊഴുക്കിന്റെ അരികിൽ ഒരു പാറയുടെ മേലാണ് അവന്റെ പുല്ലുമേഞ്ഞ കുടിൽ.

പാറയിലെ പടിക്കെട്ടുകളിലൂടെ അവൻ അവളേയും എടുത്ത് കുടിലിൽ എത്തുന്നതിനുമുൻപേ വിളിച്ചു:

അമ്മോ...അമ്മോ....

വയസായ അമ്മ കുടിലിൽ നിന്ന് പുറത്തേക്ക് തല കാണിച്ചു. തന്റെ മോൻ ഒരു പെണ്ണിനെ എടുത്ത് വരുന്നത് കണ്ട് അവർ അന്തംവിട്ടുനിന്നു.

കാട്ടിൽ വസിക്കുന്നവർക്ക് ചില ധർമ്മങ്ങളും നീതികളുമുണ്ട്. അത് ലംഘിക്കാൻ ആരും മുതിരില്ല. വിനോദത്തിന് വേണ്ടി വേട്ടയാടൽ അവർക്ക് നിഷിദ്ധമാണ്. മൃഗങ്ങൾ ഇണചേരുന്ന കാലത്ത് അവയെ കൊന്നുകൂടാ. ഗർഭിണിയായ മൃഗത്തിനെ കൊന്നുകൂടാ...... ഇങ്ങനെയൊക്കെ നിഷ്ഠകൾ.. നാഗരികർ കാട്ടിലിറങ്ങി മൃഗങ്ങളെ വേട്ടയാടുകയും.... കാട്ടിലെ പെണ്ണുങ്ങളെ പിടിച്ചകൊണ്ടുപോയി ഉപയോഗം കഴിഞ്ഞ് കാട്ടിൽ തന്നെ വലിച്ചെറിയുകയും ചെയ്യുന്നതിന്റെ കഷ്ടതകൾ അവർ അനുഭവിക്കുന്നുണ്ട്....

"മോനേ രത്താ... എന്തോന്നാടാ ഇത്... എനിക്കൊന്നും മനസിലാകുന്നില്ലല്ലൊ...." അവന്റെ അമ്മ പറഞ്ഞു.

"കാട്ടിൽ കിടന്നു ഇവൾ. വയറ്റിണ്ണിയാണമ്മ... ഇപ്പം പെറും" രത്തൻ പറഞ്ഞു.

"അയ്യോ മോനെ ഇങ്ങോട്ട് കിടത്ത്" എന്ന് പറഞ്ഞ് അവർ രണ്ടുപേരും കൂടി അവളെ പനയോല കൊണ്ടുള്ള പായിൽ പുല്ലുകൾ വിതിർത്തിട്ട് അതിൽ കിടത്തി. അവൾക്ക് ബോധം നശിച്ചതുപോലെ കാണപ്പെട്ടു.... ദുർബലമായ ഞരങ്ങൽ അപ്പോഴുമുണ്ട്. രത്തന്റെ അമ്മ അവനോട് ഏതോ ഔഷധങ്ങളുടെ പേര് പറഞ്ഞ് ഓടിപ്പോയി കൊണ്ടുവരാൻ പറഞ്ഞു.. നിമിഷങ്ങൾക്കകം ഔഷധച്ചെടികൾ എത്തിച്ച് അത് അരച്ച് പിഴിഞ്ഞ് കുമ്പിളിലാക്കി കൊടുത്തിട്ട് അക്ഷമനായി തെളിനീരിനരികെ പാറമേൽ ഒഴുക്കിലേക്ക് നോക്കിയിരുന്നു, രത്തൻ... തെളിനീരിൽ മീനുകൾ ചാഞ്ചാടി കളിക്കുന്നു. ഒരു പൊന്മാൻ തക്കം പാർത്തിരിക്കുന്നു...

അധിക സമയം കഴിഞ്ഞില്ല. പുതുജന്മത്തിന്റെ കരച്ചിൽ കേട്ടു. ഒപ്പം രത്തന്റെ അമ്മയുടെ നീട്ടിയുള്ള കുരവയും. പ്രത്യേകരീതിയിൽ സംഗീ

താത്മകമായി ശബ്ദ വിറയലോടെ നീണ്ടുനിൽക്കുന്നതാണ് അവരുടെ കുരവ.

രത്തൻ വിളിച്ചു ചോദിച്ചു... "അമ്മോ...കൊച്ചിനും തള്ളയ്ക്കും സുഖം തന്നെ..."

രത്തന്റെ അമ്മ കുടിലിൽനിന്ന് വിളിച്ചു പറഞ്ഞു... "ഇത് ആങ്കൊച്ചാണ്... ഇരട്ടയാണ് മോനെ... കൊഴപ്പം ഒന്നും വരത്തില്ല...ആണ്ടവൻ തുണ."

രത്തൻ ആഹ്ലാദത്തിമിർപ്പോടെ മൃഗത്തിന്റെ തോലിൽ തീർത്ത തന്റെ താളവാദ്യമെടുത്ത് കൊട്ടാൻ തുടങ്ങി. കുരവയും കൊട്ടും കേട്ട് കാട്ടിന്റെ പല ഭാഗത്തുനിന്നും ആൾക്കാർ ഓടിക്കൂടി... രത്തൻ നിർത്താതെ കൊട്ടുകയാണ് കാര്യമറിയാതെ ആണും പെണ്ണുമായി വലിയൊരു കൂട്ടം അവിടെയെത്തി. രത്തന്റെ വീട്ടിൽ പെറാനിപ്പം ഒരു പെണ്ണും അവരുടെ അറിവിലില്ല...അവരങ്ങനെ പരസ്പരം സംശയിച്ചും തമ്മിൽ തമ്മിൽ കുശുകുശുത്തും നിൽക്കുമ്പോൾ രത്തന്റെ അമ്മ പുറത്തു വന്ന് നീട്ടി ഒരു കുരവയിട്ടു...

കാര്യമെന്തെന്ന് പൂർണമായറിഞ്ഞില്ലെങ്കിലും കൂട്ടത്തിലുണ്ടായിരുന്ന പെണ്ണുങ്ങളെല്ലാം കുരവയിട്ടു... കൂട്ട കുരവ... അവിടന്നും ഇവിടന്നും തപ്പും ചെണ്ടയുമായെത്തിയവർ മേളവും തുടങ്ങി. ആണും പെണ്ണും കൈകോർത്ത് അതിനനുസരിച്ച് ചുവടുകൾ വച്ച് നൃത്തം ചെയ്തു.

കൊട്ടും കുരവയും പുറത്ത് നടക്കുമ്പോൾ രണ്ടും ആൺകൊച്ചുങ്ങളാണ് എന്ന് വിളിച്ച് പറഞ്ഞ് രത്തന്റെ അമ്മ അകത്തേക്ക് പോയി.

രണ്ടും രണ്ടു പാത്രമായിട്ടേ ഉള്ളൂ... കുഞ്ഞുങ്ങളെ ചണം കൊണ്ട് നെയ്തെടുത്ത വസ്ത്രത്തിൽ പുതപ്പിച്ച് കിടത്തി നോക്കുമ്പോഴാണ് ചലന മില്ലാതെ കിടക്കുന്ന ആ സ്ത്രീയുടെ ഗുരുതരാവസ്ഥ അവർ ശ്രദ്ധിച്ചത്.... അവർ പുറത്ത് വന്ന് വിളിച്ചു പറഞ്ഞു. കാട്ടിലെ മുഖ്യ രോഗ ചികിത്സകനെ കൂട്ടാൻ ചിലർ ഓടി. ചിലർ പച്ചമരുന്നുകൾ പറിക്കാൻ...

ചലനമറ്റ് ബോധം ഇല്ലാതെ കിടന്ന ആ ശരീരത്തെ രത്തന്റെ അമ്മയും കാട്ടിലെ മുഖ്യ രോഗചികിത്സകനും കാട്ടിലെ പച്ചമരുന്നുകളും കൂടി ജീവിപ്പിച്ചെടുത്തു. പിന്നെ ദിവസങ്ങൾ നീണ്ട ശുശ്രൂഷ. എല്ലാം പുതിയ അനുഭവങ്ങൾ പുതിയ ആചാരങ്ങൾ.. സ്നേഹം മാത്രമുള്ള മനുഷ്യർ, കാപട്യമില്ലാത്തവർ. ചികിത്സയുടെ നീണ്ടനാളുകൾ അവൾക്ക് മറവിൽ കിടന്ന തന്റെ സത്തയിലേക്കുള്ള സഞ്ചാരത്തിന്റെ തപസായിരുന്നു.

അവൾ സീത, ഓർത്തു. രാമനുമൊത്തുള്ള ജീവിതം.... രാമന്റെ വീര പരാക്രമങ്ങളിൽ അവൾ അഭിമാനിച്ചത്. വനവാസ കാലത്ത് ഒരു മൃഗത്തെ വേട്ടയാടിപിടിച്ചുകൊണ്ടുവരുമ്പോഴും വനവാസികളെ കൊന്നു വീഴ്ത്തുമ്പോഴും അവൾ അഭിമാനിച്ചു. ആനന്ദിച്ചു...രാമൻ കാട്ടിലേക്ക് വരേണ്ടി വന്നത് അത്തരം ചില ധർമങ്ങൾ നിറവേറ്റാനാണെന്നുള്ള കേൾവിയിൽ അവളും വിശ്വസിച്ചു.

സ്ത്രീത്വത്തിന്റെ ലാഞ്ചനകൾ മുളയ്ക്കാൻ തുടങ്ങുന്നതിനും മുൻപേ മനസിന്റെയും ശരീരത്തിന്റെയും ധർമങ്ങൾ അറിയുന്നതിനും മുൻപേ, ഇഷ്ടാനിഷ്ടങ്ങൾ ബാല്യത്തിന്റെ കളികളിലും കൗതുകങ്ങളിലുമായിരുന്ന കാലത്ത്, വളർത്തച്ഛൻ സ്നേഹത്തോടെ പൊന്നും പണവും ദ്രവ്യങ്ങളുമായി ഒരു പുരുഷന്റെ കരങ്ങളിൽ ഏൽപ്പിച്ചു. അതാണ് വ്യവസ്ഥ. അതാണ് പരിഷ്കൃത ലോകത്തിന്റെ ലോകം... ശരികൾ... പതിവ്രതയായ ഭാര്യ ആയിരിക്കേണ്ടതെങ്ങനെ എന്ന് ഉപദേശിച്ചാണ് വളർത്തച്ഛൻ അവളെ ദാശരഥിയുടെ കൂടെ യാത്ര അയച്ചത്.

പുരുഷന്റെ കൈവിരലുകൾ തന്റെ ശരീരത്തിലെ രോമകൂപങ്ങളെ ഉണർത്തി. താൻ ഇതുവരെ അറിഞ്ഞതൊന്നുമല്ല ഈ ശരീരാവയവങ്ങൾ എന്ന പുതിയ ഒരറിവ്... ഓരോ അവയവും പുതിയ ഒന്ന്..അവയ്ക്കൊക്കെ പുതിയ ധർമം... ശരീരമാസകലം ലൈംഗികമായി..തന്റെ ശരീരത്തിൽ മുളച്ചു പൊന്തിയ അവയവങ്ങൾ... രോമങ്ങൾ മുളയ്ക്കാൻ തുടങ്ങിയ ശരീരഭാഗങ്ങൾ...ഇതൊക്കെ നവ്യമായ രസങ്ങൾ തരുന്നത്, ആനന്ദത്തിന്റെ പ്രസരങ്ങൾ തരുന്നത് അവൾ അറിഞ്ഞു.... നാദം ഒളിപ്പിച്ച തന്ത്രിപോലെ അവൾ അവളെ അറിഞ്ഞു. ഉമ്മ വയ്ക്കുന്നത് വെറും സ്നേഹമല്ലെന്നും.. വിദ്യുത്പ്രവാഹത്തിന്റെ ഒഴുക്കുപോലെ ദേഹമാകെ പടരുന്ന അത് ശരീരത്തിനെയും മനസിനെയും ലയിപ്പിക്കുന്ന ഒരു ഒന്നാണെന്നും അവൾ അറിഞ്ഞു. അവൾ യാഥാർഥ്യങ്ങളിൽ സ്വപ്നാലുവായി.. സ്വപ്നങ്ങളിൽ മറന്നു. രാമന്റെ യൗവനതീക്ഷ്ണത സീതയെന്ന പെൺശരീരത്തിൽ കേളിയാടി... ശരിക്കും അവനത് കേളിതന്നെയായിരുന്നു. അവൾക്ക് സ്വന്തം ഉണ്മയെ പ്രകാശിപ്പിക്കാവുന്ന മാധ്യമം എന്ന സാധ്യത ആ സ്ത്രീ ശരീരത്തിൽ അടഞ്ഞു.... ആ ശരീരം ആകവേ ജീവൻ കൽപ്പിക്കപ്പെട്ട വസ്തുവായി.

"സീതേ ഞാൻ നിന്നെ പ്രണയിക്കുന്നു." അവൻ പറഞ്ഞു. രാമന് അപ്പോൾ സത്യമായും അങ്ങനെ തോന്നുകതന്നെ ചെയ്തു. ആ തോന്നലിൽ അവൻ സന്തോഷിച്ചു. ഇവൾ എന്റെ മാത്രം, എനിക്കു സ്വന്തം. മറ്റൊരു പുരുഷനിൽ നോട്ടമോ ചിന്തയോ ഉണ്ടായിക്കൂടാത്ത തന്റെ മാത്രം പെണ്ണ്... എല്ലാ പുരുഷനുമുള്ള അവകാശം... തനിക്ക് ഇപ്പോൾ ഇതാ ഇവൾ സീത...മൈഥിലി, ജാനകി.. രാമപത്നി..

"ഞാൻ നിന്നെ പ്രണയിക്കുന്നു. നീ എന്റേതുമാത്രമല്ലേ... നീ, ഈ ശരീരം..."

ശരീരം പൂർണമായും മറ്റൊരാളുടേതു മാത്രമാകുമ്പോൾ അവളുടെ ആത്മാവിന് അവളിലേക്ക് ജന്മം കൊള്ളാനാവാതെ പോകുമെന്ന അറിവ് മുളയ്ക്കാത്ത വിത്തുപോലെ കിടന്നു....

"ഈ ശരീരം ...ഈ സൗന്ദര്യം...ഈ യൗവനം എന്റേത് മാത്രം..."

സീത ആ മന്ത്രണത്തിൽ മതിമറന്നു സന്തോഷിച്ചു.

സ്വന്തം പുരുഷനു മുന്നിൽ നഗ്നമേനിയിൽ നിൽക്കുമ്പോൾ അവൾ അറിഞ്ഞു, കാണപ്പെടലിന്റെ സുഖം.

അച്ഛൻ ഭർതൃഗൃഹത്തിലേക്ക് യാത്ര അയയ്ക്കുമ്പോൾ പറഞ്ഞ വാക്കുകൾ അവൾ സദാ പാലിക്കുന്നുണ്ട്... പാതിവ്രത്യമാണ് അച്ഛൻ ഉപദേശിച്ചത്. എന്താണ് പാതിവ്രത്യം... എങ്ങനെയായിരിക്കണം ഒരു പതിവ്രതയായ ഭാര്യ... ജനകൻ അവളോട് വിശദമായി പറഞ്ഞു.

പാതിവ്രത്യം പാലിക്കുക, പക്ഷേ, തന്നിൽ ചേർന്നിരിക്കുന്ന ഒരു ശീലം പോലെയേ അവൾക്ക് തോന്നിയുള്ളൂ... ഒരു പെൺകുഞ്ഞ് ജനിക്കുന്നതേ പതിവ്രതയായി ആണ് എന്നാണ് അവൾക്ക് തോന്നാറുള്ളത്. ആ അടഞ്ഞ വാതിലിനുള്ളിൽ പെണ്ണിന് എല്ലാം സംതൃപ്തമാണ്.

വനവാസകാലത്ത് അവൾ, പതിവ്രതയായ സീത, ഭർത്താവിന്റെ അനുജനോട് പറഞ്ഞു: "മറ്റൊരു പുരുഷനെ സ്പർശിക്കേണ്ടി വന്നാൽ ആത്മഹത്യയല്ലാതെ എനിക്ക് വേറെ വഴിയില്ല... അങ്ങനെ വന്നാൽ ഗോദാവരിയിൽ ചാടിയോ വിഷം കഴിച്ചോ തീയിൽ ചാടിയോ ഞാൻ മരിക്കും."

ഒരു നേരം രാമനെ കാണാതിരിക്കുക അവൾക്ക് വയ്യ... സദാ രാമമന്ത്രം മാത്രം... രാമൻ പുരുഷൻ നിർവഹിക്കേണ്ട ലോകകാര്യങ്ങൾക്കായി പോകുമ്പോൾ അവൾ രാമാ നാമം മനസിൽ മന്ത്രിച്ച് സ്വപ്നത്താലെന്ന പോലെ അന്തഃപുരത്തിലെ ജനാലയിലൂടെ പുറത്തുനോക്കി ഇരിക്കും... ചിറ്റമ്മ കൈകേയിക്ക് അച്ഛൻ കൊടുത്ത വരം, അങ്ങനെ അച്ഛന്റെ ഇംഗിതത്തിനായി രാമൻ പതിനാലുവർഷം വനവാസത്തിനായി പോകുന്നു എന്നറിഞ്ഞ് അവൾ തളർന്നു.... രാമന്റെ അരികിലേക്കവൾ ഓടി...അവളെ കൂടി കാട്ടിലേക്ക് കൊണ്ടു പോകുക രാമൻ ചിന്തിച്ചിരുന്നില്ല.... എന്തേ രാമൻ അങ്ങനെ ചിന്തിക്കാതെ പോയത്. പ്രണയിക്കുന്നു എന്ന് പറഞ്ഞിട്ട് ഒരു നിമിഷവും കാണാതെ നിൽക്കാനാവില്ല എന്ന് പറഞ്ഞിട്ട്... രാമന്റെ കൂടെ പോകാൻ കഴിഞ്ഞില്ലെങ്കിൽ മരണമല്ലാതെ മറ്റു മാർഗമില്ല എന്നു തന്നെ സീത ചിന്തിച്ചു.

യഥാർഥത്തിൽ രാമൻ അത്രയ്ക്കങ്ങ്. ഓർമിച്ചില്ല. രാമൻ എന്ന പുരുഷന് ഒരുപാട് ലോകങ്ങൾ ഉണ്ടായിരുന്നു.

കാനന ജീവിതത്തിന്റെ ദുർഘടങ്ങൾ അവൻ അവളോട് പറഞ്ഞു.

പക്ഷേ, രാമനുമൊത്തുള്ള വനവാസം അവൾക്ക് പുരീവാസത്തെക്കാൾ ആനന്ദകരമായിരുന്നു. അയോദ്ധ്യയിൽ രാമന് എപ്പോഴും അവളുടെ അരികിൽ തന്നെ നിൽക്കാൻ പറ്റില്ല... നായാട്ട്, യുദ്ധം, മഹർഷിമാർക്ക് യാഗം നടത്തുമ്പോൾ രാക്ഷസശല്യം ഇല്ലാതെ കാത്തുകൊള്ളൽ, രാജ്യകാര്യങ്ങളിൽ അച്ഛനെ സഹായിക്കൽ ഇങ്ങനെ പല ജോലികളാണ്. വിവാഹം കഴിഞ്ഞ ആദ്യ നാളുകൾ മറ്റൊന്നിനും പോകാതെ മണിയറയിൽ സീതയ്ക്കൊപ്പം എപ്പോഴും... പിന്നെ കുറേശെ അതു കുറഞ്ഞപ്പോൾ സീത പിണങ്ങി...

"ഇങ്ങനെ പിണങ്ങിയാലോ... നോക്കിനടത്തേണ്ട ഉത്തരവാദിത്വങ്ങളില്ലേ... കൊച്ചുകുട്ടിയെപ്പോലെയാലോ..."

'ഞാൻ കൊച്ചുകുട്ടിയല്ലേ' അവൾ വിചാരിച്ചു... പിന്നെ പറകയും ചെയ്തു.

"നീ ഇപ്പോൾ കൊച്ചുകുട്ടിയല്ല.. രാജകുമാരന്റെ പത്നിയാണ്.. രാജ്ഞിയാകാൻ പോകുന്നവൾ.." രാമൻ പറഞ്ഞു...

സീത ഓർത്തു കൊച്ചുകുട്ടിയായി കളിച്ചു നടക്കുമ്പോഴാണ് വില്ലു മുറിച്ച് ജേതാവായി തന്നെ വിവാഹം കഴിക്കുന്നത്... രാമനെ താൻ സ്വയം വരിച്ചതല്ല..എന്നിട്ടും സ്വയംവരമെന്ന് പേർ... വിവാഹം നടക്കുമ്പോൾ താഴത്തെ മോണയിൽ രണ്ടു പല്ലടർന്നുപോയിരുന്നു... പല്ലടർന്നു കുരുക്കുന്ന കുട്ടിക്കാലത്ത് ശരീരം ലൈംഗിക വസ്തുവായി... മാംഗല്യം കഴിഞ്ഞ് അയോദ്ധ്യയിലേക്ക് പോകുന്ന വേളയിൽ, നടന്ന് കാൽ കഴയ്ക്കുമ്പോൾ, പുഴ കടക്കുമ്പോൾ രാമൻ തന്നെ കുഞ്ഞുങ്ങളെ ഒക്കത്ത് എടുക്കുന്നതുപോലെ എടുത്തിരുന്നത് സീത ഓർത്തു... കാട്ടിൽ വേട്ടയാടൽ, വനവാസികളെ ആക്രമിച്ച് കൊല്ലൽ... ഇതുകഴിഞ്ഞാൽ സീതയോടൊത്ത് രമിക്കൽ തന്നെ വിനോദം... ലക്ഷ്മണനെ കാവൽ നിർത്തി അവർ കാട്ടുചോലയിൽ കുളിയ്ക്കാനിറങ്ങും... കാട്ടിന്റെ അപാരതയിൽ സ്ഫടികമണി പോലത്തെ വെള്ളത്തിൽ നീന്തിത്തുടിക്കും... ആകാശത്തിന്റെ കീഴെ വനഭംഗികൾക്ക് നടുവിൽ രതിലീലകളിൽ കാലം പോകുന്നതറിയാതെ കഴിഞ്ഞ വർഷങ്ങൾ... അതിരുകളില്ലാത്ത പ്രണയമായി അതൊക്കെ അറിഞ്ഞനുഭവിച്ച നാളുകൾ.

പക്ഷേ, രാവണൻ സീതയെ അപഹരിച്ച് കൊണ്ടുപോയത് പെണ്ണ് അപഹരിക്കപ്പെടാവുന്ന സാധനം ആണെന്ന പൊതുബോധത്തെ പിൻപറ്റിയാണ്. യുദ്ധത്തിൽ ജയിക്കുന്ന രാജാവ് തോൽപ്പിക്കപ്പെടുന്ന രാജ്യത്തിലെ പൊന്നും പണവും പെണ്ണും അപഹരിക്കുന്നത് ഏതൊരു കഥയിലാണ് ഇല്ലാത്തത്. അത് ഒരു പ്രകൃതിനിയമം പോലെ അങ്ങനെ നടന്നിരുന്നു. കഥകളിലും കവിതകളിലും കലഹവിഷയം കനകവും കാമിനിയും.... രണ്ടും അപഹരിക്കപ്പെടാവുന്ന യുദ്ധം ചെയ്ത് നേടാവുന്ന സാധനങ്ങൾ...

സാലവൃക്ഷത്തിന്റെ കമ്പുകളും കല്ലുകളുമല്ലാതെ മറ്റായുധങ്ങൾ ഇല്ലായിരുന്ന ഖരനും ദൂഷണനും ഉൾപ്പെടെയുള്ള അസുരന്മാർ രാമന്റെ ദിവ്യസ്ത്രങ്ങൾക്ക് മുന്നിൽ കൂട്ടത്തോടെ ചത്തൊടുങ്ങിയപ്പോൾ അതിന് പ്രതികാരമായിട്ടായിരുന്നു പെണ്ണിനെ തട്ടിക്കൊണ്ടു പോയത്... പതിനാലായിരം പേരെ കൊന്ന് ജനസ്ഥാനത്ത് തന്റെ ആൾക്കാരെ രാമൻ നിശ്ശേഷം വകവരുത്തിയതിന്റെ പ്രതികാരം. രാമനെ അങ്ങേയറ്റം അപമാനിക്കാനുള്ള മാർഗം. രാമന്റെ ഭാര്യയുടെ മേൽ കൈവയ്ക്കുകയല്ലാതെ മറ്റെന്താണ്.

രാവണനെ വധിച്ച് അപഹരിക്കപ്പെട്ട ധനം, സീതയെ വീണ്ടെടുത്തു കഴിഞ്ഞശേഷം സീത കണ്ട രാമൻ അവളെ ഞെട്ടിച്ചു... അത് അവൾക്ക് പുതിയ ഒരു രാമനായിരുന്നു.... രാജാവും അക്രമണോത്സുകനും ശത്രുനിഗ്രഹത്തിലെ വിജയോന്മാദിയും ഒക്കെയായി നിന്ന രാമനിൽ അവൾ ഒരു കാമുകനെ പ്രണയിനിയെ കണ്ടില്ല. രാമന്റെ കഠോരമായ വാക്കുകൾ അവളുടെ കർണത്തിലല്ല ചങ്കിലാണ് തുളച്ചുകയറിയത്. പാതിവ്രത്യം

രാവണന്റെ ഔദാര്യത്തിലെങ്കിലും കാത്തുസൂക്ഷിക്കാൻ കഴിഞ്ഞിട്ടും തന്റെ വാക്കുകളെ വിശ്വസിക്കാനാകാത്ത ഒരുവന്റെ കൂടെ പിന്നെയും ജീവിക്കുന്നതിന്റെ വ്യത്തികേട് അന്ന് സീതയുടെ അനുഭവം ആകുക സാധ്യമല്ല... അത്രയ്ക്ക് മൂടിപ്പോയ ഒരു ആത്മതയായിരുന്നു സീത എന്ന സ്ത്രീ.... എന്നെ ഉപേക്ഷിക്കല്ലെ എന്ന് കരയാൻ മാത്രം കഴിയുന്ന സ്ത്രീ.... ഞാൻ എന്തു പരീക്ഷണവും നേരിടാം എന്ന് കേഴുന്ന സ്ത്രീ.... അതായിരുന്നു സീത...

സ്ത്രീക്ക് അഭയം വേണം. ആരുടെയെങ്കിലും സംരക്ഷണമില്ലാതെ ജീവിക്കാനാകില്ല. എന്ന നിലയിൽ അവളിലെ അവൾ അവളറിയാതെ മൂടപ്പെട്ടിരുന്നു.... ഒരു വളർത്തുമൃഗം പോലെ....

രാമൻ പറഞ്ഞതെന്താണ്: "മറ്റൊരു പുരുഷനോട് കഴിഞ്ഞനാളുകളിൽ നിന്റെ ചാരിത്ര്യം നഷ്ടപ്പെട്ടില്ലെന്ന് പറഞ്ഞാൽ അതെനിക്ക് വിശ്വസിക്കാനാകില്ല. ഞാൻ വിശ്വസിച്ചാലും ഈ ലോകത്ത് ആരും തന്നെ അതു വിശ്വസിക്കില്ല. നിനക്ക് പോകാം.... എങ്ങോട്ടെങ്കിലും പോകാം..... ഇതാ അഷ്ടദിക്കുകളും നിനക്കായി തുറന്നു കിടക്കുന്നു..... പോകൂ എന്റെ മുന്നിൽനിന്ന്. പോകൂ. നിന്നെ സ്വീകരിക്കാൻ കാത്തുനിൽക്കുന്ന പുരുഷന്മാർ ഏറെപ്പേർ ഈ കൂട്ടത്തിൽ തന്നെ കാണും.... ഇനി നീ എന്റേതല്ല."

സീതയെ വീണ്ടെടുക്കാനല്ലേ ഈ യുദ്ധവും കൂട്ടക്കൊലകളും നടത്തിയത്, പിന്നെ എന്തേ രാമൻ ഇപ്പോൾ ഇങ്ങനെ എന്ന് അന്തിച്ചു നിന്നു ഹനുമാനും വാനരപ്പടയും. അവർക്കും കൂടി കേൾക്കാൻ വേണ്ടി ഉച്ചത്തിൽ രാമൻ വിളിച്ചു പറഞ്ഞു:

"ഞാൻ യുദ്ധം ചെയ്തത് ഇവൾക്ക് വേണ്ടിയല്ല. പരപുരുഷൻ ഉപയോഗിച്ച ഉച്ചിഷ്ടത്തിനായി ഒരു പുരുഷനും പട പൊരുതില്ല. അങ്ങനെ പടപൊരുതാൻ ഒരു വിഡ്ഢിയല്ല ഞാൻ. ഞാൻ യുദ്ധം ചെയ്തത് എന്റെ വിജയത്തിനാണ്. എന്റെ മാനം വീണ്ടെടുക്കാൻ. രാമനോട് ആരും കളിക്കരുതെന്ന് ഈ ലോകത്തെ ബോധ്യപ്പെടുത്താൻ.... ഒരുവന്റെ രാജ്യം കൈക്കലാക്കുന്നതിനേക്കാൾ അപമാനകരമാണ് പെണ്ണിനെ കൈക്കലാക്കുന്നത്. അത് ആ പുരുഷത്വത്തെ ചോദ്യം ചെയ്യലാണ്. അഭിമാനം വീണ്ടെടുക്കാൻ യുദ്ധം ചെയ്ത് വിജയിക്കുക. അതെന്റെ ധർമമാണ്. ഒരു ഭൂമിപതിയുടെ ധർമം. ഞാൻ, ദാശരഥിയായ രഘുരാമൻ പ്രഥമമായും ഭൂമി പതിയാണ്..... സീതാപതിയായിരിക്കുന്നത് അവൾ എന്റേതായിരുന്നപ്പോൾ മാത്രം."

ഇങ്ങനെയൊക്കെ പറഞ്ഞ രാമനെ മാത്രമായി എന്തിനു കുറ്റപ്പെടുത്തണം സീത വിചാരിച്ചു..... സഹസ്രാബ്ദങ്ങളിലൂടെ ഉണ്ടായ പൊതുബോധത്തിന്റെ ഒരു കണ്ണി മാത്രമായിരുന്നു രാമൻ എന്ന സാധാരണ മനുഷ്യൻ. ആത്മീയതയുടെ ലാഞ്ഛന ഉണ്ടായിരുന്നെങ്കിൽ അയാൾ കാലത്തിന്റെ ഇരുണ്ട പേടകത്തിൽ കിടക്കുന്ന പൊതുബോധത്തിന് അടി

മയായ കേവല മനുഷ്യൻ ആകുമായിരുന്നില്ല. കഥയായ് കാലത്തിന്റെ വാഹനത്തിൽ ദൈവമായി മനുഷ്യമനസിൽ, രാഷ്ട്രീയത്തിൽ.

അധീശവർഗത്തിന്റെ ബോധമാണ് അതതുകാലത്ത് ദൈവങ്ങളെയും സാഹിത്യത്തെയും പ്രത്യയശാസ്ത്രത്തെയും ഉണ്ടാക്കുന്നത് എന്ന വെളിച്ചവുമായാണ് കാലത്തിന്റെ കെട്ടുപാടുകളിൽനിന്ന് സീത ഈ വനസ്ഥലിയിൽ ഒറ്റപ്പെടലിനും പേറ്റുനോവിനും ബോധമറ്റ നാളുകൾക്കും ശേഷം ഒരു പുതുജന്മമായി ഉണർന്നത്.

സീത ചിന്തിച്ചു....

ഞാനും കാലത്തിന്റെ കെട്ടുപാടിലും അതിന്റെ പൊതുബോധത്തിലുമായിരുന്നല്ലോ.... അല്ലെങ്കിൽ ഞാനെന്തിന് എന്റെ പാതിവ്രത്യം തെളിയിക്കാൻ തയാറായി, രാമനെ, പൊതുലോകത്തെ ബോധ്യപ്പെടുത്താൻ....

അധികാരത്തിനും സമ്പത്തിനുമായി പുരുഷൻ നടത്തുന്ന വെട്ടിപ്പിടിക്കലിന്, ഞാൻ അനുഭവിച്ച കഷ്ടപ്പാടുകൾക്ക് നീയും രാവണനുമാണ് ശിക്ഷയർഹിക്കുന്നത്. മനസുകൊണ്ടും ശരീരംകൊണ്ടും തെറ്റ് ചെയ്യാത്ത ഞാൻ എന്തിന് അഗ്നിപരീക്ഷണം നടത്തണം. ലോകത്തിന്റെ അനീതികൾ ബോധ്യമാകാത്ത ഒരു ജനതയെ ഞാൻ എന്തു ബോധ്യപ്പെടുത്താനാണ്. രാവണൻ എന്നെ ശാരീരികമായി കീഴ്പ്പെടുത്തി എന്നോട് ലൈംഗികമായി ബന്ധപ്പെട്ടു എന്നുതന്നെ ഇരിക്കട്ടെ.. അതിന് ഞാൻ എങ്ങനെ കുറ്റക്കാരിയാകും. നിനക്ക് എന്നെ വേണ്ടെങ്കിൽ എനിക്ക് നിന്നെയും വേണ്ട. നിനക്കുള്ളതുപോലെ സ്വാതന്ത്ര്യം എനിക്കുമുണ്ടാകും. എന്റെ ജീവിതം ഞാൻ തീരുമാനിക്കും.... ഇങ്ങനെയൊക്കെ പറയാമായിരുന്നതാണ്. പക്ഷേ, പറയാൻ കഴിയില്ല.... അങ്ങനെ ഒരു ബോധം ഏത് സ്ത്രീക്കാണ് ഉണ്ടാകാൻ കഴിയുക. ഏതു സ്ത്രീക്കാണ് ഈ ധൈര്യത്തിലേക്ക് സ്വാതന്ത്ര്യത്തിലേക്ക് ഉയരാൻ കഴിയുക.. മോഹാലസ്യപ്പെട്ട് കുഴഞ്ഞ് വീഴുവാനെ സ്ത്രീക്ക് കഴിയുമായിരുന്നുള്ളൂ.

അന്ന്, സീതയെ സംശയത്തോടെ രാമൻ കണ്ട ആ ദിവസം, യുദ്ധവിജയം ആഘോഷിക്കുന്ന ആ വേളയിൽ, ആ മണ്ണിൽ സീത കുഴഞ്ഞുവീണു. ഭൂമീമാതാവിനെ ചേർത്തുപിടിച്ച്.... തന്നെ കീഴടക്കിയവരിൽ നിന്ന് സ്വന്തം മകളെ, മക്കളെ, രക്ഷിക്കാനാകാതെ നിസ്സഹായയായ ഭൂമീ മാതാവിനെ.... സർവംസഹയെന്ന് അവർ പേരിട്ട ഭൂമിമാതാവിനെ...

ഇപ്പോൾ

ഇതാ ഞാൻ വന്നിരിക്കുന്നു അമ്മേ.... കീഴടക്കപ്പെടാത്ത ഇടത്ത്... നിന്റെ നൈസർഗികതയിൽ നിന്റെ മക്കളോടൊത്ത്... അധികാരത്തിന്റെ ഇടനാഴികളിൽ എനിക്ക് ഇടം വേണ്ട ഞാൻ എന്റെ മാതാവിനെ ഭരിക്കുന്ന അവളുടെ മക്കളെ ഭരിക്കുന്ന രാജ്ഞിയാകാനല്ല പിറന്നത്. ഇത് എന്റെ മുക്തിയാണ് പുല്ലുമേഞ്ഞ കുടിലിനെ ഭേദിച്ചെത്തിയ സൂര്യ കിരണങ്ങൾ സാക്ഷിയായി അവൾ അവൾക്ക് വെളിപ്പെട്ടു....

ആത്മപ്രകാശം ദർശനപ്പെട്ടു. ഇതാ ഇപ്പോൾ ഈ ചെറ്റക്കുടിലിൽ വച്ച്.

നഗരത്തീന്ന് വന്ന പെണ്ണിനെ കാട്ടിൽ താമസിപ്പിച്ചാൽ കുഴപ്പം ഉണ്ടാവുമോ എന്ന ഭയം കൂട്ടംകൂടിയപ്പോൾ പലരും പറഞ്ഞു. എല്ലാ വാദങ്ങളും സീത കേട്ടു നിന്നു.... “നീ ആരാണ്” എന്ന ചോദ്യത്തിന് അവൾ ഇങ്ങനെ മാത്രം പറഞ്ഞു.

“ഭൂമിയുടെ മകൾ”

ആളുകൾ അന്തംവിടാനും പിറുപിറുക്കാനും തുടങ്ങി... ഭൂമിയുടെ മകളോ...

“അതെ ഞാൻ ഭൂമിയുടെ മകളാണ്... നിങ്ങളും ഭൂമിയുടെ മക്കൾ അല്ലേ....”

അവർ പരസ്പരം അതെ അങ്ങനെയാണല്ലോ എന്ന് അവർക്കറിയാവുന്ന ഒന്നിനെ തിരിച്ചറിഞ്ഞപോലെ പരസ്പരം നോക്കുകയും. അതോർത്ത് ആഹ്ലാദം മനസിൽ വിരിഞ്ഞത് മുഖങ്ങളിൽ പ്രകാശിക്കുകയും ചെയ്തു.

“പ്രസവിച്ച ഒരമ്മ എനിക്കുണ്ടായിരിക്കാം... ഭൂമിയിൽ രാജ്യം തീർത്ത് ആ രാജ്യം ഭരിക്കുന്ന രാജാവിന്റെ വളർത്തുമകൾ. മറ്റൊരു രാജാവിന്റെ ഭാര്യ. ഞാൻ പ്രസവിച്ചത് അയാളുടെ കുട്ടികളെയാണ്...അയാൾ എന്നെ ഈ കാട്ടിൽ ഉപേക്ഷിച്ചു. ഗർഭിണിയായ എന്നെ കൊന്നുകളയാനായിരുന്നു രാജാവായ എന്റെ ഭർത്താവിന്റെ കൽപ്പന എന്നും ഞാൻ മനസിലാക്കിയിട്ടുണ്ട്... നാഗരികർ അങ്ങനെയാണ്... മാത്രവുമല്ല ജനഹിതം നടപ്പിലാക്കുന്ന എല്ലാർക്കും ഏതുകാലത്തും മാതൃകയായ രാമരാജ്യത്തിലെ രാജാവാണ് ഒരു പെണ്ണിനെ അതും ഗർഭിണിയായ പെണ്ണിനെ ചതിയിൽ കുടുക്കി കാട്ടിൽ ഉപേക്ഷിച്ചത്.... അവരുടെ ധർമശാസ്ത്രങ്ങൾ അതിന് കൂട്ടുനിന്നു.. പുരോഹിതവർഗം അതിനായി ശഠിച്ചു. അദ്ദേഹത്തിന്റെ ഭാര്യ എന്ന ഔദാര്യമില്ല... ഒരു പ്രജയോടുള്ള നീതി... സത്യസന്ധത അതയാൾക്കില്ലാതെ പോയി... ഗർഭകാലത്ത് പണ്ടു താമസിച്ച വനഭാഗങ്ങളിൽ ഒന്നുകൂടി പോയി കാണണം എന്ന ഒരാഗ്രഹം ഞാൻ എന്റെ ഭർത്താവിനോട് പറഞ്ഞുപോയി. അങ്ങനെ എന്റെ ആഗ്രഹം സാധിക്കാൻ എന്ന വ്യാജേനയാണ് അയാൾ എന്നെ, പൂർണഗർഭിണിയായ എന്നെ ഈ കൊടുംവനത്തിൽ തള്ളിയത്... തന്റെ രാജ്യത്തിലെ പുരുഷന്മാർക്ക് വരുംകാലത്തിലെ മനുഷ്യകുലത്തിന് അയാൾ അങ്ങനെ മാതൃകയായി. പുരുഷോത്തമനായി.”

രോഷത്തിന്റെ വാക്കുകളിൽ സീത ഉടലെടുക്കുകയായിരുന്നു...

ആൾക്കാർ പിറുപിറുക്കാൻ തുടങ്ങി....

“കഷ്ടം ഇങ്ങനേം മനുഷ്യരൊണ്ടോ...” അവർ തമ്മിൽ തമ്മിൽ പറഞ്ഞു: “അതും ഒരു ഗർഭിണിയെ. രത്തൻ അവളെ കണ്ടില്ലെങ്കിൽ എന്താകുമായിരുന്നു... വല്ലചെന്നായോ പുലിയോ അവളെ... കഷ്ടം...” ആളുകൾ തമ്മിൽ തമ്മിൽ പറഞ്ഞു.... ആൾക്കൂട്ടത്തിൽ രത്തന്റെ കണ്ണുകൾ

തിളങ്ങി നിന്നു. സീതയ്ക്ക് അങ്ങനെ തോന്നി.

ഒരുപാട് കെട്ടുപാടുകൾ അറ്റുപോയ സ്വാതന്ത്ര്യത്തിന്റെ പുതുഭൂമിയിലായിരുന്നു അവൾ...

പാതിവ്രത്യത്തിന്റെ നിയന്ത്രണ രേഖകൾ അവളുടെ ബോധത്തിൽ മാഞ്ഞതും അവൾ അവളുടെ അഹത്തെ അറിഞ്ഞു... സീതാരാമനല്ലാത്ത ഞാൻ...

നഗരവും പൗരസമൂഹവും അച്ചിൽ തീർത്ത പെണ്ണല്ല ഇപ്പോൾ അവൾ.... അവൾ ഇപ്പോൾ ഒരു പുതുസൃഷ്ടിയാണ്... സമൂഹവും ലോകനിയമങ്ങളും വലിയൊരു പരിചകൊണ്ട് തന്റെ ആത്മാവിനെ ഞാൻ എന്ന സ്വതന്ത്ര സ്വരൂപത്തെ മറച്ചിരുന്നതായി അവൾക്ക് തോന്നി... പെണ്ണിന്റെ അകം പൊരുളിന് ഉണ്മയാവാൻ ഇടമില്ലാത്ത ലോകം...

ആ ചെറ്റക്കുടിലിൽ പ്രസവിച്ചു കിടന്ന, മരണത്തിൽനിന്നും തന്നെ രക്ഷിച്ചെടുത്ത ചികിത്സയുടെ നാളുകൾ അവൾക്ക് മാറ്റത്തിന്റെ നാളുകൾ ആയിരുന്നു... മൗനത്തിന്റെ സ്നേഹം അവൾ അനുഭവിച്ചു. രത്തനിലൂടെ... അവന്റെ അമ്മയിലൂടെ പ്രകൃതിയുടെ മക്കളിലൂടെ... സീത പറഞ്ഞു: “എനിക്ക് നിങ്ങളുടെ അഭയമല്ല വേണ്ടത്. സംരക്ഷണവുമല്ല... ആരും ആരേയും സംരക്ഷിക്കേണ്ടതില്ലാത്ത ലോകമാണിതെന്ന് എനിക്കു തോന്നുന്നു. അല്ലെങ്കിൽ അങ്ങനെയൊരു ലോകത്തിലാണ് എത്തിച്ചേർന്നതെന്ന് ഞാൻ ഇപ്പോൾ മനസിലാക്കുന്നു. ഇത് എന്റെ ഇടമാണ്.. എന്റെ സ്വന്തം ഇടത്തിൽ ഞാൻ വന്നെത്തി...എല്ലാം എല്ലാവരുടേതും ആയ ഇടം.... മണ്ണും മരവും സകലതും സ്വന്തം സ്വത്താക്കി, കൈയടക്കി. പരസ്പരം പൊരുതാത്ത രാജാവും ഭരണവുമില്ലാത്ത ഒരിടം. പെണ്ണിനെ സ്വന്തം സുഖത്തിനായുള്ള വസ്തുവായി മാത്രം കാണുന്ന എപ്പോഴും വലിച്ചെറിയാൻ പൗരസമ്മതിയുള്ള നഗരം എന്റേതല്ല... മണ്ണിന്റെ മകളായ എനിക്ക് കൊട്ടാരങ്ങൾ അന്യദേശമായിരുന്നു എന്ന് ഇപ്പോൾ ഞാൻ അറിയുന്നു. പരിഷ്കൃത ലോകത്തിന്റെ പരിധികൾ എന്റെ കാഴ്ചകളെ തടഞ്ഞിരുന്നു. അവിടെ ഞാൻ ഞാനല്ലായിരുന്നു...” ഒഴുക്കുള്ള ആ ഭാഷണം ശ്രവണ സുഖത്തോടെ കേട്ടുനിന്ന കറുത്ത മക്കളോട് അവൾ പറഞ്ഞു: “നോക്കൂ.. ഞാൻ നിങ്ങളെ പോലെയല്ലേ... നാഗരികതയുടെ ഭാഷയും അവശിഷ്ടങ്ങളും എന്നിലുണ്ടെങ്കിലും നിങ്ങൾ എന്നെ തിരിച്ചറിയുന്നില്ലേ...” രത്തന്റെ കണ്ണുകൾ നിറയുന്നത് ശ്രദ്ധിച്ച ഒരുവൻ അതു ചൂണ്ടി പൊട്ടിച്ചിരിച്ചു. പിന്നെ ഒരു കൂട്ടച്ചിരിയായിരുന്നു.... ആ കൂട്ടച്ചിരിയിൽ ആഹ്ലാദത്തിമിർപ്പിൽ സീത ആ കാട്ടിലെ ഒരുവളായി...

കുഞ്ഞുങ്ങൾ മുല കുടിക്കയാണ്. അവൾക്ക് കാണാം ചെറ്റയുടെ ഓലക്കീറിന്റെ പഴുതിലൂടെ രത്തൻ... വിറകുകൾ കീറി തീ കൂട്ടുകയാണ് ഇറച്ചി ചുട്ടെടുക്കാൻ.. അവൾ അവന്റെ ഓരോ ചലനവും നോക്കിയിരുന്നു പോവും.... താനറിയാതെ അവൻ തന്നെനോക്കിനിൽക്കുന്നത് സീത പലപ്പോഴും കണ്ടിട്ടുണ്ട്...

മാസങ്ങൾ കഴിഞ്ഞു. ഋതുക്കൾ മാറി. അവൾ പൂത്തുനിൽക്കുന്ന മരത്തിൽ ചാരിനിൽക്കുമ്പോൾ ലവനും കുശനും അവളുടെ മക്കൾ, രത്തനോടൊപ്പം പുഴയിൽ കുളിക്കയാണ്. ഇപ്പോൾ രത്തൻ അവളോട് കൂടുതൽ വർത്തമാനം പറയാൻ തുടങ്ങിയിരിക്കുന്നു. അവനറിയാതെ അവൻ സീതയുമായി അടുക്കുകയായിരുന്നു.... അവളിലെ അവൾ ഉടലെടുത്ത് പാതിവ്രത്യത്തിന്റെ മതിൽ തകർന്നതിനാൽ നൈസർഗികമായ പ്രണയത്തിലേക്ക് സീതയും വിടർന്നു.

ലവനേയും കുശനേയും കുളിപ്പിച്ച് കരയിലേക്ക് നിർത്തുമ്പോൾ അവൻ കണ്ടു.

സീത നോക്കിനിൽക്കുന്നു..

അവൻ അവളെ നോക്കി നിന്നു. അവൾ പുഴയിലേക്കിറങ്ങി.

മുക്കാൽ പങ്കും ശരീരം പുഴയിൽ മുങ്ങുന്ന ആഴത്തിൽനിന്ന് അവൾ തിരിഞ്ഞുനോക്കി. രത്തൻ അവളെ നോക്കി നിൽക്കുന്നു. സ്നേഹത്തിന്റെ ശരീരഭാഷയിൽ അവളുടെ കണ്ണുകളും ചുണ്ടുകളും നിശ്ശബ്ദമായ അവയവങ്ങളും അവനെ മാടിവിളിച്ചു. അവൻ സന്തോഷാധിക്യത്തിൽ പുഴയിലേക്ക് ചാടി... ജലത്തിനെ സുതാര്യവും അതിരില്ലാത്തതുമായ വഴികളിലൂടെ അവളുടെ മുന്നിൽ പൊങ്ങി.

ഒരു നോട്ടം.... ഒരു ഇമയനക്കം. ഒരു ഹൃദയത്തുടിപ്പ്.... അവർ പരസ്പരം ആലിംഗനം ചെയ്തു. രത്തൻ സീതയെ തുരുതുരായുള്ള ചുംബനം കൊണ്ട് മൂടി...

വനവാസികളുടെ കൂട്ടം സന്തോഷത്തോടെ ആഹ്ലാദാരവത്തോടെ ആ ഇണകളെ സ്വാഗതം ചെയ്തു. പാട്ടും നൃത്തവും കൊട്ടും കുരവയും...അതൊരു ഉത്സവമായി...

ഋതുക്കൾ മാറിക്കൊണ്ടിരുന്നു. ഓരോ ഋതുവും ആദ്യമായി കാണുന്ന ഒരു കാഴ്ചയായി സീതയ്ക്ക്... ഇതുവരെക്കാണാതെ പോയവയുടെ ശ്രദ്ധ. വിശുദ്ധിയുടെ ലോകത്തെ ഋതു... അത് മറ്റൊന്നായിരുന്നു... അവയുടെ സൂക്ഷ്മ സുഖങ്ങൾ ഇതുവരെ അറിയാതിരുന്നത്...

പ്രണയം പ്രകൃതിയുടെ സ്വതന്ത്ര ലോകത്ത് പൂത്തുലഞ്ഞു. പരാഗം പരത്തി. ആത്മീയ സൗരഭ്യം വിതറി....

പ്രണയം എന്ന പരിചിതമായ വാക്കിന്റെ ശബ്ദത്തിന് ഒരു ആത്മാവ് ഉണ്ടായി. പ്രണയം ആത്മീയമെന്നും അവൾ അറിഞ്ഞു..

സ്വന്തം ശരീരത്തിനെ സ്പർശത്തിലൂടെ അറിയിക്കുന്ന ത്വക്ക് അതിന്റെ ആത്മാവുമായി നേർക്കുനേർ കണ്ടു.

രതിസുഖങ്ങളിലെ ആത്മീയത അവൾ ആദ്യമായി അറിഞ്ഞു.

പ്രണയം സംഗീത സാന്ദ്രമായി കളകളം പുഴയായി ഒഴുകി... മഴയായി പെയ്തു. പറവകളുടെ നാദം. ഇലകളുടെ മർമരം.. കാട്ടിന്റെ സംഗീതം.. ഈ സദിരിൽ ലയമായി അവൾ ഉണർന്നു...

ഋതുക്കളിലൂടെയുള്ള ഇലകളുടെ നിറഭേദങ്ങളിൽ അവർ നോക്കി

യിരുന്നു, ലവന്റെയും കുശന്റെയും ശൈശവ പരിണാമങ്ങൾ..

ഭൂമിയുടെ മകൾ, അവൾ, പ്രകൃതി, സംസ്കൃത വഴികളിലൂടെ സഞ്ചരിച്ചെത്തിയവൾ...

അധികാരത്തിന്റെയും ഹിംസയുടെയും മാലിന്യങ്ങൾ ആ സംസ്കൃതിയിൽ ഉൾച്ചേർന്നിരുന്നു. ഭൂമിയുടെ മകനായ കാട്ടാളൻ രത്തനുമായുള്ള ചേർച്ചയിൽ മാലിന്യങ്ങളിൽനിന്ന് മുക്തമായ സംസ്കൃതി അവളിൽ ചുരത്തി. അത് അവനിലേക്ക് പകർന്നു. അവൾക്ക് കർമംകൊണ്ട് നഷ്ടപ്പെട്ട പ്രകൃതിയുടെ ആദിമ വിശുദ്ധി അവനിൽനിന്ന് അവളിലേക്ക് പകർന്നു.

പിന്നെ അകവും പുറവും പുതിയ വായനയായി. ഞാൻ എന്ന ഉള്ള് വായിച്ചാൽ തീരാത്ത വിസ്മയമായി. പുല്ലും പുഴുവും അനന്ത വിഹായസും പുതു കാഴ്ചകളായി...

നീതിശാസ്ത്രങ്ങൾ ഒരു വിഭാഗത്തിന്റെ അടഞ്ഞ അതിരിനുള്ളിൽ അവരുടെ സുഖത്തിനും ക്ഷേമത്തിനും അധികാരത്തിനും വേണ്ടിയാണെന്ന് സീത അറിഞ്ഞത് പ്രകൃതിമക്കളോടൊത്തുകൂടിയപ്പോളാണ്. രാമനോടൊത്തുള്ള ജീവിതകാലത്ത് അവൾ രാമന്റെ, രാജസദസിലെ പുരോഹിത വൃന്ദത്തിന്റെ നീതിബോധങ്ങളിലായിരുന്നു...

പ്രയോഗത്തിൽ താൽപ്പര്യങ്ങൾ ചാർത്തുന്ന അഴുക്കുകളും പൂപ്പലുകളും തുരുമ്പുകളും.. എല്ലാ മാലിന്യങ്ങളും അരിച്ചുമാറ്റി സംസ്കൃത ജ്ഞാനം രത്തന്റെ സാഗരശാന്തമായ കണ്ണുകളിലേക്ക് നോക്കി സീത അവന്റെ അറിവിടങ്ങളിലേക്ക് പകർന്നു....

ആ സംയോഗം സംസ്കൃത പ്രാകൃത വിശുദ്ധികളുടേയതായിരുന്നു.

ലവന് മുലകൊടുത്തുകൊണ്ടിരിക്കുകയായിരുന്നു അവൾ, അപ്പോഴാണ് രത്തൻ വരുന്നത്.... ദൂരെ നിന്ന്..

ഒരുവൻ മുലകുടിക്കുമ്പോൾ മറ്റൊരുവൻ പൂഴിമണ്ണിൽ കളിക്കുകയായിരിക്കും. പടവുകളിലൂടെ കയറാവുന്ന ഉയർന്ന ഒരു പീഠംപോലെയുള്ള പാറമേൽ അവൾ കുഞ്ഞിനു മുലപ്പാൽ കൊടുക്കുന്ന ദൃശ്യം രത്തൻ നോക്കി നിൽക്കുന്ന സൗന്ദര്യമായിരുന്നു... സീത അതു കാണും. അവൾ അവനെ മാടിവിളിക്കും. കുഞ്ഞിന് പാൽ കൊടുത്തു കഴിഞ്ഞ് പാറമേൽ നിന്നിറങ്ങി വള്ളിപ്പടർപ്പിലെ ഊഞ്ഞാലിൽ വന്നിരുന്ന് ആടും.

ഇപ്പോൾ സാധാരണപോലെ ഉത്സാഹത്തോടെ ഉള്ള വരവല്ല.. വിഷാദം അവനിൽ പടർന്നിരിക്കുന്നത് സീത കണ്ടു. ആഹാരസമ്പാദനത്തിനായി പോയതായിരുന്നു. അങ്ങനെ പോകുമ്പോഴും കുന്നുകളും മലകളും കാട്ടരുവികളും കടന്ന് പുതിയ പുതിയ പ്രദേശങ്ങളിലേക്ക് അവൻ യാത്രയാകും. സീതയുടെ അടുത്ത് തിരിച്ചെത്താൻ വൈകുമല്ലോ എന്ന് പെട്ടെന്നോർക്കുമ്പോൾ പിന്നെ തിരിച്ചെത്താൻ ഒരോട്ടമാണ്...

ഇന്നും അങ്ങനെ പോയിപ്പോയി കാടിന്റെ അതിരുകൾക്കപ്പുറത്ത് അവൻ എത്തി. ഒരു കുന്നിന്റെ മുകളിൽ എത്തി നോക്കുമ്പോൾ താഴെ

കുന്നിന്റെ അടിവാരത്തെ തഴുകി ഒഴുകുന്ന പുഴ.... കാട്ടിൽ പാറക്കല്ലുകളിൽത്തട്ടി ചിതറി വെള്ളച്ചാട്ടങ്ങളായി മലയിടുക്കുകളിലൂടെ ഒഴുകുന്ന കാട്ടുചോലയല്ലിത്... പരന്ന് ശാന്തമായൊഴുകുന്ന പുഴ.... നോക്കെത്താത്ത ദൂരത്തോളം കിടക്കുന്നു, അതിന്റെ നീളം.

നദിക്കക്കരെ ആളുകൾ അങ്ങോട്ടുമിങ്ങോട്ടും നടക്കുന്നുണ്ട്... കുതിരകൾ മേയുന്നുണ്ട്. ഒരിടത്ത് കുറേ ആളുകൾ കൂടിനിൽക്കുന്നു. അതിന്റെ നടുക്കുനിന്നും പുക ഉയർന്നുവരുന്നു.

എല്ലാം ഒരു വിദൂര കാഴ്ചയാണ്.

അവൻ കുന്നിറങ്ങി, താഴ്‌വാരത്തിലേക്ക്...

നദിയുടെ കരയിലെത്തിയപ്പോൾ അത് മറ്റൊരു കാഴ്ചയായിരുന്നു...

മറ്റൊരു കേൾവിയായിരുന്നു....

അവൻ കൈക്കുമ്പിളിൽ ഒരു കുമ്പിൾ വെള്ളം കോരിയെടുത്തു.

അത് മറ്റൊരു സ്പർശമായിരുന്നു.

അവൻ ആ കുമ്പിൾ വെള്ളം നുണഞ്ഞ് കുടിച്ചു...

അത് മറ്റൊരു രുചിയായിരുന്നു. ഒരുനിമിഷം അവൻ ആ പുഴയിലേക്ക് നോക്കിനിന്നു... ചെറിയ അലകളിൽ മാത്രം ഇളകിയ പുഴയിൽ കുന്നിന്റെ പ്രതിഛായയും ആകാശവും...

ആ പുഴയെ അവിടെ ഉപേക്ഷിച്ച് തിരിഞ്ഞുവരാൻ അവന് തോന്നിയില്ല....

അവൻ ഇറങ്ങി, ആറ്റിലൂടെ നടന്നു, കഴുത്തൊപ്പം ആറ്റുവെള്ളം മുങ്ങും വരെ.. വെള്ളത്തിൽ ഒന്നു മുങ്ങിപ്പൊങ്ങി... പിന്നെ ആറ്റിന്റെ പരപ്പിലേക്ക് ശരീരത്തെ ഒരസ്ത്രംപോലെ എയ്തുവിട്ടു... ആ ജലപ്പരപ്പിലൂടെ നീന്തി... അക്കരെ എന്ന വിദൂരത കാണെക്കാണെ അനുനിമിഷം അവന് അടുത്തുകൊണ്ടിരുന്നു.

നീന്തി അക്കരെ കരയ്ക്കണഞ്ഞപ്പോൾ മണൽ നിറഞ്ഞ പ്രദേശം നിറയെ നീലനിറത്തിലെ പൂക്കൾ.. അതിനപ്പുറം കുറ്റിക്കാട്.. അവൻ കണ്ട ആളുകളും കുതിരയും ഇപ്പോൾ കാഴ്ചയിലില്ല..

രത്തൻ നടന്നു കുറച്ചുദൂരം ചെന്നപ്പോൾ ഒരു മൈതാനം അതാണ്.... അവൻ കണ്ട ആളുകൾകൂടിനിന്ന സ്ഥലം. ചില കുതിരകൾ മേഞ്ഞു നടക്കുന്നു.. ചിലവയെ തളച്ചിട്ടുണ്ട്. മറ്റൊരു ഭാഗത്ത് ആടുകളെ കൂട്ടമായി ഒരു വേലിക്കുള്ളിൽ അടച്ചിരിക്കുന്നു.. അവയിൽ ചിലത് കരയുന്നുണ്ട്. വിശന്നിട്ടെന്നപോലെ. ചിലവ തളർന്ന് കിടക്കുന്നു.

രത്തന് സങ്കടം തോന്നി.... കഷ്ടം.... ഇങ്ങനെയാണോ ഈ മനുഷ്യർ.. നാട്ടിലെ മനുഷ്യർ.. നാഗരികർ.. പരിഷ്കൃതർ..

സീത പറഞ്ഞ് രത്തനറിയാം. നാട്ടാചാരങ്ങളെ പറ്റി.. അവനറിയാം... നാഗരികതയുടെ അറിവുകളും പ്രയോഗങ്ങളും...

അവൻ കൂടാരത്തിനടുത്തേക്ക് നടന്നു. അവിടെ തീക്കുണ്ഡത്തിനു ചുറ്റും കുറേ മുനിമാർ ഇരിപ്പുണ്ട്. താടി നീട്ടിവളർത്തിയവർ യാഗം നട

കുകയാണ്.... അവൻ സീതയിൽനിന്ന് കേട്ടറിഞ്ഞിട്ടുണ്ട്. യാഗത്തെ പറ്റി.. അവർ ഒരുതരം ശബ്ദം പുറപ്പെടുവിക്കുന്നുണ്ട്. അവനു മനസിലായി. ഇതു മന്ത്രോച്ചാരണമാണ്.

അവൻ അറച്ചറച്ചു നിന്നു. അറിയണമെന്നും കാണണമെന്നുമുണ്ട്. എന്താണ് നടക്കുന്നതെന്ന്. അവിടേക്ക് പോയാലോ എന്നവൻ ആലോചിച്ചതും അവൻ ദൂരേയ്ക്ക് തെറിച്ചു വീണു.

ഒരാൾ, അയാൾ പടയാളിയോ കാവൽക്കാരനോ ആകാം.... ഗദ കൊണ്ടുള്ള താഡനത്തിൽ വീണുപോയതാണ്.

ഉടൻ തന്നെ അവനു ചുറ്റും മറ്റു പടയാളികളും കൂടി.... എന്താണ് സംഭവിക്കുന്നത് എന്നറിയുമുൻപേ എല്ലാരും ചേർന്ന് അവനെ വരിഞ്ഞു കെട്ടി പുരോഹിതന്മാരുടെ സഭയിൽ ഹാജരാക്കി.... യജ്ഞം നടക്കുന്നിടത്ത് മോഷ്ടിക്കാനായി വന്നു എന്നതായിരുന്നു അവനിൽ ആരോപിതമായ കുറ്റം.

ചോദ്യം ചെയ്യലിൽ അവൻ പറഞ്ഞു: "ഞാൻ കള്ളനല്ല. കള്ളം ഞങ്ങൾ കാനനവാസികൾക്കില്ല... ഞങ്ങൾക്കതിന്റെ ആവശ്യവുമില്ല... കാട് ഞങ്ങൾക്ക് എല്ലാം തരുന്നു, ഞങ്ങൾക്കാവശ്യമുള്ളതെല്ലാം.. കാടിനു പുറത്തുള്ളതൊന്നിലും ഞങ്ങൾക്ക് ആശയുണ്ടായിട്ടില്ല... എല്ലാം എല്ലാവരുടേതുമായിടത്ത് കളവ് എന്നൊന്നില്ല." അവന്റെ കണ്ണുകളിൽ ധീരതയുടെ നോട്ടം ഉണ്ടായിരുന്നു.... വാക്കുകൾക്ക് ആത്മാഭിമാനത്തിന്റെ ശക്തിയുണ്ടായിരുന്നു, ശബ്ദത്തിന് നേരിന്റെ വ്യക്തതയുണ്ടായിരുന്നു.

അവർ, ആ കൂട്ടം, പണ്ഡിത സദസ്സ് പൊട്ടിച്ചിരിച്ചു. എല്ലാ ശരികളും തങ്ങളുടേതെന്ന് സ്വയം നിശ്ചയിച്ച് നടപ്പാക്കുന്നവർ....

അവർ പറഞ്ഞു: "നിങ്ങൾ കള്ളന്മാരുടെയും പിടിച്ചുപറിക്കാരുടെയും വംശമാണ്. നീ മോഷ്ടിക്കാൻ വന്നു എന്നു മാത്രമല്ല, ധിക്കാരത്തിൽ സംസാരിക്കുകയും ചെയ്യുന്നു."

അവന്റെ വാക്കുകൾ ചെവിക്കൊള്ളാതെ അവനെ ഒരു കള്ളനായി കണ്ട് ഓരോരുത്തരും ഓരോന്ന് പറയാൻ തുടങ്ങി...

ഒരു പടു വൃദ്ധൻ മഹർഷി ഉപദേശിച്ചു:

"എടാ നീ മോഷ്ടിക്കുന്നത് നിനക്കും നിന്റെ കുടുംബത്തിനും വേണ്ടിയായിരിക്കും. മോഷണം പാപമാണ്. ഈ പാപത്തിന്റെ ഫലമനുഭവിക്കാൻ നിന്റെ കുടുംബം കാണില്ല. പാപഫലം നീ ഒറ്റയ്ക്കനുഭവിക്കേണ്ടി വരും."

രത്തന്റെ വാക്കുകൾക്കും വാദങ്ങൾക്കും അവിടെ ഒരു വിലയുമുണ്ടാവില്ല.. പരിഹസിച്ച് ചിരിച്ച് അജയ്യരാവാൻ തലമുറകളിലൂടെ അവരവരുടെ പരിഷ്കാരങ്ങളിലൂടെ അവർക്ക് കഴിഞ്ഞു. ഉടലിന്റെ ഭാഷയിൽ മേൽക്കോയ്മ അവർ ഉറപ്പിച്ചു. ശരിയുടെ വക്താക്കളായി...

അവനെ പടയാളികൾക്ക് വിട്ട് പുരോഹിതർ കൂടിയാലോചിച്ചു.

യാഗം നടക്കുന്ന സമയമാണ്. കടുത്ത ശിക്ഷകൾ വേണ്ട... യാഗ

ത്തിന്റെ വിലപ്പെട്ട സമയം വൃഥാ അപഹരിച്ചു. മോഷണം നടന്നില്ല.... മോഷ്ടിക്കാനുള്ള ശ്രമമായിരുന്നു. എന്നാലും ഈ പരിഷകളെയൊന്നും അങ്ങനെ വെറുതെ വിട്ടുകൂടാ. അവരെ ഈ പ്രദേശത്ത് കാലുകുത്തിക്കാൻ അനുവദിക്കരുത്. അതിനുള്ള ധൈര്യം ഇവറ്റകൾക്കുണ്ടാകരുത്....

ഇതായിരുന്നു പൊതുവേ ഉണ്ടായ അഭിപ്രായം.

പ്രായം കൂടിയ മുനി ഇരുന്ന ഇരിപ്പിടത്തിന് രണ്ടു വശങ്ങളിലായി മറ്റു മുനിമാർ ഇരുന്നു. ബന്ധിക്കപ്പെട്ട രത്തന് ഇരുവശങ്ങളിലുമായി പടയാളികൾ നിന്നു.

വയോവൃദ്ധനായ മുനി പറഞ്ഞു:

“നീ ചെയ്ത കുറ്റം വളരെ വലുതാണ്.. ഒന്നാമത് കാട്ടാളനായ നീ യജ്ഞശാലയിൽ പ്രവേശിച്ചത് ഗുരുതരമായ തെറ്റാണ്. മോഷ്ടിക്കാൻ നിനക്ക് കഴിഞ്ഞില്ലെങ്കിലും നിന്റെ ഉദ്ദേശ്യം മറ്റൊന്നാവാൻ തരമില്ല. കാരണം, നിങ്ങൾ മോഷ്ടാക്കളുടെ ജാതിയാണ്... നീച ജാതിയിൽ പെട്ട നീ ഞങ്ങളോട് ധിക്കാരത്തിന്റെ സ്വരത്തിൽ സംസാരിച്ചു. ഇത്രയും തെറ്റുകൾ ചെയ്ത നിന്നെ ഗളച്ഛേദം ചെയ്യുക എന്നതാണ് ഞങ്ങളുടെ നിയമം.”

പുരോഹിതൻ ഒന്നു നിർത്തി രത്തനെ സൂക്ഷിച്ചുനോക്കി. രത്തനിൽ ധൈര്യം ചോർന്നു പോകുന്നത് അവർ കണ്ടു.... അവനിൽ വിഷാദവും ഭയവും അവർ കണ്ടു.

സീതയെക്കുറിച്ചാണ് അവൻ ഓർത്തത്. രാമൻ കാട്ടിലും രാജാവായി കാനനവാസികളെ കൊന്നൊടുക്കിയ ക്രൂര കഥകൾ സീത പറഞ്ഞ് അവനറിയാം...

ഈ ജീവൻ ഇവിടെ ഒടുങ്ങിപ്പോകുക. എന്തൊരു വിധിയാണ്... സീതയുമായുള്ള പ്രണയവും ജീവിതവും വെറും പ്രണയമോ ജീവിതമോ ആയിരുന്നില്ലല്ലോ...

എല്ലാം ഇവിടെ അവസാനിക്കുകയോ... സീത മാത്രം അവന്റെ മനസിൽ. രത്തൻ കണ്ണുകൾ അടച്ചുനിന്നു.

പുരോഹിതർ പരസ്പരം നോക്കി.

“യജ്ഞ ദിവസമായതുകൊണ്ട് നിനക്ക് മാപ്പു നൽകാൻ ഞങ്ങൾക്ക് കഴിയും.”

വീണ്ടും പുരോഹിതൻ മൗനംകൊണ്ടു. രത്തന്റെ ഭാവ ചലനങ്ങൾ ശ്രദ്ധിച്ചു.

“ഞങ്ങൾ നിനക്ക് കടുത്ത ശിക്ഷ തരുന്നില്ല. പക്ഷേ ഇനിയൊരാവർത്തി നിന്നെ കണ്ടാൽ ആ നിമിഷം നിന്നെ കാലപുരിക്കയക്കും... നിന്റെ കുടുംബത്തിനെയും വംശത്തിനെയും ഞങ്ങൾ വെറുതേ വിടില്ല.. രാമനാമം ആയിരം പ്രാവശ്യം ഉരുവിട്ട് ചെയ്തുപോയ തെറ്റ് ആവർത്തിക്കില്ലെന്ന് മൂന്നു പ്രാവശ്യം പറഞ്ഞ് ചെയ്ത തെറ്റിന് മൂന്നാവർത്തിമാപ്പപേക്ഷിച്ച് ഈ പ്രദേശം വിട്ട് കാട്ടിലോട്ട് ഓടിക്കൊള്ളണം...”

പടയാളികൾ അവനെ വരിഞ്ഞു കെട്ടിയിരുന്ന കെട്ടുകൾ അഴിച്ചു. കുന്തം ധരിച്ച രണ്ടു പടയാളികൾ രത്തന്റെ ഇരുവശങ്ങളിലും നടന്നു കൊണ്ട് അവനെ മറ്റൊരിടത്തിലേക്ക് കൊണ്ടുപോയി... കുറേ പടയാളി കൾ വരിവരിയായി പിറകിലും.

അവർ കുറേ വൃക്ഷങ്ങളും വള്ളിപ്പടർപ്പുകളുമുള്ള ഒരു കാവിലേക്ക് കൊണ്ടുപോയി. അവിടെ ഒരു മരത്തിന്റെ ചുവട്ടിൽ അവനോട് ഇരിക്കാൻ കൽപ്പിച്ചു. അവൻ ഇരുന്നു...

“രാമ രാമ രാമ രാമ രാമ രാമ രാമ രാമ രാമ രാമ രാമ രാമ രാമ രാമ പാഹിമാം.. ചൊല്ലെടാ...” അവർ കൽപ്പിച്ചു.

അവൻ ചൊല്ലി.

അവനിൽ വഴങ്ങാത്ത അവനാവശ്യമില്ലാത്ത വാക്കുകൾ അവനിൽ ഓക്കാനമുണ്ടാക്കി... അവൻ വികല ശബ്ദത്തിൽ യതികളിൽ ഉരുവിട്ടു.

അവന്റെ ചൊല്ലലിൽ അഭംഗി കണ്ട്, യതികൾ മാറി അർഥം വിപ രൃപ്പെടുന്നത് കണ്ട് പടയാളികൾ ആർത്തു ചിരിച്ചു...

ഇത്രയും സീതയോട് പറഞ്ഞപ്പോഴേക്കും അവന് ഓക്കാനം സഹി ക്കാതായി... അവൻ മഞ്ഞദ്രാവകം ഛർദിച്ചു. അവൾ അവന്റെ മുതുകിൽ തലോടി...

അവൾ മനസിൽ കരുതി. തനിക്കറിയാവുന്ന സകല ജ്ഞാനവും രത്തനു പകർന്നു നൽകണം. രത്തൻ പ്രകൃതിയിൽ നിന്നാർജിച്ചത് തനിക്കും പകരണം. മണ്ണിനും പുല്ലിനും പുഴുവിനും എല്ലാ ജീവജാല ങ്ങൾക്കും നിലനിൽപ്പിനാധാരമായ ജ്ഞാനം എന്തെന്ന് ഈ മുനിമാർക്ക് പറഞ്ഞുകൊടുക്കണം. തർക്കിച്ച് ജ്ഞാനംകൊണ്ട് അവരെ ജയിക്കാൻ കഴിയണം. അത് ഈ മണ്ണിന്റെ, ഭൂമിയുടെ, ലോകത്തിന്റെ, വരും കാല ങ്ങളിലെ ജീവരാശിയുടെ വിജയമാണ്. രത്തൻ പക്ഷേ, മുനിമാരോട് തർക്കിച്ചു ജയിക്കുകയല്ല വേണ്ടത് എന്നു കരുതി... അവരെ.. അറിവിന്റെ ലോകത്തിലേക്കാനയിക്കുക ദുഷ്കരം.. അവർ അറിവിന്റെ അധികാരി കൾ എന്ന് കരുതുന്നവരാണ്... ഒരു ശരിബോധത്തിന്റെ വാർപ്പുകൾ.. ഒരു വർഗത്തിന്റെ മാത്രം. ഈ പ്രപഞ്ചമാകെ, അതിന്റെ സമ്പത്താകെ ഒരു വർഗത്തിന്റേത് എന്ന് കരുതി അധികാരം കൈയാളുന്നവർ, ഒരു വർഗത്തിന്റെ സാഹിത്യവും തത്വശാസ്ത്രവും നിർമിക്കുന്നവർ, മികച്ച ആയുധങ്ങൾ നിർമിച്ച് അതില്ലാത്തവരെ തോൽപ്പിക്കുന്നവർ, യുദ്ധം ഉണ്ടാക്കുന്നവർ.... ഏത് ഹിംസയ്ക്കും നെറികേടിനും തത്വജ്ഞാനം പട യ്ക്കുന്നവർ.. അറിവ് കുത്തകയാക്കിയവർ...

ഭൂമിയുടെയും ജീവരാശിയുടെയും സംരക്ഷകരാകേണ്ട മനുഷ്യൻ. അധികാരത്തിനു പുറത്തു നിൽക്കുന്ന സാമാന്യ ജനം കാട്ടിലേയും നാട്ടി ലെയും മനുഷ്യർ, അവർ ആണ് അറിവിനാൽ മോചിതരാകേണ്ടത്.. അറി വിനാൽ മോചിതമാകുന്ന ജനശക്തി അധികാരങ്ങളെ കടപുഴക്കിയെറി യും.. നാമജപങ്ങളിൽ ഖനീഭവിച്ച ജനതയെ അറിവുകൊണ്ട് ദ്രവീകരി

ക്കണം. വിശ്വാസത്തിന്റെ കൊളുത്തുകൾ അഴിഞ്ഞുപോകണം. ഈ ചിന്ത കളെല്ലാം തനിക്കെവിടെന്നാണ് വരുന്നത്.

ഉൾജ്ഞാനം സംയോഗത്തിന്റെ സൃഷ്ടിയാണെന്ന് രത്തന് തോന്നി...

ഈ അറിവ് ഒരു പിറവിയാണ്. പ്രകൃതി പുരുഷ സംയോഗത്തിന്റെ ഭൂമിയുടെ മകനായ പുരുഷനും ഭൂപുത്രിയായ പ്രകൃതിയും...

രത്തനും സീതയും

വാത്മീകത്തിലെ സമാധിയിൽ ആന്തരിക ജ്ഞാനവും അനന്ത വിഹായസ്സിൽ പാറിപ്പറന്ന് പുറത്തെ പ്രപഞ്ചവും അവർക്ക് പുതിയ കാഴ്ചയായി.

ഋതുക്കൾ മാറുന്നത്.... സൂര്യന്റെ ദിശാമാറ്റങ്ങൾ... ചന്ദ്രന്റെ വൃദ്ധി ക്ഷയങ്ങൾ.. ഇതൊക്കെ.. ആകാശം നോക്കി നക്ഷത്രക്കൂട്ടങ്ങളെ ഓരോരോ രൂപങ്ങളായി കണ്ടു കിടന്നു അവർ. മഴപെയ്യുമ്പോൾ മണ്ണിൽ പുതു നാമ്പുകൾ പൊട്ടുന്നത്. മറ്റൊരു കാലം ഇലകൾ കൊഴിയുന്നത്. പൂവുകൾ പൂക്കുന്നത്. ഇതെല്ലാം വീണ്ടും ആവർത്തിക്കുന്നത്. മുൻപൊന്നും കാണാത്ത പുതിയ പ്രത്യക്ഷങ്ങളായിരുന്നു.... ഇവ യൊക്കെ..

വസ്തുപ്രപഞ്ചവും ആത്മപ്രപഞ്ചവും അവർക്ക് പുതിയ ഉണ്മയായി.

കൂർപ്പിച്ച ശിലകളും മരക്കഷ്ണങ്ങളുംകൊണ്ട് കലപ്പയുണ്ടാക്കി മണ്ണിനെ ഇളക്കി.. കാനനവാസികൾ മണ്ണിൽ വിത്തിട്ടു. അവ കിളിർത്തു സസ്യമായി... ധാന്യങ്ങൾ വിളഞ്ഞു. വിളഞ്ഞധാന്യങ്ങൾ കൊയ്ത് മെതി ച്ചപ്പോൾ അത് പുതിയൊരുത്സവമായി ഭൂമിയുടെ ജൈവസ്പന്ദങ്ങളിൽ സൃഷ്ടിയുടെ ദേവതയെ അവർ കണ്ടു.

ഒരുനാൾ കതിർ നാമ്പുകൾ നോക്കി നോക്കി പാടവരമ്പിലൂടെ സീത നടക്കുമ്പോഴാണ് ഉച്ചത്തിൽ ആ വിളി...

"സീതേ... സീതേ..."

രത്തനാണ് വിളിക്കുന്നത്. അവൻ അകലെനിന്ന് ഓടി വരികയാണ്. രത്തനെ കണ്ട് അവളും കരയിലേക്ക് നടന്നു.

കരയിൽ കൂവളത്തിൻ ചോട്ടിൽ അവൾ നിന്നു. ഓടിയോടി അവൻ അവളുടെ അരികിലെത്തി. കിതപ്പുമൂലം അവന് സംസാരിക്കാനാകു ന്നില്ല...

ഏതോ സന്തോഷ വർത്തമാനമാണെന്ന് സീതയ്ക്ക് തോന്നി..

അവൾ അവിടെ ഇരുന്ന് അവനെ മടിയിലേക്ക് കിടത്തി, കിതപ്പാ റാൻ.. പക്ഷേ കിതച്ചുകൊണ്ടു തന്നെ അവൻ എഴുന്നേറ്റിരുന്ന് പറഞ്ഞു: എന്റെ ഉള്ളിൽനിന്ന് അത് വന്നു. പ്രത്യേക മട്ടിൽ കുറെ വാക്കുകൾ. അർഥമുള്ളത്. അതു നാമിങ്ങനെ സംസാരിക്കുന്ന പോലല്ല. അങ്ങനെ വന്നുകൊണ്ടേ ഇരുന്നു. ഞാനത് ഒച്ചത്തിൽ പറയുകയായിരുന്നു. എന്നെ ക്കൂടി അത്ഭുതപ്പെടുത്തി..." കൂടുതൽ കേൾക്കാൻ അവൾ അവനെ നോക്കിയിരുന്നു...

അവൻ പറഞ്ഞു:

"ഞാൻ പുഴയുടെ തീരത്ത് ഇരിക്കുകയായിരുന്നു. വെള്ളത്തിൽ ചാഞ്ചാടുന്ന മീനുകളെ നോക്കി... പെട്ടെന്ന് തിരിഞ്ഞപ്പോൾ ഒരുവൻ, പ്രണയബദ്ധരായ ഇണപ്പക്ഷികൾക്ക് നേരെ അമ്പെയ്യുകയായിരുന്നു. ഇണകളിൽ ഒന്ന് മരിച്ചു വീണു. എന്റെ അഗാധതയിൽനിന്ന് ആ വരികൾ വന്നു. എനിക്കു കൂടിയറിയില്ല അവ അങ്ങനെ വന്നതെന്തെന്ന്." ഇത്രയും പറഞ്ഞ് അവൻ പൊട്ടിക്കരയാൻ തുടങ്ങി. സീത സ്തബ്ധയായി നോക്കിനിന്നു.

സന്തോഷത്തിന്റെ കണ്ണീർ തുടച്ച് വിങ്ങലോടെ അവൻ പറഞ്ഞു:

"നമ്മുടെ പ്രണയം.... അതാണ് ആ വാക്കുകൾക്ക് പ്രത്യേക താളമുണ്ടായത്.... സൗന്ദര്യമുണ്ടായത്. രാജകുമാരന്മാരുടെ വിനോദത്തിൽ മരിച്ചു വീഴുന്ന കാമുകനെ നോക്കി കേഴുന്ന കാട്ടിലെ എത്ര പെൺകൊടികളെ ഞാൻ കണ്ടിരിക്കുന്നു. അതാണ് ആ വാക്കുകളിലെ ക്ഷോഭം."

സീത ഓർമിച്ചു. രത്തൻ ഒരിക്കൽ പറഞ്ഞത്..

"ഒരു ചിതൽപ്പുറ്റിൽ എന്നപോലെ എനിക്ക് എന്നെ തോന്നാറുണ്ട്, വേദനയുടെ... ആരുടെയൊക്കെയോ വേദന... ഭൂമിയിലെ കഷ്ടപ്പാടുകളാണ് എനിക്ക് ആത്മവേദനയായത്..."

സീത ഓർത്തു. ആദ്യം കാണുമ്പോൾ തന്നെ അവൾ സാധാരണമല്ലാത്ത എന്തോ ഒന്ന് രത്തനിൽ കണ്ടിരുന്നു.. പിന്നെ അവനെ ശ്രദ്ധിക്കുമ്പോൾ ഒറ്റയ്ക്ക് അകലങ്ങളിൽ നോക്കി, ചിലപ്പോൾ എന്തോ മന്ത്രിക്കുന്നതുപോലെ...

അവൾ അവനെ ആശ്ലേഷിച്ചു. അവന്റെ മുടികൾക്കിടയിലൂടെ അവളുടെ വിരലുകൾ സഞ്ചരിച്ചു...

ലോകർ പ്രത്യക്ഷമായി കാണാത്തത് കാണാനാവുമ്പോൾ അത് പറയാനുള്ള ഭാഷയാണത്...

അതാണ് വെളിപാടിന്റെ ഭാഷ... അവൾ സ്വപ്നത്തിലേതെന്നപോലെ പറഞ്ഞു... പിന്നെ ഒരു ബോധത്തിൽ അവനെ ആശ്ലേഷിച്ചു...

ആ വരികൾ അവൻ വീണ്ടും ചൊല്ലി. ഉറക്കെ.. ഈണത്തിൽ..

അക്ഷരങ്ങൾ.... ലയത്തിൽ ഗുരു ലഘുക്കളായി നിരന്ന്, വാക്കുകൾ, വരികൾ..

സീത അവനെ വാരിപ്പുണർന്ന് ചുംബിച്ചു.. അവൾ പറഞ്ഞു:

ഇത് സ്നേഹത്തിന്റെ ഭാഷ്യമാണ്... ജീവരാശിക്കുള്ള സന്ദേശം..

ഹിംസയ്ക്കെതിരെയുള്ള ശബ്ദം...

ഒരു ജീവിവർഗത്തിനുമേൽ മറ്റൊരു ജീവിവർഗത്തിന്റെ ആധിപത്യത്തിനെതിരെ...

മനുഷ്യനിൽ ഒരു കൂട്ടർ മറ്റൊരു കൂട്ടർക്കെതിരെ പ്രയോഗിക്കുന്ന അധികാരത്തിനെതിരെ...

"രത്തൻ... ഇത് ഒരു ഇതിഹാസത്തിന്റെ വിത്താണ്...

രത്തൻ ഞാൻ കോരിത്തരിക്കുന്നു...

രത്തൻ ഒന്നുകൂടി നീ പാടൂ..." അവൻ ആനന്ദത്തോടെ വിസ്മയത്തോടെ സീതയുടെ അതിരറ്റ ആഹ്ലാദം നോക്കി നിന്നു... അവൻ വീണ്ടും പാടി...

അവൾ അവനെ ചേർത്തുനിർത്തി പറഞ്ഞു:

"നീ ചൊല്ലണം സ്നേഹത്തിന്റെ ഇതിഹാസം... ഇതേ താളത്തിൽ.. ലയത്തിൽ... നീ ചൊല്ലണം.... അഹിംസയുടെ ഗാനം... ഭൂമിയുടെ മക്കളുടെ ജീവരാഗം...

അവർ അത് ഏറ്റു ചൊല്ലും, അനന്തമായ കാലത്തിലെ തലമുറകളിലൂടെ...."

സുനന്ദ ജയന്തിയുടെ നോവൽ അവിടെ വരെ വായിച്ചു. അവസാന പേജിൽ നീ ചൊല്ലണം സ്നേഹത്തിന്റെ.. എന്നു തുടങ്ങുന്ന നാല് വരികൾ മാത്രം.. അതിനു താഴെ കളർ പെൻസിൽ കൊണ്ട് X ഇങ്ങനെ വലിയ ഗുണന ചിഹ്നങ്ങൾ... അത് എഴുത്തിലേക്കും പടർന്നിട്ടുണ്ട്... പക്ഷേ, പേപ്പറിന്റെ ഒത്തനടുവിൽ പേനകൊണ്ട് വൃത്തിയായി "ഇനി ഡയറിയിൽ വായിക്കുക" എന്നെഴുതിയിട്ടുണ്ട്...

സുനന്ദ ഓർത്തു.... അതെ അന്ന് ജയന്തി തന്ന കവറിൽ ഒരു ഫയലിലെ ഈ പേപ്പറുകൾ കൂടാതെ ഒരു ഡയറിയുമുണ്ടായിരുന്നു... ഫയൽ ഇരുന്ന കവറിൽ ഡയറി ഉണ്ടോ എന്ന് നോക്കാനായി സുനന്ദ അലമാരി തുറന്നു കവർ എടുത്തു നോക്കിയപ്പോൾ അതിനകത്ത് ആ നീലഡയറിയുണ്ട്.. ഡയറി കൈയിലെടുത്തപ്പോൾ തന്നെ ഫോൺ റിങ് ചെയ്തു. അവൾ ഫോൺ അറ്റെൻഡ് ചെയ്തു.. മെഴ്സിയാണ്. അവൾ മഞ്ഞുമലകൾ നിറഞ്ഞ തീർഥാടന നഗരത്തിനപ്പുറത്ത് മലമടക്കുകളിലെ ആ ഗ്രാമത്തിൽ നിന്നാണ് വിളിക്കുന്നത്...

"നീ ഇങ്ങോട്ട് വരണം. അത്യാവശ്യമാണ്.. " മെഴ്സി പറഞ്ഞു..

"എന്ത് അത്യാവശ്യം..."

"എന്തെങ്കിലുമായിക്കോട്ടേ... അല്ലെങ്കിൽ അത്യാവശ്യമൊന്നുമില്ല... നിനക്ക് വന്നുകൂടേ"

"ഞാൻ ഇപ്പോൾ... എനിക്ക് വരാൻ തോന്നുന്നില്ല..."

അവൾ ജയന്തിയും അവളുടെനോവലും കൂടിച്ചേർന്ന മനോ അവസ്ഥയിലായിരുന്നു...

"അങ്ങനെ പറയരുത്... നീ വരണം"

മെഴ്സിക്കെന്തോ സുനന്ദയുടെ സാമീപ്യം വേണമായിരിക്കുമെന്ന് സുനന്ദ വിചാരിച്ചു.... അവൾ സമ്മതിച്ചു.... "ഞാൻ വരാം."

അവൾ അടുത്ത ഫ്ളൈറ്റിലേക്ക് ടിക്കറ്റ് ബുക്ക് ചെയ്ത് എയർപോർട്ടിലേക്ക് അത്യാവശ്യസാധനങ്ങളുമെടുത്ത് യാത്രയാവുമ്പോൾ ആ ഡയറിയും കൈയിൽ എടുത്തു. എന്തിനെന്നറിയാത്ത യാത്ര.... എന്തിനാണ് എന്നറിഞ്ഞ് അല്ലെങ്കിൽ ഒരു യാത്രയുണ്ടോ? മെഴ്സിയെ കാണുക എന്നതിനപ്പുറം യാത്രയുടെ ലക്ഷ്യമോ എത്തിച്ചേരുന്ന സ്ഥലത്തിന്റെ രൂപമോ സുനന്ദയ്ക്കറിയില്ല.

വിമാനം ഉയരത്തിൽ പറക്കുമ്പോൾ അവൾ ആ നീല ഡയറി തുറന്നു..........

ഇരുപത്തി രണ്ട്

ഡയറിയിലെ കൈപ്പട വ്യക്തവും ആകർഷണീയവുമായിരുന്നു. പിടിച്ചെഴുതിയപോലെ........ വടിവൊത്ത അക്ഷരങ്ങളിലേക്ക് സുനന്ദയുടെ മനസ്സ് ഇല്ലാതെയായി.

ഞാൻ ജയന്തി.

ഇനി ഞാൻ എഴുതുന്നത് നോവൽ എന്ന് പറയാനാകുമോ. എന്തോ എനിക്കങ്ങനെ തോന്നുന്നില്ല. ഇല്ല പറയാനാകില്ല... ഡയറിക്കുറിപ്പ് എന്നും പറയാനാകില്ല. അല്ലെങ്കിൽ എന്തു പറഞ്ഞാലെന്ത്? ആരാണ് ഇതൊക്കെ വായിക്കാൻ. ഭ്രാന്താശുപത്രിയിൽ ഭ്രാന്തിന്റെ ചികിത്സയിൽ ആയിരിക്കുമ്പോൾ ഇതൊന്നും ചിന്തിച്ചില്ല..... ആര് വായിക്കുമെന്നോ. ആരെങ്കിലും വായിക്കണമെന്നോ. ഇപ്പോൾ ഇതാ ചികിത്സ കഴിഞ്ഞ് വീട്ടിൽ. ഭാവനയുടെയും സത്യദർശനങ്ങളുടെയും മറുലോകം നഷ്ടമായ ജഡജീവിതം...... പക്ഷേ, മുഴുഭ്രാന്തിൽ ഒന്നും എഴുതാനായില്ല.

നോർമലിനും അബ്നോർമലിനും ഇടയിലെ മനസിന്റെ സാന്ധ്യ കാലം.

മനസ്സ് ഒരു ഞാണിൽ കളിക്കുന്ന സമയം.

മനസ്സ് നോർമലിലേക്ക് വീഴാനാണ് മരുന്നുകൾ, ചികിത്സകൾ.

പക്ഷേ, ആശുപത്രിയിലെ അന്തരീക്ഷം പൈശാചികമാണ്. മാനസികരോഗിയെ കൂടുതൽ ഭ്രാന്തിലേക്ക് ഒരു ഇരുണ്ട ലോകത്തിലേക്ക് അത് തള്ളിവിടും.

അങ്ങനെ ഒരു ഇരുണ്ട ലോകത്തിലേക്ക് ഞാൻ വഴുതി വീണപ്പോൾ എന്റെ എഴുത്ത് നിന്നു. എന്റെ ഓർമയിൽ അത് ഭയത്തിന്റെ, നിന്ന് തിരിയാൻ ഇടമില്ലാത്ത ഒരു കുടുസ്സു മുറിയാണ്... ഒരു മൃഗക്കൂടുപോലെ..... ഇരുമ്പഴികൾ ഉണ്ട്.... ഓടി രക്ഷപ്പെടാനല്ല. ഒരു ഗർഭപാത്രത്തിലേതെന്നപോലെ ചുരുണ്ടുകൂടാൻ..... അങ്ങനെ രക്ഷപ്പെടാൻ.

പക്ഷേ, ഭയത്തിന്റെ വിറയൽ ഒരു കമ്പിളി പുതപ്പുകൊണ്ടും മാറില്ല. പ്രകാശവും ശബ്ദവും മാത്രമല്ല ചുറ്റുമുള്ള ഓരോ വസ്തുവും അവയ

വങ്ങളും പേടിയുടെ ജീവനുള്ള രൂപങ്ങളായി മാറുന്നു..... പ്രകാശം പേടിപ്പെടുത്തുന്ന ഒറ്റുകാരനാണ്. വെളിച്ചമാണ് നമ്മെ കാട്ടിക്കൊടുക്കുന്നത്. വെളിച്ചം നമ്മെ വസ്ത്രാക്ഷേപം ചെയ്യും. വെളിച്ചം നിഴലിനെ സൃഷ്ടിച്ച് നീരാളിപോലെ ചുറ്റിപ്പിടക്കും. ഇരുളിന്റെ മാളത്തിലേക്ക് ശരീരം ചുരുങ്ങുകയല്ലാതെ നിവർത്തിയില്ല.

അങ്ങനെ ചുരുങ്ങി ചുരുങ്ങി ഇല്ലാതായപ്പോഴാണ് യഥാർഥത്തിൽ സീത വന്നത്. അവൾ, സീത എന്നെ തൊട്ടു.... തൊട്ടു വിളിച്ചു.

എന്റെ കാതും കണ്ണും കൈകളും എനിക്കന്യമായി തോന്നുന്ന എന്നിൽ പറ്റിപ്പിടിച്ച് ജീവിക്കുന്ന വസ്തുക്കളായി പേടിപ്പിക്കുമ്പോഴാണ് മറ്റൊരു കൈ എന്നെ തൊട്ടുവിളിച്ചത്.

അവളെ, സീതയെ കാണുന്നതിനുമുൻപു തന്നെ ആ സ്പർശം അറിയുമ്പോൾ തന്നെ ആ രൂപം, ആ മുഖം എനിക്ക് സാന്നിധ്യപ്പെട്ടു. ഞാൻ അത്ഭുതത്തോടെ തിരിച്ചറിഞ്ഞു. അരഭ്രാന്തിന്റെ വേളയിൽ ആശുപത്രിയിൽ ഭൂമിയുടെ മകൾ എന്ന നോവൽ എഴുതുമ്പോൾ ആ കഥാപാത്രം സീത.. ഞാൻ മനസിൽ കണ്ട സീതയുടെ രൂപം... ആ സീത സുനന്ദയുടെ രൂപത്തിലായിരുന്നു....... അത്ഭുതത്തോടെ ഇപ്പോഴാണ് ഞാനത് തിരിച്ചറിയുന്നത്. ഞാനന്ന് ആ സീതയെ സുനന്ദയുടെ രൂപത്തിൽ കണ്ട് എഴുതുമ്പോഴും അതിനെ സുനന്ദയായറിഞ്ഞിരുന്നില്ല... സുനന്ദയെന്ന ബോധമേ മനസിൽ വന്നില്ല.

അത്ഭുതം... സീതയെന്ന അറിവിൽ സുനന്ദ എന്ന രൂപം. അല്ലെങ്കിൽ സീതയുടെ വേഷത്തിൽ സുനന്ദയായിരുന്നു.

ഇപ്പോൾ ഓർത്തെടുക്കുമ്പോൾ, വീട്ടിലിരിക്കുമ്പോൾ എന്നെ വന്ന് സ്പർശിച്ച സീത മറ്റൊന്നാണ്....... സീതയെന്ന അറിവിൽ മറ്റൊരു പുതുരൂപം. പല പല വേഷത്തിൽ അവൾ വന്നു. സാരി, ചുരിദാർ, ജീൻസും ഷർട്ടും....അങ്ങനെയങ്ങനെ...അവൾ എന്നെ വീട്ടിൽ നിന്നിറക്കി പിടിച്ചു വലിച്ചുകൊണ്ടു പോകുമ്പോൾ ജീൻസും ഷർട്ടുമായിരുന്നു. സീത എന്നെ പിടിച്ചു നടന്നു. ഞാൻ ഒരു ആകർഷണംപോലെ അവൾക്കൊപ്പം പോയി.

എന്റെ വീട്ടിന്റെ ഉമ്മറത്ത് ഞാനിരിക്കുമ്പോഴാണ് സീത എന്നെ തൊട്ട് പിന്നെ പിടിച്ച് വലിച്ചാനയിച്ചു കൊണ്ടുപോയത്. എന്റെ വീടിനു മുന്നിൽ മതിലും ഗേറ്റും കടന്നാൽ റോഡാണ്. റോഡിനപ്പുറം മറ്റൊരു വീട്. ഓല കെട്ടിയത്. വീട്ടിനു ചുറ്റും മരച്ചീനി കൃഷി ചെയ്തിട്ടുണ്ട്. പക്ഷേ, എനിക്കോർമയുണ്ട്, സീത എന്നെ പിടിച്ച് വലിച്ച് കൊണ്ടുപോകുമ്പോൾ... വീടിന് പുറത്തേക്കിറങ്ങിയത് വളർന്ന് ഉണങ്ങിയ പുല്ലുകൾ നിൽക്കുന്ന അനന്തവിശാലമായ ഒരു പറമ്പിലേക്കാണ്. അത് എങ്ങന്നറിയാതെ ചരിഞ്ഞ് താഴോട്ട് അവസാനമില്ലാതെ കിടക്കുന്നു. ഏതോ ചക്രവാളത്തിലേക്ക്.........

ഇങ്ങനെ ഒരുപാട് ശ്ലഥ ചിത്രങ്ങൾ രോഗത്തിന്റെ ഇറക്കത്തിൽ എനിക്ക് വന്നുപോയിക്കൊണ്ടിരുന്നു.

പക്ഷേ, നോർമലിലെ ആയാലും അബ്നോർമലിലെ ആയാലും ഓർമയിലെ ചിത്രങ്ങൾ പിന്നെ പറയുമ്പോൾ എഴുതുമ്പോൾ ഭാവന കലരുന്നു. എനിക്ക് പറയേണ്ടതെന്തൊക്കെയോ കലരുന്നു...... ഇപ്പോൾ പറയുന്ന തുടർച്ചയിൽ ആയിരുന്നില്ല ഓർമകൾ എന്നെനിക്ക് വ്യക്തമാണ്. ഓർമയുടെ ക്യാൻവാസിൽ ഭാവനയുടെ നിറം വരഞ്ഞ ചിത്രങ്ങൾ. അസ്തിത്വം ലഭിക്കാതെ പോകുന്ന ഓർമകൾ തീർക്കുന്ന ഒരു വലയമുണ്ട്. ബോധത്തിന് പുറത്ത്.

കുത്തി ഒഴുകുന്ന കാട്ടാറിന്റെ തീരത്തിലായിരുന്നു പിന്നെ ഞങ്ങൾ. അപ്പോളവൾക്ക് നിറമുള്ള വസ്ത്രങ്ങളായിരുന്നു...... പുഴ സീതയ്ക്കെന്നും ഇഷ്ടമായിരുന്നു എന്ന് ഞാൻ അറിഞ്ഞിരുന്നു. അവളുടെ അമ്മയുടെ ജീവനാഡിയായതുകൊണ്ടാണോ.....

ജലക്രീഡയ്ക്ക് മാത്രമല്ല മരണത്തെക്കുറിച്ചോർക്കുമ്പോഴും പുഴയാണ് അവളുടെ മനസിൽ ആദ്യം വരുക. ജീവിതത്തിനും മരണത്തിനും അവൾ നദിയെ രക്ഷകയായി കണ്ടു. കഥകളിൽ അവൾ രണ്ടുവട്ടം അല്ലെങ്കിൽ മൂന്നു വട്ടം ആത്മഹത്യയെ കുറിച്ച്, പുഴയിൽ ചാടി മരിക്കുന്നതിനെ കുറിച്ച് ചിന്തിക്കുന്നു.

പൂർണ ഗർഭിണിയായിരുന്നപ്പോൾ രാമൻ ഉപേക്ഷിച്ച സീത എന്ന കഥാപാത്രം വന്യജീവികളെ ഭയന്ന് പ്രസവവേദനയുടെ വേളയിൽ ഗംഗയിൽ സ്വയം സമർപ്പിച്ചതായി കാണുന്നതാണ് അതിലൊന്ന്.

ആഴമില്ലാത്ത പുഴയിലെ നടുക്കുള്ള വലിയ പാറയിൽ ചാരി എന്തോ ഓർക്കുന്നതുപോലെ അവൾ നിന്നു.

അവൾ പുഴയിലേക്ക് അവളുടെ പ്രതിച്ഛായ നോക്കിയിരിക്കയായിരുന്നു. ഒരുനിമിഷം ആ പ്രതിച്ഛായയെ നോക്കി അവൾ പുഞ്ചിരിച്ചു. പിന്നെ അവൾ പാറമേൽ നിന്ന് നിരങ്ങി ഇറങ്ങി വെള്ളത്തിൽ കാലിട്ടടിച്ച് ഓളങ്ങൾ ഉണ്ടാക്കി..... എന്നിട്ട് അവൾ പൊട്ടി പൊട്ടി ചിരിച്ചു.... അവളുടെ പ്രതിച്ഛായ ആ ഓളങ്ങളിൽ കലങ്ങിപ്പോയി. ഞാൻ അവൾ ചിരിക്കുന്ന കാര്യം വ്യക്തമാവാതെ അവളെ നോക്കി.... ഞാൻ ചോദിച്ചു. നീ എന്താണ് ഓർക്കുന്നത്......

അവൾ എന്നെ നോക്കി പറഞ്ഞു: "ഞാൻ എന്ന കഥാപാത്രത്തെ ഓർത്ത് ചിരിച്ചതാണ്. രാവണൻ എന്നെ എടുത്തു കൊണ്ടു പോകുന്നത് ഓർത്ത് ചിരിച്ചുപോയതാണ്. അന്ന് ഞാൻ നിലവിളിച്ചു കരഞ്ഞത് ഓർത്ത്....."

"സങ്കടകരമായ ആ ഓർമയിൽ ഇന്ന് നീ എന്തേ ചിരിക്കുന്നത്."

"കരഞ്ഞു കരഞ്ഞു ജീവിച്ച കഥാപാത്രങ്ങളിൽനിന്ന് നീയെന്നെ മോചിപ്പിച്ചു. കഴിഞ്ഞുപോയ കാലത്തിന്റെ വേദനിപ്പിക്കുന്ന ഓർമകൾ. അതിന്റെ വിഴുപ്പുകൾ പേറി എന്തിന് കരഞ്ഞ് ജീവിക്കണം. ആ ഭൂതകാ

ലത്തിന്റെ ബാക്കിപത്രത്തിൽ ശിഷ്ടജീവിതം കഴിക്കണം എന്ന് പറഞ്ഞാൽ.”

എനിക്കതു കേട്ട് ഒരുപാട് സന്തോഷമായി. ഞാൻ സീതയെ കെട്ടിപ്പിടിച്ച് ഉമ്മവച്ചു. സന്തോഷംകൊണ്ട് അവളുടെ കണ്ണുകൾ നിറഞ്ഞു.

“പറ... രാവണൻ നിന്നെ എടുത്ത്... പറ...നീ എന്താണ് ഓർത്തത്.” ഞാൻ ചോദിച്ചു.

ഇതിഹാസത്തിൽ സീതയെ രാവണൻ ആ മലയിടുക്കിലൂടെ പൊക്കിയെടുത്ത് കൊണ്ടുപോയത്....... സീത ഓർത്തു.

വെള്ളാരം കല്ലുകളെ തട്ടിത്തട്ടി ഒഴുകുന്ന നീരൊഴുക്കിൽക്കൂടി നടക്കുമ്പോൾ സീത പറഞ്ഞു:

“മലകളും കാടുകളും നിറഞ്ഞ സ്ഥലം. അത് മഹേന്ദ്ര പർവതമായിരുന്നെന്ന് പിന്നെ എനിക്ക് മനസിലായി. ഒരു തടാകത്തിന്റെ അരികിലെ ഇടുങ്ങിയവഴിയാണ് ഇപ്പോൾ ഓർമ വന്നത്. കാരിരുമ്പിന്റെ കരുത്തുള്ള ആ പുരുഷശരീരത്തോട് മല്ലിട്ടും കരഞ്ഞും ഞാൻ തളർന്ന് വാടിയിരുന്നു....... കഥയിൽ എന്റെ വസ്ത്രങ്ങൾ മാറിക്കിടന്നതായിട്ടൊക്കെ എഴുതിയിട്ടുണ്ട്.”

“പിടിയിലും വലിയിലും അവൻ നിന്നെ എന്തെങ്കിലും ചെയ്തോ.” എന്റെ കൂതൂഹലം ഞാൻ മറച്ചു വച്ചില്ല.

അവൾ എന്നെ സുക്ഷിച്ചൊന്നു നോക്കി. “ഇല്ലന്നല്ലേ ഇതിഹാസത്തിൽ എഴുതിയിരിക്കുന്നത്..... എന്നിട്ടും ഒടുങ്ങാത്ത സംശയവും. അഗ്നിപരീക്ഷയും... രാവണന്റെ കാരുണ്യത്തിൽ ഞാൻ രക്ഷപ്പെട്ടൊന്നൊക്കെ നീയും എഴുതിട്ടോണ്ട്..........”

പിന്നെ ആലോചിച്ചിട്ട് സീത പറഞ്ഞു:

“കാട്ടിൽ രാമൻ വനവാസികളെ കൊല്ലുമ്പോൾ അവന്റെ വീര പരാക്രമങ്ങളിൽ ഞാൻ അഭിമാനിച്ചു എന്നാണ് നീ എഴുതിയിരിക്കുന്നത് അല്ലേ... പക്ഷേ, ഇത്രയധികം ആയുധങ്ങൾ ധരിച്ചിരിക്കുന്ന താങ്കളുമായി ദണ്ഡകാരണ്യത്തിൽ പ്രവേശിക്കാൻ എനിക്ക് മടിയാണെന്ന് ഞാൻ രാമനോട് പറയുന്നതായി ഇതിഹാസകാരൻ എഴുതിയിട്ടുണ്ട്. ആയുധങ്ങൾ ധരിക്കുന്നതു വഴി മനസു കലുഷമായി എന്നും അയോധ്യയിൽ ചെന്നിട്ടു പോരെ അങ്ങയുടെ ക്ഷത്രീയ ധർമമെന്നും ഒരു കാരണവുമില്ലാതെ ഒരു ശത്രുതയുമില്ലാതെ ദണ്ഡകവനവാസികളായ രാക്ഷസന്മാരെ എന്തിനു കൊല്ലണം എന്നും ഞാൻ ചോദിക്കുന്നുണ്ട്.”

ഞാൻ പറഞ്ഞു.

“എനിക്ക് അങ്ങനെയാണ് വന്നത്.... നിനക്ക് ഭൂമിപുത്രിയായ സീതയാവാൻ കഴിയുന്നത് പ്രകൃതിയുടെ മുലപ്പാൽ കുടിക്കുന്ന പ്രകൃതി മക്കളോടൊപ്പം ചേരുമ്പോൾ മാത്രം..... പ്രകൃതിയുടെ ചോരയൂറ്റുന്ന പരിഷ്കൃതർക്കൊപ്പം നീയും അവരിൽ ഒന്ന് മാത്രം. രാമന്റെ പതിവ്രതയായ ഭാര്യ. മറ്റൊരു കർതൃത്വവുമില്ലാതെ..... അധികാരത്തിന്റ അന്തപ്പുരത്തിലെ നല്ല

വളായ സീതയെ വിമോചിപ്പിച്ച് ജനങ്ങൾക്കൊപ്പം നിൽക്കുന്ന ഒരു റിബൽ സീതയെയായിരുന്നു എന്റെ കാലത്തിനാവശ്യം...." ഇങ്ങനെ പറഞ്ഞപ്പോൾ ഞാൻ വല്ലാതങ്ങു സീരിയസ്സ് ആയി.

ഞാൻ അപ്പോൾ സീതയെ തുറിച്ചു നോക്കിയിരുന്നു എന്നാണ് എന്റെ ഓർമയിൽ വരുന്ന ചിത്രം... സീത എന്നെയും.

ഞങ്ങൾ അഭിമുഖം നോക്കി അങ്ങനെ നിന്നു, ഒരു അരങ്ങിൽ എന്ന പോലെ.

ഞാൻ പറഞ്ഞു:

"ഞാൻ ഇങ്ങനെ സങ്കൽപ്പിക്കുന്നു, രാമൻ പറയുന്നതായി. ഇവൾ സീത, എന്റെ പ്രിയ പത്നി ഒരു തെറ്റും ചെയ്തതായി ഞാൻ കാണുന്നില്ല. രാവണൻ അവളെ തട്ടിക്കൊണ്ടുപോയത് അവളുടെ തെറ്റല്ല. സ്വയം യാതൊരു തെറ്റും ചെയ്യാത്ത അവൾ രാവണന്റെ ബലാൽക്കാരത്തിന് വിധേയമാവേണ്ടി വന്നിരുന്നു എങ്കിൽപ്പോലും ഞാൻ അവളെ കൈവിടില്ല.... കാരണം, മറ്റുള്ളവരുടെ ചെയ്തികൾക്ക് അവൾ ഇരയാവുകയായിരുന്നു. പക്ഷേ ഒരു രാജാവ് ജനാഭിലാഷം അനുസരിക്കണം. അതുകൊണ്ട് നീതിക്ക് വേണ്ടി ജനാഭിലാഷത്തിനുവേണ്ടി ഞാൻ സിംഹാസനം ഉപേക്ഷിക്കയാണ്. ഞാൻ ഗർഭിണിയായ സീതയുമായി കാട്ടിലേക്ക് പോകുകയാണ്.... പഴയതുപോലെ ആയുധങ്ങൾ അണിഞ്ഞ് ദണ്ഡകവനവാസികളെ വകവരുത്താനല്ല. അയോധ്യയിലെ രാജാവിന്റെ എല്ലാ സ്വത്വവും ക്ഷത്രിയത്വവും സ്വന്തം അന്തക്കരണത്തിൽനിന്ന് അഴിച്ചുവച്ച്.... അന്യന്റെ ദുഃഖം സ്വന്തം ദുഃഖംപോലെ മനസിലാക്കാൻ കഴിയാത്ത ഒരു രാജ്യത്തിൽ ഒരു പ്രജയായിക്കൂടിയും കഴിയാൻ ഞാൻ ഇഷ്ടപ്പെടുന്നില്ല....."

ഒരു സ്വപ്നത്തിൽ എന്ന പോലെ കണ്ണുകൾ അകലെ നട്ട് ഞാൻ ഇങ്ങനെയാണ് തുടർന്ന് പറഞ്ഞത്.....

"അങ്ങനെയായിരുന്നുവെങ്കിൽ രാമായണത്തിൽ നീതിയുടെ തുല്യതയും കരുണയുമുണ്ടാവുമായിരുന്നു.

ഒരു ജനതയുടെ സംസ്കൃതി മാറിമറിയുമായിരുന്നു......."

സീത ചിരിച്ചു. "നിന്റെ സ്വപ്നങ്ങൾ. ലോകത്തിലെവിടെ എങ്കിലും നീ പറഞ്ഞതുപോലെ സംഭവിക്കുമോ."

"മഗ്ദലനമറിയത്തിന്റെ അപഥസഞ്ചാരത്തെക്കുറിച്ചാണ് ജനം മുറവിളി കൂട്ടിയത്. നിങ്ങളിൽ പാപം ചെയ്യാത്തവർ അവളെ കല്ലെറിയുക എന്നാണ് യേശു പറഞ്ഞത്."

"യേശു രാജാവല്ലായിരുന്നു. പുരുഷന്റെ അധികാര വ്യവസ്ഥയിലുമല്ലായിരുന്നു. ഇതിനൊക്കെ എതിരെ പോരാടുന്ന സ്നേഹത്തിന്റെ പ്രതിരൂപമായിരുന്നു."

ജനഹിതത്തിനുവേണ്ടി ദുഃഖഭാരത്തോടെ സ്വന്തം പ്രിയയെ ഉപേക്ഷിക്കേണ്ടിവന്ന രാമന്റെ ത്യാഗം. രാമന്റെ രോദനം. അതാണ് രാമായ

ണത്തിൽ ഇന്നും വായിക്കപ്പെടുന്നത്..... അതാണ് എഴുത്തിന്റെ കൗശലം..... സ്വയം ക്രൂശിച്ചുകൊണ്ട് ജനങ്ങൾക്കായി നിന്നവൻ. രാമരാജ്യം എന്നൊക്കെ ഗാന്ധി പറഞ്ഞതും ഇതല്ലേ..... അങ്ങനെ രാമൻ ഒരു മാതൃകയായി വാഴ്ത്തപ്പെടുന്നു...... സീത കൈയിലിരുന്ന പാറക്കഷണത്തിലേക്ക് അൽപ്പനേരം നോക്കിയിരുന്നിട്ട് അത് മുകളിലേക്ക് എറിഞ്ഞു. അത് താഴേക്ക് വീണത് ചെളികെട്ടിക്കിടന്ന ഒരിടത്തായിരുന്നു. അത് ചെളിയിലേക്ക് ആഴ്ന്ന് മറഞ്ഞു.

ഞങ്ങൾ ഇന്ദ്രവതി നദിക്ക് കുറുകേയുള്ള പാലം കടക്കുകയായിരുന്നു. മരങ്ങൾക്കിടയിൽ കൊച്ചുകൊച്ചു കൂരകൾ കാണാം. കുറച്ചുദൂരം ആ കുടിലുകളെ ലക്ഷ്യമാക്കി ഞങ്ങൾ നടന്നു. സീത അവിടെയെല്ലാം പരിചിതം എന്നപോലെ മുൻപേ നടന്നു. കുറേ സ്ത്രീകൾ കുടങ്ങളിൽ വെള്ളം ചുമന്നുകൊണ്ട് പോകുന്നുണ്ട്. ആട്ടിൻകൂട്ടത്തെ മേയ്ച്ച് കൊണ്ടുപോകുന്ന കുട്ടികൾ... അവിടെയും ഇവിടെയും മരങ്ങൾ നിൽക്കുന്ന കരഭൂമിയിലെ നെൽവയലിൽ കാളകളെവച്ച് പൂട്ടുന്നവർക്ക് കോണകമാണ് വസ്ത്രം.

ഞാൻ പറഞ്ഞു:

"നോക്കു നിനക്കറിയാവുന്ന സാലവൃക്ഷത്തിന്റെ ഇലകൾ കുട്ടിത്തുന്നി ആഹാരം കഴിക്കാൻ പാത്രമുണ്ടാക്കുന്ന പെണ്ണുങ്ങൾ..... നീയും കാട്ടിൽ ആഹാരം കഴിക്കാൻ ഇങ്ങനെ പാത്രമുണ്ടാക്കിയിട്ടില്ലേ......"

നൂറ്റാണ്ടുകളുടെ സമയം കടന്നുപോയിട്ടും നിശ്ചലമായ കാലത്തിൽ നിൽക്കുന്നതായി സീതയ്ക്ക് തോന്നി, ഒരു നിമിഷം.

ഞാൻ പറഞ്ഞു.

"നിനക്കിവിടമെല്ലാം പരിചയമായിരിക്കും. പക്ഷേ, ഞാൻ വായിച്ചറിഞ്ഞിട്ടുണ്ട് ഇവിടത്തെ ദരിദ്രാവസ്ഥ. ഈ ഭൂമിക്കടിയിൽ ധാതുക്കളാണ്. ഇരുമ്പയിര്, ബോക്സൈറ്റ്, കൽക്കരി.... പുതിയ രാജാക്കന്മാർ വൻ കമ്പനികൾ ഖനനം ചെയ്ത് ഭൂമിയുടെ സമ്പത്തെടുക്കാൻ വന്നുകൊണ്ടിരിക്കുന്നു. ഭൂമിയുടെ മക്കൾ ആട്ടി പായിക്കപ്പെടുന്നു. വലിയ വലിയ അണകെട്ടുകളിൽ വാസസ്ഥലം വെള്ളത്തിനടിയിലാകുന്നു. ഭൂമിയുടെ മക്കൾ അവരുടെ ആവാസ ഇടങ്ങൾ നഷ്ടപ്പെട്ട് അഭയാർഥികളാകുന്നു."

സീത എന്നെ നോക്കി എന്റെ തോളിൽ രണ്ടു കൈകളും വച്ചു. എല്ലാം എനിക്കറിയാം എന്ന ഭാവമുണ്ടായിരുന്നു അവൾക്ക്. അനന്തകാലങ്ങൾക്ക് ദൃക്സാക്ഷിയായ സീതയുടെ അറിവിലേക്ക് നോക്കി ഞാൻ നിന്നു.

ഓർമയിൽ വന്നതെല്ലാം എഴുതാൻ കഴിയുന്നില്ല. എഴുതുന്നത് ഓർമയുടെ തുടർച്ചയുമല്ല. ഇപ്പോൾ ഓർമയിൽ ഞങ്ങൾ സീതയും ഞാനും നഗരപ്രാന്തത്തിലെ തെരുവോരത്ത് ഒരു സിമന്റ് ബഞ്ചിൽ ഇരിക്കുകയാണ്. ഒരു ബസ് സ്റ്റോപ്പ് പോലെ... മറ്റാരുമില്ല. സൂര്യന്റെ വെളിച്ചം റോഡിൽ തിളങ്ങുന്നുണ്ട്. ദൃശ്യത്തിൽത്തന്നെ ഒരു ജയിൽ കോമ്പൗ

ണ്ടിൽ തടവുപുള്ളികൾ പണിയെടുക്കുകയാണ്. സിമന്റ് ബഞ്ചിൽ ഇരിക്കുമ്പോൾ അത് ഞങ്ങളുടെ കാഴ്ചയാണ്. പെൺ തടവുകാർ പണിയെടുക്കുന്നതിനിടയിലൂടെ ഞങ്ങൾ നടക്കുമ്പോളാണ് സീത ചോദിച്ചത്.

“നിന്റെ പൂർത്തിയാകാത്ത നോവൽ എങ്ങനെ അവസാനിപ്പിക്കാനായിരുന്നു പരിപാടി.” ഞാൻ ഒന്ന് ആലോചിച്ച് പറഞ്ഞു.

“അത് എന്നെ കുഴച്ച ഒരു പ്രശ്നമാണ്. എഴുതി വരുമ്പോൾ അത് എങ്ങനെ അവസാനിക്കുമെന്ന് എനിക്കുമറിയില്ലായിരുന്നു. പക്ഷേ, എന്റെ മനസിൽ ഉണ്ടായിരുന്നത് ഒരു യുദ്ധമാണ്. രാമന്റെ സൈന്യവും വനവാസികളും തമ്മിലെ യുദ്ധം. ലവനും കുശനും രത്തനും എല്ലാം നേതൃത്വം കൊടുത്ത യുദ്ധം. ഒരു പോരാട്ടത്തിലേക്ക് പോകാതെ പുരിവാസികളുടെ മനസിൽ ഇടം നേടണമെന്ന അഭിപ്രായമാണ് രത്തനുണ്ടായിരുന്നത്. പക്ഷേ, എല്ലാം തകിടം മറിഞ്ഞു. വനത്തിലേക്കുള്ള കടന്നുകയറ്റം, വനവാസികളെ കൊന്നൊടുക്കൽ ഇതൊക്കെ വർധിച്ചുവന്നപ്പോൾ പോരാടാതെ നിവർത്തിയില്ലെന്നു വന്നു. ശംഭൂകനെ രാമൻ വധിച്ചതോടെയാണ് വനവാസികൾ പോരാടാൻ തീരുമാനിച്ചത്.

ശംഭൂകൻ എന്ന തപസനുഷ്ഠിച്ച ശൂദ്രന്റെ തല രാമൻ വെട്ടിയപ്പോൾ മരിച്ചുപോയ ബ്രാഹ്മണബാലൻ ജീവിച്ചു എന്നാണല്ലോ കഥ. ശൂദ്രൻ വിദ്യ അഭ്യസിച്ചതിനാലത്രേ ബ്രാഹ്മണബാലൻ മരിച്ചത്. ബ്രാഹ്മണന്റെ ഉപദേശത്തിലെ ക്ഷത്രിയവാഴ്ചയുടെ കഥ, എന്റെ മനസിൽ രാമൻ തോൽക്കണമെന്നായിരുന്നു. ഒരിക്കലും അത് യാഥാർഥ്യത്തോട് പൊരുത്തപ്പെടില്ല എന്ന് മനസ്സ് പറയുന്നു. രാമന്റെ ദൈവങ്ങളും ദേവന്മാരും കൊടുത്ത നവീന ആയുധങ്ങളുടെ മുന്നിൽ വനവാസികൾ തോറ്റു പോകയേ ഉള്ളൂ. കൃഷിയിലും ജ്യോതിശാസ്ത്രത്തിലും വൈദ്യത്തിലും ഒക്കെ ഒരുപാട് വികസിച്ചെങ്കിലും വനവാസികൾ ആയുധങ്ങൾ വികസിപ്പിച്ചെടുക്കാൻ ശ്രദ്ധിച്ചില്ല. അല്ലെങ്കിൽ കഴിഞ്ഞില്ല. അവർക്ക് കല്ലും വടിയും മാത്രമായിരുന്നു ആയുധങ്ങൾ. ഞാൻ നോവലിന്റെ അവസാനം എഴുതി ചേർക്കാനായി കണ്ട ചിത്രം ഇതായിരുന്നു. മരിച്ചുകിടക്കുന്ന കാനനവാസികൾ. തലങ്ങും വിലങ്ങും ചവിട്ടി മെതിച്ചിട്ട കാനന ഭൂവിൽ ശവങ്ങൾ ആകെ ചിതറിക്കിടക്കുന്നു. ചോരയും ശവശരീരവും ഒഴുകുന്ന നദിയിൽ രത്തൻ രചിച്ച ഭൂമിയുടെ മക്കൾക്കായുള്ള ഇതിഹാസ കാവ്യവും ഒഴുകി പോകുന്നുണ്ട്. പക്ഷേ, ഭൂമിയുടെ മക്കൾ ഇനിയും ഉയിർത്തെഴുന്നേൽക്കും. ഇത് അന്തിമമായ പരാജയമല്ല എന്ന സൂചനയിൽ നോവൽ അവസാനിക്കുന്നു. ഇന്നും ദണ്ഡകാരണ്യത്തിലെ സ്ഥിതി മറ്റൊന്നല്ല. ദണ്ഡകാരണ്യത്തിൽനിന്നും കണ്ടില്ലേ ഇന്നും ആട്ടി ഓടിക്കപ്പെടുന്നവർ ഭരണകൂടത്തിന്റെ ആയുധശക്തിയോട് പോരാടുന്നത്.”

ഞങ്ങൾ നഗരത്തിലൂടെ സഞ്ചരിച്ചു. അത്യാധുനിക ആഡംബരകാറുകളും മെട്രോ റെയിലും ഒക്കെ ഉണ്ടായിരിക്കുമ്പോഴും തിരക്കുള്ള

റോഡിൽ സൈക്കിൾ റിക്ഷയും ഉണ്ടായിരുന്നു. പഴയ രാജകീയ മന്ദിരങ്ങൾ മരിച്ച സ്മരണകളുടെ സ്മാരകങ്ങളായി നിന്നു. തണുത്ത സൂര്യരശ്മിയിൽ നിഴലും വെളിച്ചവും വീണുകിടക്കുന്ന നഗരത്തിലെ പച്ചപ്പിലേക്ക് ഞങ്ങൾ പോയി. ഞങ്ങൾ നഗരത്തിലെ ഏറ്റവും വലിയ ആർട്ട് ഗ്യാലറിയിലേക്കാണ് പോയത്. പഴയതും പുതിയതുമായ ചിത്രകാരന്മാരുടെ ഒരുപാട് ചിത്രങ്ങൾ. കാലം കടന്നുപോയ വഴികളിൽ വിവിധ ദേശ വിഭിന്നതകളിൽ ഉരുവപ്പെട്ട ചിത്രകല....... രാമായണ കഥാഭാഗങ്ങൾ ചിത്രീകരിച്ച ഒരുപാട് ചിത്രങ്ങളുണ്ടായിരുന്നു അവിടെ...... രസമായിരുന്നു അതൊക്കെ നോക്കി നടക്കുമ്പോൾ സീതയ്ക്ക്. അവളുടെ രസം കണ്ട് ഞാനും രസിച്ചു.

ചിത്രകാരന്മാർ അവൾക്ക് കൊടുത്ത വേഷങ്ങൾ, ഭാവങ്ങൾ പശ്ചാത്തലങ്ങൾ...

ചിത്രങ്ങൾ കണ്ടു നടക്കുന്ന എന്നിൽ ഇങ്ങനെ ഒരു ചിന്ത രേഖപ്പെടുത്തുന്നു.

കലാകാരന് കാലം ദർശനപ്പെടുമ്പോൾ അവൻ ആ കാലത്തിനുള്ളിലുമാണല്ലോ..... ജീവരാശിയുടെ വലിയൊരു യാത്രയിൽ താൻ എവിടെയാണെന്നുപോലും കവിക്ക് നിശ്ചയമില്ല. രാമായണകർത്താവിനും.

ഞങ്ങൾ കുമാരനാശാന്റെ കവിതകളെ ആസ്പദമാക്കിയുള്ള ചിത്രങ്ങളുടെ മുന്നിൽ, ചിത്രങ്ങൾ ഓരോന്നും കണ്ട് പോകുമ്പോൾ സാവിത്രിയും ചാത്തനും എന്ന ചിത്രത്തിന്റെ മുന്നിൽ സീത ഏറെ നേരം നിന്നു. അവൾ അതു തന്നെ നോക്കി നിൽക്കുമ്പോൾ ഞാൻ അവളുടെ മുഖത്ത് നോക്കി നിന്നു.... അവൾ എന്നെ നോക്കി..... എന്തോ പറയാൻ വരുന്നത് പോലെ. അവൾ മുന്നോട്ട് നടന്നപ്പോൾ ഞാനവളെ തൊട്ടു. എന്ത് പറയ് എന്ന ഭാവത്തിൽ..... അവൾ തിരിഞ്ഞ് പറഞ്ഞു. "സീതയും രത്തനും."

ഞങ്ങൾ ചിന്താവിഷ്ടയായ സീത എന്ന ചിത്രത്തിന്റെ മുന്നിലെത്തി. കുമാരനാശാന്റെ ചിന്താവിഷ്ടയായ സീതയാണത്. ആ ചിത്രം കുറെ നേരം നോക്കി നിന്നിട്ട് സീത ചിരിച്ചു. പിന്നെ ഓർത്തോർത്ത് ഒരു പൊട്ടിച്ചിരിയായി. ഞാനും ചിരിച്ചു.

"എല്ലാ സീതമാരിൽനിന്നും, വ്യത്യസ്തമായി ചിന്തിക്കുന്ന വ്യക്തി ആശാന്റെ സീത എന്ന സ്ത്രീയിൽ ഉടലെടുത്തു. രാമനെ വിചാരണ ചെയ്യാൻ കെൽപ്പുള്ള സ്ത്രീയായി അവൾ. അതൊരു മാറ്റമായിരുന്നു. വലിയ മാറ്റം. നീ അതും കടത്തിവെട്ടിയല്ലോ." സീത പറഞ്ഞു.

ഞാൻ ആവേശത്തിലും ഒച്ചയിലും പറഞ്ഞു പോയി. "രാമനേം കഴിഞ്ഞുപോയ കാലങ്ങളേം ഒക്കെ ചിന്തിച്ചും ഓർത്തും ഉടജാന്തവാടിയിലിരിക്കാതെ പൊടിയും തട്ടി എണീറ്റ് ജീവിക്കാൻ തുടങ്ങണം." ഞങ്ങൾ മതിമറന്ന് അടക്കാനാവാതെ ഒച്ചയിൽ ചിരിച്ചു. പൊട്ടി പൊട്ടി ചിരിച്ചു.

ആർട്ട് ഗ്യാലറിയിലെ നിശ്ശബ്ദത ഭഞ്ജിക്കപ്പെട്ടപ്പോൾ എല്ലാവരും

ഞങ്ങളെ നോക്കാൻ തുടങ്ങി.

ചിരിയടക്കി നോക്കിയപ്പോഴാണ് ഞങ്ങളെ നോക്കി നിൽക്കുന്ന കൂട്ടത്തിനിടയിൽ നിന്ന് സുനന്ദ ഞങ്ങളെ കണ്ടതും ഹായ്... ജയന്തീ... ഹായ്... സീതാ... എന്ന് വിളിച്ച് രണ്ടും കൈയും വിടർത്തി ഓടി ഞങ്ങളുടെ അടുത്തേക്ക് വന്നതും. (സുനന്ദയ്ക്ക് സീതയെ അറിയാമോ അറിയാമെങ്കിൽ എങ്ങനെ അറിയാം എന്നൊന്നും ആ ഭ്രമചിന്തയിൽ തോന്നിയില്ല. ഞങ്ങളെല്ലാം കൂട്ടുകാർ എന്നതുപോലെയാണ് അവ വന്നു പോയത്.)

ഹായ്... ആശാന്റെ ചിന്താവിഷ്ടയായ സീതയല്ലേ ഇത്... ഹായ്...

ഒരു നിശ്ചയമില്ലയൊന്നിനും
വരുമോരോദശ വന്നപോലെ പോം
വിരയുന്നു മനുഷ്യനേതിനോ
തിരിയാ ലോകരഹസ്യമാർക്കുമേ....

സുനന്ദ ഒരു കൈ നീട്ടി, മറ്റേ കൈകൊണ്ട് ആംഗ്യങ്ങൾ കാണിച്ച് നല്ല ഈണത്തിൽ എന്നാൽ, തമാശയുടെ ഭാവത്തിൽ ചൊല്ലി.

"സീതയുടെ ചിന്ത തുടങ്ങുന്നതിങ്ങനെയാണ്. അല്ലേ... ഈ സുന്ദരിക്കോതയെ കണ്ടുമുട്ടിയ ശേഷമാണ് ഞാനിതൊക്കെ വായിക്കാൻ തുടങ്ങിയത്." സുനന്ദ എന്റെ കവിളത്തിട്ട് ഒരു തട്ട് തന്നുകൊണ്ട് പറഞ്ഞു.

സുനന്ദ എപ്പോഴും ഉത്സാഹത്തിലും ഉന്മേഷത്തിലുമാണ്. അവളുടെ പ്രസരിപ്പിൽ അന്തരീക്ഷമാകെ ആനന്ദത്തിന്റെ അലകളിൽ ഇളകുന്നതുപോലെയായി.

"ആ എന്താ പരിപാടി..... നിങ്ങളെ ഞാൻ ഇവിടെ ഇന്ന് പ്രതീക്ഷിച്ചതേ ഇല്ല...... വാ നമുക്കൊരു കറക്കമൊക്കെ നടത്തി അടിച്ചുപൊളിക്കാം." സുനന്ദ എന്റെയും സീതയുടെയും കൈയിൽ പിടിച്ചു കൊണ്ട് പുറത്തേക്കിറങ്ങി. അതൊരു ഓട്ടമായിരുന്നു. ഞങ്ങളുടെ ഓട്ടം ഒരു റസ്റ്റോറന്റിൽ അവസാനിച്ചു. അഷ്ടകോണിൽ കണ്ണാടി ചുവരുള്ള ചൈനീസ് മാതൃകയിലെ മേൽക്കൂരയുള്ള കെട്ടിടം..... പുറത്തേക്ക് നോക്കിയാൽ അകലെ നീലാകാശം തൊട്ടു നിൽക്കുന്ന വെളുത്ത പർവതനിര. താഴ്വാരത്തിലെ പച്ചപ്പ് മൂടൽമഞ്ഞുകൊണ്ട് അർധസുതാര്യമായിരുന്നു. കണ്ണാടിയിൽ കൂടി പുറത്തേക്ക് നോക്കുമ്പോൾ ഒരു കൂട്ടം കൃഷ്ണമൃഗങ്ങൾ തുള്ളിച്ചാടി ഓടി പോകുന്നുണ്ട്.

മറ്റു ടേബിളുകളിൽ എല്ലാവരും ഒച്ചയിൽ സംസാരിക്കുന്ന കാഴ്ചയിൽ ശബ്ദമില്ലായിരുന്നു..... തമാശകൾ പൊട്ടിച്ച് രസകരമായി. ചില മേശകളിൽ ഒരാണും ഒരു പെണ്ണും. ചിലയിടത്ത് ആൺപെൺ സൗഹൃദക്കൂട്ടങ്ങൾ. സുനന്ദ പറഞ്ഞു. "നോക്കൂ നമ്മൾ മാത്രം. മൂന്നു പെണ്ണുങ്ങൾ. ഛേ... നാണക്കേട്..." ഞാൻ ഇങ്ങനെയാണ് ചിന്തിച്ചത്. പിന്നെ അത് പറഞ്ഞു.

"നമുക്ക് സന്തോഷിക്കാം. ഈ ലോകം ആണും പെണ്ണും ഒരുമിച്ചാഘോഷിക്കുന്നത് കണ്ട്. പക്ഷേ, എത്രമാത്രം പ്രണയം നിറഞ്ഞതാണ്

എന്നതിലാണ് കാര്യം. ഭിന്നതകളെ അറിയുന്ന സ്നേഹം.... പാരസ്പര്യം. സ്നേഹം എന്ന വാക്ക് പണ്ടു മുതലേ ഉണ്ട്. പക്ഷേ, അത് അർഥം നഷ്ടപ്പെട്ട് ഒരു ശിലപോലെ മോക്ഷത്തിന് കാത്തുകിടക്കുന്നു."

"നീ തത്വശാസ്ത്രം പറഞ്ഞാൽ പിന്നെ ശബ്ദവും ഭാഷയുമെല്ലാം മങ്ങു മാറും." സുനന്ദ പറഞ്ഞു. സുനന്ദയ്ക്ക് എപ്പോഴും എന്റെ ഭാവങ്ങൾ ഇഷ്ടമാണ്.

"പക്ഷേ, ഒരു കാര്യം. സ്നേഹത്തിന്റെ ആ ശിലയ്ക്ക് മോക്ഷം കൊടുക്കുവാൻ രാമപാദത്തിനാവില്ല. അതിന് പുണ്യം ചെയ്ത വേറേ വല്ല പാദവും വരണം.... സീതാപാദം."

ഇപ്പോൾ സുനന്ദയാണ് ഗൗരവത്തിൽ ഇങ്ങനെ പറഞ്ഞത്.

സീതയുടെ ഇളകാത്തമിഴികളിൽനിന്ന് പ്രസരിക്കുന്ന തേജസ്സ് ഞാൻ അപ്പോൾ കണ്ടു. വിജനമായ കുന്നിൻചെരിവ്. മുള്ളുകളുള്ള ചില കുറ്റിച്ചെടികൾ അങ്ങിങ്ങ് കാണാം. ചരിഞ്ഞ വെയിൽ എല്ലാടവും പരന്നു കിടക്കുന്നു. വളഞ്ഞ് പോകുന്ന വെട്ടു വഴിയിൽ ഒരു വാഹനത്തിന് പോകാനുള്ള വീതിയുണ്ട്. വെളുത്ത പൊടിയും വെളുത്ത ഉരുണ്ട പാറക്കല്ലുകളും നിറഞ്ഞതാണ് വഴി. വഴിക്കിരുവശവും ചെറിയ ഉയരത്തിൽ ഉരുണ്ട പാറക്കല്ലുകൾ അടുക്കിവച്ചിട്ടുണ്ട്. ഞങ്ങൾ മൂവരും ആ വഴിയേ നടക്കുകയായിരുന്നു. ചെറിയ നീർച്ചാൽ കണ്ട് കാലുകൾ നനയ്ക്കാനും പറയിടുക്കിലൂടെ ഒരു ഓവ് വഴി നീർച്ചാലിലേക്ക് വീഴുന്ന വെള്ളം കുടിക്കാനുമായി ഞങ്ങൾ നീർച്ചാലിലേക്ക് ഇറങ്ങി. കൈകാലുകളും മുഖവും കഴുകി വെള്ളം കുടിച്ച് കഴിഞ്ഞപ്പോൾ സുനന്ദ പറഞ്ഞു. "നിങ്ങൾ പിന്നാലെ വരൂ... ഞാൻ വേഗം ഓടി പോകുകയാണ്."

അങ്ങകലെ മുറ്റത്ത് ഒരു വലിയ വൃക്ഷം നിൽക്കുന്ന വീട്ടിലേക്കാണ് അവൾ ഓടി പോയത്. അവൾ പോവുന്നത് നോക്കി ഞങ്ങൾ നടന്നു. അവിടെയാണ് മധുവും അവളും ഇപ്പോൾ താമസിക്കുന്നത്.

"മധു തിരിച്ചു വന്നപ്പോൾ സുനന്ദ അയാളെ സ്വീകരിച്ചു അല്ലേ?" സീത നടക്കുമ്പോൾ ചോദിച്ചു.

"തിരിച്ചുവരൽ അല്ലായിരുന്നു. കണ്ടുമുട്ടൽ ആയിരുന്നു. വീണ്ടും...." ഞാൻ പറഞ്ഞു "കഥകൾ ഉണ്ടാക്കുന്ന ജീവിത കുരുക്കിൽ നിന്ന് മോചിപ്പിക്കപ്പെട്ട ഒരാളായാണ് അവൾ അവനെ കണ്ടുമുട്ടിയത്. മരണശേഷം എന്നപോലെ."

മറ്റു പുരുഷന്മാരോടൊപ്പം കിടക്കേണ്ടി വന്ന സുനന്ദയെ അയാൾ സ്വീകരിച്ചോ എന്ന് സീത മാത്രമല്ല ഞാനും ചിന്തിച്ചില്ല എന്ന് ഇപ്പോൾ ഞാൻ ഓർത്തുപോകുന്നു.

"എവിടെയായിരുന്നു അയാൾ ഇത്രയും നാൾ.... എങ്ങനെയാണയാൾ ജീവിച്ചത്." സീത ചോദിച്ചു. "എന്റെ സീത ഇങ്ങനെ ചോദിക്കരുത്. നിന്റെ ജീവിതം ഉണ്ടാക്കിയ കഥകളിൽനിന്നാണ് നിനക്ക് മോചനം വേണ്ടത്."

"ശരിയാണ്..... പക്ഷേ, കണ്ണടച്ചാൽ ഇരുട്ടാകില്ല."

ഞാനും പറഞ്ഞു: "ശരിയാണ് കണ്ണടച്ചാൽ ഇരുട്ടാകില്ല."

ഞങ്ങൾ മൗനമായി നടന്നു. അപ്പോൾ കുറച്ചു സമയം ഞാൻ ഒറ്റയ്ക്കാണ് നടക്കുന്നത് എന്ന് ഞാൻ അറിഞ്ഞു. മനസിൽ ഇങ്ങനെ ചിന്ത കടന്നു പോയി.

ഉള്ളിന്റെ ഉള്ളിലും പ്രപഞ്ചത്തിന്റെ അറ്റത്തോളവും സത്യമറിയാൻ എത്രത്തോളം പോകുന്നോ പിന്നെയും പിന്നെയും അവശേഷിക്കുന്നു. സത്യത്തിലേക്ക് അത്രയും തന്നെ ദൂരം, പദാർഥത്തിലും ചേതനയിലും..... എന്നാലും അന്വേഷണങ്ങൾ.... സ്വപ്നങ്ങൾ... ജീവിവർഗത്തിന്റെ പരിണാമംപോലെ മനുഷ്യൻ എന്ന ജീവിയിൽ നടക്കുന്ന ആന്തരിക പരിണാമങ്ങൾ ഉണ്ടല്ലോ..... ബോധവും അബോധവും ആത്മബോധവും ഒക്കെ കടന്ന് വികസിക്കേണ്ട പരിണാമങ്ങൾ. നിലനിൽക്കുന്ന ഓരോ വ്യക്തിയും സ്ഥലത്തിലും കാലത്തിലും മറ്റനേകം ഘടകങ്ങളുടെ പ്രവർത്തനത്തിൽ ഉരുവം കൊള്ളുന്ന ഉണ്മയാണ്..... വ്യക്തി സ്വയം താനുണ്ടെന്ന് അറിയുന്നതും അങ്ങനെയാണ്. അവർ അനന്തമായ കാലത്തിന്റ ഇടയ്ക്കെവിടെയോ ജനിച്ച് ആ കുരുക്കിൽ ജീവിക്കുന്നു.

സീത എവിടെ എന്ന് നോക്കുമ്പോൾ അവൾ അരയ്ക്കൊപ്പം പൊക്കമുള്ള ഒരു മതിലിലൂടെ അതിനപ്പുറത്തേക്ക് നോക്കി നിൽക്കുകയാണ്. അവളെ കണ്ടതും എനിക്ക് തോന്നി അത്രയും സമയം സീതയും ഞാനും ഒരേ ചിന്തയിലായിരുന്നു എന്ന്.

ഞാൻ അവളുടെ അടുത്ത് ചെന്ന് മതിലിനപ്പുറത്തേക്ക് നോക്കി. അപ്പുറം അഗാധ ഗർത്തമാണ്. താഴേക്ക് നോക്കുമ്പോൾ പറന്നുപോകുന്ന മേഘങ്ങളെയാണ് കാണാനാകുക. താഴെ ഭൂമി അഗാധതയിൽ വളരെ അവ്യക്തം.

"വിമോചിക്കപ്പെട്ട ഈ രണ്ടുപേർക്ക് സുനന്ദയ്ക്കും മധുവിനും കുരുക്കുകളുടെ ഈ ലോകത്തിൽ എങ്ങനെ ജീവിക്കാൻ കഴിയും." സീത വിസ്മയപ്പെട്ടു.

"അവർ ഒരു തുരുത്തിൽ ജീവിക്കുന്നു... അവരുടെ ജീവിതം."

സീത എന്നെ തന്നെ നോക്കി നിന്നു.

ഞാൻ പറഞ്ഞു..... "അതെ അതൊരു സ്വപ്നമായിരിക്കാം."

ഞങ്ങൾക്ക് സുനന്ദയുടെയും മധുവിന്റെയും വീട്ടിലേക്കെത്താൻ പിന്നെയും ഏറെ നടക്കണമായിരുന്നു. ഞങ്ങൾ ആ ലക്ഷ്യത്തിലേക്ക് തന്നെ നടന്നു. വിദൂരമായ ദൃശ്യത്തിൽ ഇനിയും സുനന്ദ ആ വീട്ടിലെത്തിയിട്ടില്ല...... ഞങ്ങൾക്ക് ഓടിപ്പോകുന്ന അവളെ വിദൂരതയിൽ കാണാം. പെട്ടെന്ന് ഒരു പുകപടലം കൊണ്ട് സുനന്ദ ഞങ്ങൾക്ക് മറഞ്ഞു. നോക്കുമ്പോൾ പുക ഒരു ഫാക്ടറിയിൽ നിന്നാണ്. ഞങ്ങൾ നടന്നെത്തിയത് ഒരു ഫാക്ടറിക്കടുത്താണ്. കാതടപ്പിക്കുന്ന ശീൽക്കാര ശബ്ദത്തോടെ

പുകപടലം പെട്ടെന്ന് അന്തരീക്ഷമാകെ നിറയാൻ തുടങ്ങി. പുകച്ചുരുളുകൾ വളഞ്ഞ് വളഞ്ഞ് ഞങ്ങളെ വിഴുങ്ങി. ഞങ്ങൾ ആ പുകക്കുള്ളിലായി ശ്വാസം കിട്ടാതെ....... ശ്വാസം മുട്ടലിൽ നിന്ന് രക്ഷപ്പെടാൻ ശ്രമിക്കുമ്പോൾ ഞങ്ങൾ സുനന്ദയെ മറന്നുകഴിഞ്ഞിരുന്നു.

പുകപടലത്തിൽനിന്ന് വെളിപെടുമ്പോൾ കാഴ്ചയിൽ പുറംചട്ടയുടെ പച്ചയും ജൈവചർമവും അറുത്ത് മാറ്റപ്പെട്ട ഭൂമി. ഭൂമിയുടെ മാംസചീന്തുകൾ മണ്ണിന്റെ നിറവ്യത്യാസങ്ങളിൽ..... ഖനനം ചെയ്യപ്പെട്ട ഭൂമിയിലൂടെ മണ്ണിന്റെ നിറത്തിൽ ഒരു പെണ്ണ് നടന്ന് മറയുന്നു.

അവൾ നഗ്നയായിരുന്നു. അത് സീതയായിരുന്നോ.

സീത അപ്പോഴേക്കും എന്നെ ഓർമയിൽനിന്ന് ഉപേക്ഷിച്ചിരുന്നു. മറ്റൊരു ലോകത്തിലോ ജന്മത്തിലോ എന്നപോലെ ഞാൻ അവൾക്ക് അപരിചിതയായിക്കഴിഞ്ഞു. അവൾ എനിക്കപ്രാപ്യയും. പിന്നെ എന്റെ മയക്കത്തിൽ ഞാൻ കണ്ടു.

അവൾ പോകുന്നുണ്ടായിരുന്നു. രണ്ടു കുട്ടികളെയും എടുത്ത് ഒന്ന് തോളിൽ ചായ്ഞ്ഞ് ഉറങ്ങുന്നു. മറ്റേത് ഒക്കത്ത്.........

അഴുക്കുപുരണ്ട വെട്ടത്തിൽ മായുന്ന ഇരുട്ടിലേക്ക് അവൾ പോയി. ഇനിയൊരു കഥയ്ക്കും ആവശ്യമില്ലാത്തവിധം.

തിരസ്കാര ഭൂമികയിലേക്ക്.........

വിഴുപ്പുകളും അഴുക്കുകളും പേറിയ...

പുറത്താക്കപ്പെട്ടവരുടെ പുറമ്പോക്കിലേക്ക്......

കാറ്റിൽ പാറുന്ന അലക്കിയിട്ട വെള്ളവസ്ത്രങ്ങൾക്കപ്പുറം അവൾ മറഞ്ഞു.

ഭൂമിയിലെ നരകത്തിലേക്ക്...

ഫ്ളൈറ്റ് ലാൻഡ് ചെയ്തത് സുനന്ദ അറിഞ്ഞില്ല. യാത്രക്കാർ ലഗേജ് എടുക്കാനായി എഴുന്നേറ്റപ്പോഴാണ് ഫ്ളൈറ്റ് ലാൻഡ് ചെയ്തത് അവൾ അറിഞ്ഞത്........ ഇനിയും കുറച്ചു പേജുകൾ ഡയറിയിൽ ബാക്കിയുണ്ട് വായിക്കാൻ...... ഫ്ളൈറ്റിൽനിന്ന് ഇറങ്ങുമ്പോൾ അവൾ ഇഷ്ടപ്പെടുന്ന ശൂന്യതയായിരുന്നു അവൾക്കുള്ളിൽ.

അയഥാർഥത്തിന്റെ വഴികളിലൂടെ യാഥാർഥ്യത്തിന്റെ സന്നിധാനത്തിലേക്ക് കൂട്ടിക്കൊണ്ടുപോകുന്നതായി തോന്നി, അവൾക്ക്......

പുറത്തിറങ്ങിയപ്പോൾ സുഖം തോന്നുന്ന തണുപ്പാണ്. എല്ലാവരും, യാത്രക്കാരും ടാക്സി ഡ്രൈവർമാരും അങ്ങനെ എല്ലാവരും ചെവി മറച്ച് മഫ്ളർ തലയിൽ കെട്ടുകയോ രോമത്തൊപ്പി ധരിക്കുകയോ ചെയ്തിരുന്നു. വിവിധങ്ങളായ കടുംനിറത്തിലെ തലപ്പാവുകൾ. മെഴ്സി അയച്ച ഡ്രൈവർ താടി നീട്ടി വളർത്തിയ പ്രായം ചെന്ന ഒരാൾ ആയിരുന്നു....... വളഞ്ഞ് പുളഞ്ഞ് പോകുന്ന റോഡിലൂടെ കയറ്റം കയറി പോകുമ്പോൾ

ജയന്തിയുടെ ഡയറിക്കുറിപ്പിലെ വഴി അവൾ ഓർമിച്ചു.

ഇത് ആകാശത്തിലേക്ക് പോകുന്ന വഴിയാണോ. അവൾ അങ്ങനെ ചിന്തിച്ചുപോയി......... കാഴ്ചയിൽ മറ്റൊരു കുന്നിന്റെ ഉയരത്തിലെ പച്ചപ്പിലേക്ക് കാലികളെ തെളിച്ച് കൊണ്ടുപോകുന്ന കുട്ടികൾ. ആ വഴിയിലൂടെ പോകുന്നതായി അധികം വാഹനങ്ങളെ കണ്ടില്ല. വഴിയിൽ ഒരു കാർ എന്തോ കുഴപ്പമായി നിർത്തിയിട്ടിരിക്കുന്നു..... അവർ സുനന്ദ പോകുന്ന കാറിന് കൈ കാണിച്ചു. വെള്ളക്കാരായ രണ്ടു വൃദ്ധരാണ്...... ദമ്പതികൾ ആയിരിക്കും..... രണ്ടുപേർക്കും കണ്ണട. സ്ത്രീക്ക് എലിസബത്ത് രാജ്ഞിയുടെ രൂപസാദൃശ്യമുണ്ട്..... അതേ വേഷം. വൃദ്ധനും കണ്ടിട്ടുള്ള ഏതോ പ്രശസ്തനെ ഓർമിപ്പിക്കുന്നു. ഏതെങ്കിലും സിനിമയിൽ കണ്ട രൂപവുമാവാം.

അവർ കാറിൽ കയറി നന്ദി വാക്കുകൾ പറഞ്ഞു. ഇവിടെ എത്താൻ പെട്ടപാടുകൾ..... ജീവിത പ്രശ്നങ്ങൾ..... അവൾ ശ്രദ്ധയോടെ നിരീക്ഷിച്ച് കേട്ടിരുന്നു. ഈ നിമിഷവും തൊട്ടടുത്ത നിമിഷവും തമ്മിൽ എന്താണ് ബന്ധം. എന്നാൽ ബന്ധമില്ലേ. ഉണ്ട്......... എല്ലാം, വേറെ വേറെ ആണ്. പക്ഷേ, എല്ലാം കൂടി ചേർന്നതുമാണ്. ഈ ജന്മവും അതുപോലെ. കഴിഞ്ഞ കാലങ്ങളിലെ മറ്റാരുടെയൊക്കെയോ ജന്മങ്ങളുമായി എന്താണ് ബന്ധം? ഉണ്ട് ബന്ധമുണ്ട്. എല്ലാം ഒരു തുടർച്ചതന്നെയാണ്.

അപ്പോൾ ആ ഒരു നിമിഷം എല്ലാം ഇതുപോലെ. ഈ നിമിഷം. യാതൊരു വ്യത്യാസവുമില്ലാതെ, ഇതു പോലെ മുൻപ് അനുഭവിച്ചതായി ഒരു നിമിഷം സുനന്ദയ്ക്ക് തോന്നി.

മലമുകളിലെ തീർഥാടന കേന്ദ്രത്തിൽ ആ വൃദ്ധർ ഇറങ്ങി. കാർ തീർഥാടനകേന്ദ്രത്തിലെ തിരക്കിലൂടെ താഴ്വാരത്തേക്കിറങ്ങി.

താഴ്വാരത്തിൽ റോഡ് തിരിഞ്ഞത് ഒരു ഗ്രാമത്തിലേക്കാണ്.

നിരനിരയായി കുറേ വീടുകളുള്ള തെരുവിൽ ഒരു വീടിനു മുന്നിൽ കാർ നിർത്തി. സുനന്ദ കാറിൽ നിന്നിറങ്ങിയതും സന്തോഷാരവത്തോടെ കുട്ടികളും മുതിർന്നവരുമായി കുറേപ്പേർ കാറിനു ചുറ്റും കൂടി നിറമുള്ള ചേലകൾ ധരിച്ച പെണ്ണുങ്ങൾ, യുവാക്കൾ, വൃദ്ധർ....... അവർ ഒരു അതിഥിയെ സ്വീകരിക്കയാണ്. സൽക്കാരത്തിന്റെ സന്തോഷം.

ആൾക്കാർക്കിടയിനിന്ന് മെഴ്സി അവർക്കിടയിലേക്ക് വന്നപ്പോൾ സുനന്ദ വിസ്മയത്തോടെ നോക്കി. അവരിൽപ്പെട്ട ഒരാളെന്നേ തോന്നൂ. വേഷത്തിലും ചലനത്തിലും എല്ലാം അവർ സംസാരിക്കുന്ന ഭാഷ തന്നെ മെഴ്സിയും പറയുന്നത്. കൂട്ടത്തിൽനിന്ന് ഒരു അമ്മൂമ്മയെ അടുത്ത് ചേർത്ത് നിർത്തി സുനന്ദയോട് പറഞ്ഞു. “ഇതാണ് മായ അമ്മൂമ്മ.”

മെഴ്സി ആ അമ്മൂമ്മയോടും എന്തോ പറഞ്ഞു.

അവർ സുനന്ദയെ ചേർത്ത് ഉമ്മ വച്ചു.

മെഴ്സി സുനന്ദയെക്കൂട്ടി അവിടമാകെ നടന്നു.

നിറമുള്ള വസ്ത്രങ്ങൾ ധരിച്ച പെൺകുട്ടികൾ, സ്ത്രീകൾ, തലപ്പാ

വണിഞ്ഞ പുരുഷന്മാർ. മെഴ്സിയുടെ പിന്നാലെ കിലുകിലാ വർത്തമാനങ്ങൾ പറഞ്ഞ് കുറേ കുട്ടികളുണ്ട്. അവരുടെ ചോദ്യങ്ങൾക്ക് മെഴ്സി മറുപടി പറയുന്നുണ്ട്.

സുനന്ദയ്ക്ക് മനസിലായി അവർ മെഴ്സിയോട് ചോദിക്കുന്നത് സുനന്ദയെ പറ്റിയാണെന്ന്, "ഇത് എന്റെ ഒരു ഇടമാണ്." മെഴ്സി പറഞ്ഞു.

കുട്ടികളെ ചിത്രകല പഠിപ്പിക്കുന്ന ഒരു കൂടാരം. അവിടെ വരച്ചു കൊണ്ടിരിക്കുന്ന ഒരു ചിത്രത്തിന്റെ മുന്നിൽ നിന്ന് അവൾ പറഞ്ഞു:

"ഇനി ഞാൻ വിപണനത്തിനോ പ്രദർശനത്തിനോ ആയി ചിത്രങ്ങൾ വരയ്ക്കില്ല........ ഇതുവരെയുള്ള ജീവിതത്തിലെ അൽപ്പം സൗഹൃദങ്ങൾ. പിന്നെ ഇവരൊക്കെ....... ബാക്കിയുള്ളതിനോടെല്ലാം വാതിലുകൾ അടയ്ക്കുകയാണ്........ അപ്പോഴും നമ്മുടെ ലോകം ചെറുതൊന്നുമാകുന്നില്ല.......... ലോകത്തിന്റെ നെറ്റ് വർക്കിൽ കിടന്ന് പിടയാൻ വയ്യ. ഇവിടെ ജീവിക്കുന്ന ഇവർക്ക് അറിയില്ല, രാഷ്ട്രം, പ്രധാനമന്ത്രി, പാർലമെന്റ് ഒന്നും....... ഇതിനുള്ളിൽ എല്ലാം സംതൃപ്തം. അവർ ജീവിക്കുന്നു. മറ്റൊന്നും ലക്ഷ്യമല്ല." രാത്രി പാട്ടും നൃത്തവുമൊക്കെയായി ആഘോഷമായിരുന്നു. മെഴ്സിയെ കണ്ടുമുട്ടിയത് മൂന്നു പ്രാവശ്യം. മൂന്നിടങ്ങളിൽ....... തികച്ചും വ്യത്യസ്തം.

സുനന്ദയ്ക്ക് പക്ഷേ, മെഴ്സി ഒരു വിസ്മയം ആയില്ല. അങ്ങനെ ഒരാലോചന വന്നില്ല. ഒരു ജന്മത്തിനു മുൻപുള്ള ദിവ്യപരിശീലനങ്ങൾ പോലെ അവൾ അതൊക്കെയും അനുഭവിച്ചു.

പിറ്റേദിവസം രാവിലെ മെഴ്സി സുനന്ദയോട് പറഞ്ഞു: "നമുക്കൊരിടംവരെ പോകണം."

അവർ പോകാൻ തയാറാകുമ്പോൾ സുനന്ദയുടെ കൈകൾ കവർന്ന് മെഴ്സി പറഞ്ഞു.

"ഇപ്പോൾ ഞാൻ കാര്യം പറയാൻ പോകയാണ്. നിന്റെ ഇഷ്ടം പോലെ ചെയ്താൽ മതി........" സുനന്ദ മെഴ്സിയുടെ കണ്ണുകളിൽത്തന്നെ നോക്കിനിന്നു.

മെഴ്സി പറഞ്ഞു.

"ഞാൻ നിന്നോട് അന്ന് പറഞ്ഞില്ലേ... എന്റെ തോന്നൽ ശരിയായിരുന്നു. അത് മധു തന്നെ. ഇത്രയും കാലം അയാൾ ജീവിച്ച ഒരു ജീവിതമുണ്ട്. ആ കഥയിൽ നിന്നൊക്കെ മുക്തി നേടിയ ഒരു മനുഷ്യനാണ് അയാൾ. ജീവിച്ച ജീവിതം, അതായത് പ്രവൃത്തി, കർമ്മം അതിൽ നിന്ന് ഒരു മോചനം സാധ്യമല്ലേ...."

ഒന്നും പറയണ്ട എന്ന് സുനന്ദ മെഴ്സിയെ ആംഗ്യം കൊണ്ട് വിലക്കി.

പറയുന്നതിനപ്പുറം അറിവ് അനുഭവിക്കുന്ന ഒന്നായിരുന്നു. അവൾ അപ്പോൾ...... അവളുടെ മനസ്സ് ശാന്തമായിരുന്നു.

സത്യബോധത്തിന്റെ മാനസസരസിൽ ഒരു ക്ഷോഭവും ഇല്ലാതെ...... മെഴ്സി എല്ലാവരോടുമായി എന്തോ പറഞ്ഞു. ഞങ്ങൾ പോയിട്ട് വരും എന്നാണ് പറഞ്ഞത് എന്ന് സുനന്ദ മനസിലാക്കി.

സുനന്ദയും എല്ലാവരോടുമായി കൈവീശി.

ഭാഷ മനസിലാകാതിരിക്കുമ്പോഴും സ്നേഹം ആ ഭാഷയിലെ ഓരോ ശബ്ദകോശത്തിലും സ്ഫുരിക്കുന്നത് അവൾ കേട്ടു.

രണ്ടുംപേരും സുനന്ദ വന്ന കാറിന്റെ പിറകിലെ സീറ്റിൽ കയറി. കാർ ആ സമാഗമത്തിലേക്ക് അടുത്തുകൊണ്ടിരുന്നു.

മുൻ നിശ്ചയമില്ലാതെ ഒരുപാട് വഴികൾ പിന്നിട്ട് ഒരുമിച്ചുള്ള ഓർമ കൾ തീർത്ത്, അവർ (ഷംസ്, ജെസ്സി, ഗൗരി, ഹസ്സൻ, അർജുൻ, ഭൂപീന്ദർ, കുട്ടികൾ, മുയലുകൾ, പൂച്ച) പരന്ന് കിടക്കുന്ന കടൽത്തീരത്ത് വച്ച് അടുത്തുള്ള എയർപോർട്ടിലേക്ക് തിരിച്ചു..... പല വഴി പിരിഞ്ഞു പോകാൻ...... ഓരോന്നും അവരവരുടെ ഗൃഹങ്ങളിലേക്കുള്ള തിരിച്ചുപോക്കായിരുന്നു. ഏറ്റവും പ്രിയപ്പെട്ടവരിലും ജീവിതത്തിന്റെ അധികഭാഗവും വെളിപ്പെടാതെ അവരിൽ ഓരോരുത്തരിലും വ്യത്യസ്ത ഓർമകൾ ബാക്കിയാക്കിയാണ് മധുവും സുനന്ദയും ഈ ലോകത്തോട് വിടപറഞ്ഞതെന്ന് മനസിലാക്കിയിട്ടാണ് അവർ പിരിഞ്ഞത്. ഒരുപാട് എന്തൊക്കെയോ... അറിയാതെ ഉണ്ട്....പക്ഷേ, ആ അറിയാതിരിക്കുന്നവയിലല്ല സ്നേഹങ്ങളും ബന്ധങ്ങളും.

സംഭവങ്ങളും കഥകളുമല്ല, അമൂർത്തമായ ശൂന്യതയാണ് നിലനിന്ന ജന്മങ്ങളും ജന്മ ബന്ധങ്ങളും എന്ന അറിവിൽ അവർ തൽക്കാലം വിടപറഞ്ഞു.

www.ingramcontent.com/pod-product-compliance
Lightning Source LLC
LaVergne TN
LVHW040748051026
849519LV00007BA/2480
* 9 7 8 9 3 8 3 9 0 3 2 8 3 *